आपल्या स्नेहीजनांना पुस्तके भेट द्या

समकालीन साहित्यिक

डॉ. सुनीलकुमार लवटे

AA000764

मेहता पब्लिशिंग हाऊस

✆ +91 020-24476924 / 24460313

Email : info@mehtapublishinghouse.com
production@mehtapublishinghouse.com
sales@mehtapublishinghouse.com

Website : www.mehtapublishinghouse.com

- *या पुस्तकातील लेखकाची मते, घटना, वर्णने ही त्या लेखकाची असून त्याच्याशी प्रकाशक सहमत असतीलच असे नाही.*

SAMAKALIN SAHITIK by SUNILKUMAR LAVATE

समकालीन साहित्यिक / व्यक्तिलेखसंग्रह

© डॉ. सुनीलकुमार लवटे
निशांकुर', अयोध्या कॉलनी, राजीव गांधी रिंग रस्ता,
सुर्वेनगरजवळ, पोस्ट कळंबा, कोल्हापूर – ४१६ ००७
✆ ९८८१२५००९३ Email : drsklawate@gmail.com

प्रकाशक : सुनील अनिल मेहता, मेहता पब्लिशिंग हाऊस,
१९४१, सदाशिव पेठ, माडीवाले कॉलनी, पुणे – ४११०३०.

प्रथमावृत्ती : जून, २०१५ / पुनर्मुद्रण : ऑक्टोबर, २०१७

मुखपृष्ठ : चंद्रमोहन कुलकर्णी

P Book ISBN 9788184987744
E Book ISBN 9788184987751
E Books available on : play.google.com/store/books
m.dailyhunt.in/Ebooks/marathi
www.amazon.in

मला समृद्ध करणाऱ्या
सर्व पुस्तकांना!

माणूस यंत्र होऊ नये म्हणून

साहित्यिकांचं जीवन, व्यक्तिमत्त्व, साहित्य, विचार आणि प्रयोग हा नेहमीच माझ्या कुतूहल व अभ्यासाचा विषय राहिला आहे. विविध भाषांतील साहित्यिक मला त्यांची पुस्तक-प्रकाशनं, पुरस्कार, सन्मान, मुलाखती, वक्तव्य इ.च्या निमित्ताने आकर्षित करत असतात. जिज्ञासा म्हणूनही मी विविध भाषांतील साहित्य वाचत असतो. या छंदातून वेळोवेळी लिहिलेल्या लेखांचा एक संग्रह 'भारतीय साहित्यिक' शीर्षकाने मी सन २००७ मध्ये प्रकाशित केला होता. त्यात मराठी, हिंदी, कन्नड, उर्दू, पंजाबी, मल्याळम, उडिया इ. भाषांतील २५ साहित्यिक होते. त्याचे मराठी वाचकांनी चांगलं स्वागत केल्याने सन २०१२ मध्ये त्याची दुसरी आवृत्ती प्रकाशित होऊ शकली. त्याचा हिंदी अनुवाद होत असून ते पुस्तक लवकरच हिंदी भाषिकांना उपलब्ध होईल.

आज 'भारतीय साहित्यिक'चंच जुळे भावंड 'समकालीन साहित्यिक' च्या रूपात मी मराठी वाचकांपुढे सादर करीत आहे. यात मराठी, हिंदी आणि इंग्रजी अशा त्रैभाषिक साहित्यिकांचे जीवन व साहित्य-समीक्षा आहे. या साहित्यिक निवडीचं प्रमुख सूत्र म्हणाल तर मला ज्यांचा सहवास लाभला अशा साहित्यिकांबद्दल प्राधान्याने लिहिले आहे तसेच सहवास न लाभलेलेही काही साहित्यिक यात आहेत. मराठीतील संग्रहीत सर्वच साहित्यिकांचा मला सहवास लाभला. हिंदीतील सर्वश्री डॉ. धर्मवीर भारती, अनंत गोपाल शेवडे, कमलेश्वर, डॉ. शंकर शेष,

डॉ. गोविंद मिश्र, मैत्रेयी पुष्पा आणि संजीव यांचा सहवास लाभला. इंग्रजी साहित्यिकांचा सहवास लाभण्याचा प्रश्नच नाही. सहवास ही काही साहित्याची कसोटी नव्हे; पण साहित्य अध्ययनाचे ते कारण व आकर्षण मात्र निश्चित! साहित्याच्या अभ्यासात लेखकाचे व्यक्तिमत्त्व माहीत असेल तर त्याचे लेखन कळणे सुलभ होते. बऱ्याचदा त्यातील पात्रेही आपणास कळतात. लेखन संदर्भांचा उलगडा होतो. शंका-समाधान शक्य होत राहाते.

'समकालीन साहित्यिक'मध्ये निवडलेले साहित्यिक तीन भाषांमधील आहेत. इंग्रजी आंतरराष्ट्रीय भाषा आहे. आजच्या जागतिकीकरण व माहिती तंत्रज्ञानाच्या युगात ती ज्ञानभाषा बनली आहे. खरे पाहायचे तर ज्या-ज्या भाषा आता आपल्या भाषेत अनुवाद, संपादन, लिप्यंतरण, शब्दकोश, ज्ञानकोषादिद्वारे आपले साहित्य अन्य भाषांत जाण्यासाठी सॉफ्टवेअर्स विकसित करण्याबाबत दक्ष राहतील, त्या-त्या भाषा भविष्यकाळात ज्ञानभाषा होतील. एकच एक इंग्रजी भाषा ही आंतरराष्ट्रीय व ज्ञानभाषा होण्याचा एकाधिकार संपुष्टात येऊन सर्वभाषा ज्ञानभाषा होण्याकडे जगाचा कल आहे, हे आपणास विसरता येणार नाही. इंग्रजी आणि फ्रेंच, जर्मन, स्पॅनिश, डच आदी भाषिक अंतराची दरी आता संपुष्टात येत आहे, हे आपण या संदर्भात लक्षात घ्यायला हवे.

सन १९४७ साली भारत स्वतंत्र झाल्यानंतर आपण घटनेत भाषाविषयक धोरण नमूद केले आहे. त्यानुसार हिंदी ही आपल्या देशाची संपर्क व राजभाषा म्हणून आपण स्वीकृत केली होती. भविष्यकाळात ती राष्ट्रभाषा व्हावी असं आपल्या बहुसंख्य देशवासियांना वाटत होते. इंग्रजीचा वापर हिंदी सक्षम होईपर्यंत करण्याचे ठरले होते. अन्य प्रादेशिक भाषा या केंद्राच्या संपर्क भाषा म्हणून

विकसित करण्याचे धोरण होते. अभ्यासक्रमात आपण घटनात्मक तरतूद लक्षात घेऊनच 'त्रिभाषा सूत्र' अंगिकारले होते. यानुसार सन १९९० पर्यंत म्हणजे मुक्त अर्थव्यवस्था स्वीकृत करेपर्यंत इथे आपल्या देशात त्रैभाषिक अध्ययन व वापर होत राहिला. सन १९९० लाच आपण संगणकीकरणाचं धोरण स्वीकारले. या दोन्ही धोरणांचा सर्वाधिक परिणाम जर कुणावर प्रकर्षाने झाला असेल तर तो देशातील भाषांवर! भारतीय समाजात जागतिकीकरण व संगणकीकरणामुळे इंग्रजीशिवाय तरणोपाय नसल्याची भावना समाजात निर्माण झाल्यानं देशी भाषांत शिक्षण घेणे म्हणजे स्वतःस जगापासून मागे ठेवणे, असा न्यूनभाव तयार झाला. वैश्विक पातळीवरही रशिया, जपान, चीन, जर्मनी, फ्रान्ससारखे कट्टर भाषाभिमानी देशही या न्यूनगंडातून सुटले नाहीत.

जागतिकीकरणामुळे देशोदेशींचं सांस्कृतिक वैविध्य संपुष्टात येऊन वैश्विक संस्कृतीस गती मिळाली. तुम्ही जगातल्या कोणत्या देशात राहाता हे गौण होऊन आहार, पोशाख, चालीरिती, शिष्टाचार, भाषा, साहित्य, सिनेमांचे वैश्विकीकरण झालं. पेये, पोशाख, मोबाईल, साबण, शाम्पू, खाद्यपदार्थ, मोटारी, दुचाकी, गोळ्या, बिस्किटे, चॉकलेटस्, फॅशन इ. च्या बहुदेशीय कंपन्यांच्या बहुराष्ट्रीय प्रचार, प्रसारामुळे जगच एक देश बनून गेला. यालाच संस्कृतीचे सपाटीकरण म्हणून संबोधण्यात येते. यातून जग सपाट, एकजिनसी, एकभाषिक, एकसांस्कृतिक बनलं. 'ग्लोबल' विरुद्ध 'लोकल' संस्कृतीच्या कुस्तीत लोकल चितपट झाली तरी तो एक प्रासंगिक परिणाम होता, हे आपण ध्यानात ठेवले पाहिजे. जागतिकीकरणाच्या दोन दशकांनंतर आता माणसास लक्षात येऊ लागलं आहे की, केवळ भोग म्हणजे जीवन नाही, केवळ भौतिक म्हणजे समृद्धी नाही आणि गती म्हणजे विकास तर

नाहीच नाही! मग आपणास वि.स. खांडेकरांनी रंगवलेला 'ययाति' आठवतो. 'संयमशून्यता हे आजच्या युगाचे दुःख नाही. तर आजचा माणूस 'माणूस' राहिला नाही तर तो यंत्र बनत चालला आहे' हे खांडेकरांचं 'ययाति' कादंबरीतले सन १९६० चे भाष्य अन् शल्य आजच्या या क्षणीही एखाद्या त्रिकालाबाधित सत्याप्रमाणे चपखल बोचून त्याची साहित्यातील प्रस्तुतता अधोरेखित करते. आज शेतकऱ्याची आत्महत्या जितकी नित्य झाली आहे तितकाच दुष्काळही! 'दुष्काळ आवडे सर्वांना' अशी सामाजिक व राजकीय जी परिस्थिती निर्माण झाली त्यातून सत्ता व संपत्तीचा माज सार्वत्रिक होतो आहे. एखाद्या माजावर आलेल्या जनावराच्या दर्प नि दांभिकतेतून धरणात काय ओतायची भाषा नि आश्रमशाळा, रिमांड होम्स खासगी मालमत्ता समजून लाभार्थी कन्या व शिक्षिकांचा सर्वकामी वापर करण्याची वृत्ती समाजात बळावते तेव्हा डॉ. आनंद यादवांच्या 'भूमी', 'नांगरणी', 'पेरणी' इत्यादीतून निर्माण होणाऱ्या कृषी संस्कृतीचं महत्त्व 'घरभिंती', 'नांगरणी', 'झोंबी'तून झोंबत जागतिकी-करणापासून वाचण्याचे धडे देते. 'रॉक' वर देहाचे सारे अवयव हिडीसपणे नाचवत तरुणाई जेव्हा 'चोली के पीछे क्या है?' सारखी बीभत्स गीते गात नाचू लागते तेव्हा सुरेश भट शृंगार हा एकांत आस्वाद असल्याचा संस्कार देतात. आस्वादक समीक्षेचे मार्दव म. द. हातकणंगलेकराचे लेखन समजावते. इंटरनेट हा ज्ञान-विज्ञानाचा विस्फोट असेल; पण संशोधन ही शांत साधना आहे, हे वसंत आबाजी डहाके आपल्या जीवन, कार्यातून मूर्त करतात. जमवायला केवळ भौतिक पुरेसं नसतं, तुकारामही लागतो पण तो विद्रोही असायला हवा. बुद्धही हवा; पण तो स्तूपातला स्थितप्रज्ञ असता कामा नये. असेलच तर तो प्रज्ञापुत्र हवा, हे डॉ. आ. ह. साळुंखे आपल्या साहित्यातून ज्या हळुवार व हळवेपणाने कठोर सत्य म्हणून

आपल्या समोर मांडतात. ते आजच्या दिग्भ्रमित व भ्रमभंग झालेल्या पिढीस अनिवार्य असल्याचे पटते, 'जुने ते सोने, चकाकतं ते सोनं नव्हे'चा प्रत्यय देणारा डॉ. तारा भवाळकरांचा व्यासंग इतिहास व संस्कृतीची भावसाक्षरता निर्माण करतात, जपतो नि जोपासतोही! उत्तम कांबळे म्हणजे चिंध्या झालेले माणसाचे जीवन तुकड्या-तुकड्यांनी जोडून समाजास उबदार गोधडी, दुलई बनवत जेव्हा समाजात सामंजस्य निर्माण करतात, तेव्हा समाज एकात्म होण्याची आशा पालवते. कृषिजन संस्कृतीच्या काबाडाचा धनी नि कुळंबिणीने अजून किती दिवस रक्त ओकायचे, काट्याकुट्याचा रस्ता रक्तबंबाळ होईपर्यंत आणखी किती पिढ्या चालायचा असा प्रश्न इंद्रजीत भालेरावांची कविता विचारते, तेव्हा शहरात रहाणारी माणसे अंतर्मुख झाल्याशिवाय राहात नाहीत. गोविंद गोडबोले आपल्या बालसाहित्यातून उपेक्षित बाल्य अधोरेखित करतात, तेव्हा निरागस बाल्य सुदृढ करायचे तर हसरे बालसाहित्य अनिवार्य असते, हे कळायला वेळ लागत नाही. मित्रहो, या साऱ्या लेखक, कवी, समीक्षक, संशोधक निवडीमागे माझी एक दृष्टी आहे. हे पुस्तक लेखकाची माहिती देत नाही तर त्याच्या साहित्याचे उपजत मूल्य ठळकपणे तुमच्या नजरेस आणते. जो वाचक हे 'समकालीन साहित्यिक' वाचेल तो त्यांचे मूळ साहित्य शोधून वाचल्याशिवाय राहाणार नाही, अशी प्रेरणा हे पुस्तक देते अशी माझी विनम्र धारण असल्यानं आपण ते पूर्णपणे वाचावं अशी माझी विनंती राहील.

मराठीप्रमाणेच हिंदी समकालीन साहित्यिकांचे समाजभान व साहित्य- सौंदर्य उच्च प्रतीचे राहिले आहे. मराठी लेखकांच्या तुलनेने यांचा अनुभवपट विशाल, तसाच वाचक-वृंदही बहुप्रांतीय, बहुदेशीय राहात आला आहे. त्यामुळे त्यात एक उपजत व्यापकता व वैश्विकता भरली असल्याचे यशपाल, हरिशंकर परसाई;

अनंत गोपाळ शेवडे यांचे जीवन व साहित्य समजून घेताना लक्षात येईल. गजानन माधव मुक्तिबोध, हरिशंकर परसाई, डॉ. शंकर शेष, गोविंद मिश्र हे मध्यप्रदेशातील असले तरी त्यांचे शिक्षण, नोकरी इ. च्या निमित्तानं महाराष्ट्रात येणे, जाणे राहीले. काहींनी तर मराठी साहित्यातून प्रेरणा घेऊन लिहिले. हे सारे वाचताना मराठी वाचकांत, भाषाभगिनी भाव विकसित होईल व चोखंदळ अभ्यासकांना संशोधनाची समान स्थळे हाती येतील. यशपाल, मैत्रेयी पुष्पा, संजीव यांच्या साहित्यातले समाजभान खांडेकर, प्रेमचंदातला दुवा साधणारे आहे. त्यामुळे या ना त्या प्रकारे हे साहित्यिक, त्यांचं साहित्य आणि विचार हे महाराष्ट्राच्या पुरोगामी, सत्यशोधक, सुधारणावादी परंपरेशी नाळ जोडणारे वाटल्याशिवाय रहाणार नाही.

बुकर विजेते इंग्रजी साहित्यिक जॉन बॅनव्हिल्ले असो वा कादंबरीकार आर. के. नारायण दोघांनी लोकानुरंजक (Populist) लिहिणे कटाक्षाने टाळले. यातून त्यांच्या साहित्यिकाची एक जबाबदार भूमिका स्पष्ट होते. आर. के. नारायण यांनी आपल्या साहित्यातून दक्षिण भारताची संस्कृती वैश्विक बनवली. भारतीय मिथकांना वैश्विक मान्यता मिळवून देणारा हा किमयागार साहित्यिक कल्पनेस आपल्या हयातीत सत्य बनवतो. अशी अचंबा करणारी त्यांची प्रतिभा तुम्ही साहित्यातून अनुभवाल तेव्हा साहित्य हे दृष्टी देण्याचे किती महत्त्वाचे साधन व माध्यम आहे हे तुम्हाला पटेल. ऑस्ट्रियाई जर्मन लेखिका एल्फ्रिड जेलेनिक यांचे साहित्यही असेच आहे.

'समकालीन साहित्यिक'मधील हे लेख मी वेळोवेळी विविध प्रसंगांनी लिहिले. ते वेगवेगळ्या दैनिक, मासिकातून प्रकाशित झाले. अलीकडच्या काळात मुद्रित माध्यमे साहित्यास रकान्यात ढकलत आहेत. त्यांच्या लेखी जाहिरात हेच साध्य व साधन झाले आहे. त्यांचे नाव वृत्तपत्र राहिले तरी त्याचे स्वरूप जाहिरातपत्र हेच

होत आहे. कधी काळी नियतकालिके ही मतनिर्माती होती. म्हणून म्हटले जायचे -

'खींचो न कमान को, न तलवार निकालो।
जब तोप मुकाबिल हों, तो अखबार निकालो।।'

ते साहित्यबाबतही खरे होते. साहित्य हा वृत्तपत्रे, नियतकालिकांचा गाभा घटक होता. तो त्यांनी गमावल्यामुळे ती माध्यमे वाचायची, विचार करायची साधने न राहाता बघायची, पहायची वस्तू झाली आहेत. संपादकापेक्षा व्यवस्थापकाला महत्त्व देण्याच्या आजच्या काळात हे पुस्तक, यातील साहित्यिक, त्यांचे विचार परत एकदा माध्यमांना पुनर्विचारास भाग पाडून माध्यमे विचारांची, अंतर्मुख करण्याची साधने बनतील तर वृत्तपत्रातून साहित्याचे हरवलेले आणि हिरावलेले स्थान त्याला परत बहाल होईल. त्यातच मानवी समाजाचं भले सामावलेले आहे, अशी माझी पक्की धारणा आहे.

साहित्य, कला, भाषा, संगीत, संस्कृती या गोष्टींमुळेच मानव समाज उन्नत होत असतो, हे इतिहासानं आपणास दाखवून दिले आहे. भाषा आणि साहित्याच्या संदर्भात आज 'माहिती' विरुद्ध 'मूल्य' असा संघर्ष उभा ठाकला असताना 'समकालीन साहित्यिक' हा ग्रंथ मूल्याच्या ताजव्यात पासंग टाकता होतो. हे लेखन शिळोप्याचा उद्योग म्हणून झालेले नाही. खरे तर यातले अनेक लेख रात्रीच्या मोडलेल्या झोपेतून व मनाच्या तगमगीतून निर्माण झाले आहेत. ते पूर्वी प्रसिद्ध झाले तेव्हा त्यांचे स्वरूप संपादकांनी घालून दिलेल्या शब्द मर्यादेत झालेले होते. ते संक्षिप्त होते. तेव्हा सांगायचं बरेच राहून गेल्याची चुटपूट होती. असे अनेक लेख मी नंतर या पुस्तकाच्या निमित्ताने विस्ताराने लिहून काढले. पुनर्लेखनात त्यांना पूर्णत्व प्रदान करण्याचा प्रयत्न केला आहे. त्यामागे अधिक आणि ऊर्जस्वल देण्याची धडपड

आहे. ती तुम्ही वाचकांनी गोड मानून घ्यावी. ही लेखनकामाठी असली तरी निष्ठेनं झाली आहे. त्यातील दोष व मर्यादांची मला जाणीव आहे. वाचक, समीक्षक, संपादकांनी परिचय, पत्र, समीक्षण इ. चर्चेतून यातील दोष उणिवा दाखवल्यास तिचं स्वागत व दुरुस्तीचे आश्वासनही!

'भारतीय साहित्यिक', मेहता पब्लिशिंग हाऊस, पुणेच्या अनिलभाई व सुनीलभाई मेहता यांनी प्रकाशित करून त्यांचे साहित्य प्रेम सिद्ध केले होते. आता 'समकालीन साहित्यिक' प्रकाशित करून ते त्या प्रेमावर पुन्हा एकदा शिक्कामोर्तब करीत आहेत. त्यांच्या प्रकाशित साहित्यिक व साहित्याच्या सूचीत 'समकालीन साहित्यिक' म्हणजे अभिजनांच्या पंगतीत वंचिताला मांडीला मांडी लावून बसवण्याचे पुरोगामीपण व धाडसही! त्याबद्दल त्यांचे आभार. यातील लेख पूर्वप्रकाशित करणाऱ्या वृत्तपत्र व नियतकालिकाच्या संपादकांचेही कृतज्ञतापूर्वक स्मरण नि ऋण! यातील फोटो कलात्मक करणाऱ्या राज आथणेंना धन्यवाद. मुखपृष्ठाने हा ग्रंथ वाचकांच्या हृदयापर्यंत भिडवणाऱ्या चित्रकार चंद्रमोहन कुलकर्णींच्या आभाराशिवाय ही प्रस्तावना पूर्ण कशी होईल?

डॉ. सुनीलकुमार लवटे

अनुक्रम

मराठी

हिंदी

इंग्रजी

मराठी विभाग

चतुरस्त्र साहित्यिक : वि. स. खांडेकर

मराठी भाषा व साहित्यास भारतीय ज्ञानपीठाचा पहिला पुरस्कार मिळवून देणारे पद्मभूषण विष्णू सखाराम खांडेकर चतुरस्त्र साहित्यिक होते. कथा, कादंबरी, कविता, नाटक, लघुनिबंध, रूपक कथा, अनुवाद, समीक्षा, संपादन, वक्तृत्व, पटकथा लेखन, आत्मकथा, मुलाखती, व्यक्तिलेख, ललित निबंध अशा सर्वांगांनी त्यांनी साहित्याच्या प्रातांत महत्त्वाचे योगदान दिलं आहे. वि. स. खांडेकरांचा जन्म ११ जानेवारी, १८९८ रोजी सांगली येथे झाला. त्यांच्या आईचे नाव रमाबाई तर वडिलांचे आत्माराम. त्यांचे मूळ नाव गणेश आत्माराम खांडेकर. घरची गरिबी असल्याने पुढे शिक्षणासाठी त्यांना त्यांचे चुलते सखाराम रामचंद्र खांडेकर यांना सावंतवाडीस १३ जानेवारी, १९१६ ला दत्तक देण्यात आले आणि त्यांचं दत्तक नाव विष्णू सखाराम खांडेकर झाले. ते हुशार विद्यार्थी होते. मॅट्रिकला ते महाराष्ट्रात बारावे आले होते. उच्च शिक्षणासाठी त्यांनी पुण्याच्या फर्ग्युसन महाविद्यालयात प्रवेश घेतला; पण दत्तक वडिलांची इच्छा होती की, त्यांनी आपली शेती आणि सावकारी सांभाळावी. त्यामुळे त्यांनी शिक्षणासाठी हात आखडता घेतला. परिणामी त्यांना इंटरनंतर कॉलेज सोडावे लागले. पुण्याच्या वास्तव्यात वाचन, नाटके पाहाणं, साहित्यिक सहवास इत्यादीमुळे खांडेकरांच्या मनात साहित्याविषयी आवड निर्माण झाली. या काळात त्यांना राम गणेश गडकरी, बालकवी ठोंबरे, नाट्य अभिनेते गणपतराव बोडस, अच्युतराव कोल्हटकर, 'मनोरंजन'कार का. र. मित्र प्रभृती साहित्यिकांचा सहवास लाभला.

पुण्यातले शिक्षण सोडून ते सावंतवाडीस परतले. शिरोड्याच्या ट्युटोरियल इंग्लिश स्कूलमध्ये प्रथम शिक्षक व नंतर मुख्याध्यापक झाले. सन १९२० ते १९३७ मधील शिरोड्याच्या वास्तव्यात शाळेच्या कामाबरोबरीने खांडेकरांचा वाचन, लेखन, व्याख्यानांचा क्रम नियमित होता. सन १९१९ मध्ये 'नवयुग', 'उद्यान'सारख्या

मासिकांत लेख, कविता, स्तंभलेखनाने त्यांच्या साहित्य सृजन, प्रकाशनास प्रारंभ झाला. 'संगीत रंकाचे राज्य' (१९२८) हे त्यांचं पहिलं प्रकाशित पुस्तक. हे नाटक प्रथम रंगमंचावर आलं नि नंतर पुस्तक प्रकाशित झाले. १६ जानेवारी, १९२९ ला त्यांचा विवाह मनूताई मणेरीकरांशी झाला. लग्नानंतर त्या उषाताई खांडेकर या नावाने ओळखल्या जाऊ लागल्या.

वि. स. खांडेकर प्रारंभी 'कुमार', 'आदर्श'सारख्या टोपण नावाने कथा, कविता, लेख लिहित. आपल्या जीवनकालात त्यांनी विपुल लेखन केले असले तरी ते सर्वच त्यांच्या हयातीत ग्रंथरूपात प्रकाशित झाले असे नाही. त्यांच्या मृत्यूनंतरही खांडेकरांच्या अप्रकाशित, असंग्रहित साहित्य प्रकाशनाचा क्रम सुरूच आहे. भविष्यकाळातही पटकथा, व्यक्तिचित्रं, भाषणे, स्तंभलेखन, विनोदी साहित्य ग्रंथरूप घेणार आहेत. आजवर १७ कादंबऱ्या, ४३ कथासंग्रह, १५ लघुनिबंध संग्रह, १ व्यक्तिचित्र संग्रह, १ चरित्र, ३ आत्मकथात्मक ग्रंथ, ३ अनुवादित रूपक कथासंग्रह, १ पत्रसंग्रह (अनुवादित), २ काव्यसंग्रह, ३ भाषण संग्रह, १ मुलाखत संग्रह, १ नाटक, १३ पटकथा, २५ संपादित ग्रंथ असे सुमारे १५० ग्रंथ, पुस्तिका प्रकाशित असून आणखी १० ग्रंथ प्रकाशनाच्या मार्गावर आहेत. त्यांच्या जीवन व साहित्यावर अनेक ग्रंथ लिहिले गेले आहेत.

वि. स. खांडेकर यांनी आपल्या साहित्यातून वाचकांच्या सामाजिक जाणिवा विकसित केल्या. त्यांचे साहित्य समाजाशी अद्वैत घेऊन जन्मते. साहित्याच्या समाजाशी असलेल्या दृढ संबंधांचा विचार आणि आपली साहित्यविषयक भूमिका स्पष्ट करणाऱ्या अनेक प्रस्तावना खांडेकरांनी लिहिल्या आहेत. रंजनापेक्षा त्यांचं साहित्य उद्‌बोधन, उन्नयन व उदात्तीकरणाच्या अंगाने प्रगट होत असल्यानं ते बोधप्रद तद्वतच संस्कारक्षमही आहे. त्यांनी आपल्या समग्र साहित्यातून आदर्शोन्मुख वास्तवतावाद चित्रित केला आहे. लघुनिबंध व रूपक कथांसारख्या मराठी प्रकारांचा केवळ प्रारंभ नि प्रयोग करून ते थांबले नाहीत तर हे साहित्यप्रकार विकसित होऊन रूढ होतील इतके विपुल लेखनही त्यांनी या प्रकारांत केले. वि. स. खांडेकरांचं साहित्य म्हणजे भावनांचे द्वंद्व नि विचारांची भरती. त्यामुळे ते एकीकडे मोरपिसासारखं सुंदर, ललित तर दुसरीकडे मशालीसारखं प्रखरही! माणूस हा त्यांच्या साहित्याचा केंद्रबिंदू होता नि भागही. दारिद्र्य दूर करणे, विषमता नष्ट करणे, समाजवाद आणणे, बंधुता निर्मिती, स्त्रिया व दलितांचा उद्धार, अंधश्रद्धा निर्मूलन अशा कितीतरी विचारांचे ते खंदे समर्थक होते. विज्ञाननिष्ठा, स्वातंत्र्य आणि लोकशाहीचा पुरस्कार करणारं त्यांचे साहित्य कलात्मकदृष्ट्या तितकंच ताकदीचं असलेले दिसून येते. भावनाशीलता, सेंद्रियतेवर भर, जिज्ञासा, वास्तवता, भाषेचा कलात्मक वापर, शैलीची वैविध्यता, विपुल शब्दसंपत्ती, स्फूर्तिप्राधान्यता, औचित्यविवेक,

नाट्यरूपकता हे त्यांचे लेखनगुण आहेत तर रूपकं, प्रतीके, अलंकारिकता यांचा अतिरेकी वापर, पाल्हाळ, स्वप्नरंजन, आवेगी संवेदनशीलता हे दोषही त्यांच्या साहित्यात आढळतात.

वि. स. खांडेकरांचं साहित्य परिणामाच्या अंगाने पाहायचे झाले तर ते विकल मनाची निर्मिती असल्याने नेहमीच करुण काव्य म्हणून प्रगट होतं. त्यांनी आपल्या साहित्यात परस्परविरुद्ध वैशिष्ट्ये असलेलं लेखन केलं. गंमतशीर विनोद त्यात आहेत व गूढ, गंभीर चिंतनही! अद्‌भुतरम्यता व कल्पनाविलास तर त्यांच्या साहित्याचा स्थायीभावच. ते कलेच्या तंत्रात व जीवनाच्या संज्ञापनात अडकत नाहीत. परोक्ष पद्धतीने याचं प्रतिबिंब साहित्यात आढळते. वि. स. खांडेकरांचे साहित्य म्हणजे वाचकांशी जिवाभावानं केलेले असं एक हितगुज असते की, त्यात जीवनचिकित्सा, जीवनसौंदर्य, जीवनसामर्थ्य आपोआप झरत राहते. वाचक लेखकाशी केव्हा एकरूप होतो, हे कळत नाही. लेखक व वाचकात अद्वैत निर्माण करणारे साहित्य केवळ श्रेष्ठ असत नाही तर ते दीर्घकाळ टिकणारे असते. त्यांच्या साहित्यावर विपुल संशोधनही झाले असून अनेक समीक्षा ग्रंथ, लेख, विशेषांक प्रकाशित झाले आहेत. त्यांच्या साहित्याचे अनुवाद हिंदी, गुजराती, मल्याळम, तामीळ, तेलुगु, कन्नड, सिंधी, इंग्रजी, रशियन, चेक इ. भाषांत उपलब्ध आहेत. त्यांच्या पटकथांचे अनुवाद हिंदी, तमीळ, तेलुगुत झाले आहेत. त्या भाषांत चित्रपटही प्रदर्शित झाले आहेत. खांडेकरांची कथा, संवाद, पटकथा, गीते लाभलेले २८ चित्रपट प्रदर्शित झाले आहेत. त्यांनी 'ज्योत्स्ना' (मासिक), 'वैनतेय' (साप्ताहिक), 'हंस' (प्रेमचंद संपादित हिंदी मासिक) यांचे संपादक म्हणून कार्य केले आहे.

वि. स. खांडेकरांनी वैविध्यपूर्ण लेखन केले असले तरी त्यांचा मराठी वाचकांवर प्रभाव राहिला तो कादंबरीकार नि कथाकार म्हणूनच! 'हृदयाची हाक', 'कांचनमृग', 'दोन ध्रुव', 'उल्का', 'सुखाचा शोध', 'जळलेला मोहोर', 'क्रौंचवध', 'अश्रु', 'ययाति', 'अमृतवेल', या त्यांच्या उल्लेखनीय कादंबऱ्या. यांतून त्यांनी सन १९३० ते १९७५ या कालखंडातील समाजजीवन, मध्यमवर्गीयांच्या जाणिवा, समाजवाद, विषमता विरोध, भारतीय संस्कृतीतील मिथकांचा समकालीन संदर्भ स्पष्ट केला. त्यांच्या 'ययाति' कादंबरीस साहित्य अकादमी (१९६१) व भारतीय ज्ञानपीठ (१९७४) पुरस्कार लाभले. या कादंबरीतील विचारांचा तत्कालीन समाजजीवन व पिढ्यांवर मोठा परिणाम झाल्याचं लक्षात येतं. 'सोनेरी स्वप्ने भंगलेली' (१९७७) आणि 'नवी स्त्री' (२००१) या त्यांच्या आणखी दोन कादंबऱ्या प्रकाशित झाल्या आहेत. तसाच परिणाम कथांचाही होता.

खांडेकरांच्या 'नवमल्लिका' (१९२९) ते 'सरत्या सरी' (२००३) पर्यंतच्या कथांतील समाजशीलता, लालित्यपूर्ण भाषा, अलंकारप्रचुरता, सुभाषितांची पेरणी,

वैचारिक प्रगल्भता इत्यादी वैशिष्ट्यांनी मराठी कथेस नवं वळण दिले. जीवनासाठी कलेचं समर्थन करत खांडेकरांनी आपल्या कथात्मक साहित्यातून मानव समाजाच्या मांगल्याचा नंदादीप अखंड तेवत ठेवला. रूपक कथा ही खांडेकरांनी मराठी साहित्यास दिलेली अमोल देणगी होय. संस्कृत व इंग्रजी दोन्ही भाषांची खांडेकरांना चांगली जाण व भरपूर वाचन असल्यानं परंपरा व आधुनिकता यांचा सुरेख मिलाफ त्यांच्या साहित्य विषय, आशय आणि आविष्काराच्या त्रिमितिक कोनातून व्यक्त होतो. त्यांचे 'कलिका', 'वनदेवता', 'मृगजळातील कळ्या', 'क्षितिजस्पर्श', सारखे रूपक कथासंग्रह म्हणजे मनुष्य, मिथक व निसर्गाचा अपूर्व संगमच!

मराठी साहित्यातील गुजगोष्टी करणारा लघुनिबंध हा साहित्य प्रकार प्रा. ना. सी फडक्यांनी निर्मिला असला, तरी त्याच्या विकास व वैभवाचं श्रेय मात्र वि. स. खांडेकरांकडेच जाते. 'वायुलहरी', (१९३६) ते 'मुखवटे', (२००४) पर्यंतच्या लघुनिबंधांतून खांडेकर एकाच वेळी अनुभवसंपन्नता व कलात्मक चमत्कृतीची प्रचिती देतात. त्यांच्या 'चांदण्यात', 'मंजिऱ्या', 'मंझधार', 'अजून येतो वास फुलांना'मधील लघुनिबंधांना वाचकांची विशेष पसंती लाभली. ललित, मधुर लेखनाएवढीच पकड वैचारिक लेखनावर असल्याने वि. स. खांडेकर हे अनेक पिढ्यांचे शिल्पकार, प्रेरक, आदर्श बनले. 'धुंधुर्मास', 'गोफ आणि गोफण', रेषा आणि रंग', 'ध्वज फडकत ठेवूया', 'दुसरे प्रॉमिथिअस : महात्मा गांधी' इत्यादींमधील वैचारिक लेखांनी विसाव्या शतकाच्या मध्यास वि. स. खांडेकरांना महाराष्ट्राच्या वैचारिक मशागतीचा व नेतृत्वाचा बहुमान बहाल केला.

संपादन क्षेत्रातील विपुल कार्य खांडेकरांच्या साहित्यिक व्यासंगाचा पुरावा होय. काव्य, पटकथा, अनुवाद, नाटक, समीक्षा या प्रांतांतील त्यांचे लेखन बहुआयामी ठरले. खांडेकर केवळ मराठी लेखक नव्हते, तर भारतीय साहित्यास नवं योगदान देणारे युगकर्ते साहित्यिकही होते, याची नोंद घेण्यास इतिहासकार विसरले नाहीत. प्रस्तावनाकार खांडेकर म्हणून त्यांनी मराठी साहित्यात जी परंपरा निर्माण केली, त्यातून त्यांची साहित्यविषयक भूमिका समजण्यास मोलाची मदत झाली आहे. शिवाय त्यांनी अन्य लेखक-कवींच्या पहिल्या साहित्यकृतींना ज्या प्रस्तावना दिल्या त्यांतून ते साहित्यिक मराठी सारस्वतांस परिचित झाले. अण्णाभाऊ साठे, कुसुमाग्रज, बा. भ. बोरकर, बाबा आमटे ही त्यांपैकी काही नावे. तीच गोष्ट समीक्षेची. त्यांनी केलेल्या पहिल्या साहित्यकृतीच्या परीक्षण, समीक्षणातून मंगेश पाडगांवकरांसारखे अनेक साहित्यिक स्थिरावले. पु. ल. देशपांडे, रणजित देसाई प्रभृती साहित्यिकांना आपल्या अनेक प्रलंबित, संकल्पित साहित्य कृती बहाल करून खांडेकरांनी आपलं औदार्य सिद्ध केलं.

अखिल भारतीय तसंच महाराष्ट्रातील भाषा, साहित्य, संस्कृती क्षेत्रांतील कार्य

व कर्तृत्वाविषयी आदर, कृतज्ञता म्हणून वि. स. खांडेकरांना अनेक साहित्य संमेलनांच्या अध्यक्षपदांचा सन्मान मिळाला. १९४१ साली सोलापूर येथे संपन्न झालेल्या रौप्य महोत्सवी मराठी साहित्य संमेलनाचा या संदर्भात उल्लेख करावा लागेल. सन १९६८ मध्ये भारत सरकारनं 'पद्मभूषण' बहाल करून तर सन १९७० मध्ये साहित्य अकादमीने 'महदत्तर सदस्यत्व' (फेलोशिप) प्रदान करून त्यांच्या साहित्यिक कामगिरीचा उचित गौरव केला. शिवाजी विद्यापीठ, कोल्हापूरतर्फे सन १९७६ मध्ये खांडेकरांना डी.लिट पदवीने सन्मानित करण्यात आले होते. २ सप्टेंबर, १९७६ मध्ये वृद्धपकाळानं अल्पशा आजाराचं निमित्त होऊन मिरजेत त्यांचे निधन झाले. सन १९९८ मध्ये वि. स. खांडेकरांची जन्मशताब्दी देशभर साजरी करण्यात आली. त्यावेळी भारत सरकारतर्फे स्मृती तिकिटाचं प्रकाशन करण्यात आले. शिवाय एक विशाल असं 'वि. स. खांडेकर स्मृती संग्रहालय' शिवाजी विद्यापीठाने आपल्या परिसरात उभारले आहे.

वि. स. खांडेकर हे मराठीतील समग्र साहित्यिक होत. त्यांनी वैविध्यपूर्ण आणि विपुल साहित्य लेखन केले. असा चतुरस्त्र साहित्यिक मराठीत विरळाच म्हणावा लागेल. वि. स. खांडेकरांच्या साहित्याचे जितके अनुवाद भारतीय भाषांत झाले, तितके क्वचितच कुणा मराठी साहित्यिकाचे झाले असावेत. त्या अंगांनी पाहिलं तरी भारतीय साहित्यिक होण्याचा सन्मान प्राप्त करणारे मराठी साहित्यिक म्हणूनही वि. स. खांडेकरांचे स्थान आगळे नि असाधारण मानावे लागेल.

वि. स. खांडेकरांच्या साहित्यातील वैविध्य व व्यापकता यांचा शोध घेता लक्षात येते की, त्यांचे वाचनही तसेच अष्टावधानी होते. इंग्रजी, संस्कृत, हिंदी, जर्मन, फ्रेंच इ. साहित्याचं त्यांचे वाचन बहुआयामी होते. वाचनाबरोबर त्यांनी स्वत:चे असे स्वतंत्र चिंतन विकसित केले होते. ते माणसातील विषमता, अज्ञान, दारिद्र्य, अंधश्रद्धा यांबाबत सतत चिंतेत असायचे. सर्वस्पर्शी व सर्वंकष समानता हे त्यांचं स्वप्न होते. बिकट वास्तवाने सदैव व्यथित असा हा लेखक, सर्वोदयी समाजाचा त्याला नित्य ध्यास होता. निरंतर अस्वस्थता जोपासणारे साहित्यिकच नव्या समाजाची स्वप्ने पाहू शकतात, हे खांडेकरांच्या व्यक्ती व वाङ्मयाचा अभ्यास करताना प्रकर्षाने प्रत्ययास येते. जीवन व कलेचे अद्वैत हे त्यांच्या समग्र साहित्याचे वैशिष्ट्य सांगता येईल. पांढरपेशा मध्यमवर्ग हा त्यांच्या जीवनाचा परीघ असला तरी त्यांच्या साहित्यविषय व आशयास असे कूपमंडूक कुंपण नव्हते. वैश्विक मनुष्य जीवन मूल्याधारित होऊन ते विकसित व्हावे व सतत उन्नत, ऊर्जस्वल होत राहावे अशी धडपड करणारा, ध्यास घेतलेला हा लेखक, त्याची माणसाविषयी असलेली तळमळ त्यांच्या साहित्यातील समग्र पटलावर सतत संवेदी जागरूकता व्यक्त करते.

कादंबरीकार

सन १९३० साली 'हृदयाची हाक' लिहून वि. स. खांडेकरांनी मराठी कादंबरीच्या क्षेत्रात पाऊल ठेवले ते भीतभीतच. त्यांच्याच शब्दांत सांगायचे, तर "महाराष्ट्र शारदा मंदिराच्या कादंबरीच्या दालनात मी आज भीतभीतच पाऊल टाकीत आहे. हरिभाऊ आपट्यांपासून प्रो. फडक्यांपर्यंतच्या काळात अनेक कुशल लेखकांनी विभूषित केलेल्या या वाङ्मयविभागात प्रवेश करताना नावीन्याच्या आनंदाच्या छायेपेक्षा अपयशाच्या भयाची सावली मनावर अधिक पसरली, तर त्यात नवल वाटण्यासारखे काही नाही. तथापि, आजच्या सुरवंटांचीच उद्या फुलपाखरे होतात हा सृष्टीनियम ध्यानात आणून मी हे धाडस केले आहे." अन् झालेही तसेच. 'ययाति'ला मराठी भाषेतलं पहिलं ज्ञानपीठ मिळवून त्यांनी आपल्या कादंबरीकाराचे फुलपाखरू झाल्याचे पुढे सिद्ध केले.

'पैसा, सत्ता, संपत्ती, ज्ञान, कीर्ती, प्रसिद्धी अशा अनेक हाका घालत मनुष्य जगत असतो; परंतु त्यानं त्याचं समाधान होत नाही. त्याची खरी भूक असते प्रेमाची. ती हृदयाच्या हाकेतूनच मिळते', हे खांडेकरांनी कमल आणि दिवाकर, कुसुम आणि प्रभाकर तसेच डॉ. भागवत अशा तीन प्रेमीयुगुलांतून, त्यांच्या दाम्पत्य जीवनांतून अनुभवाचा पैस विस्तारत स्पष्ट केलं आहे. ही त्यांची पहिलीच कादंबरी असल्याने या कादंबरीच्या कलात्मक मर्यादा लक्षात घेतल्या, तरी तिच्यातील विषय व आशयाच्या अंगांनी तिने वाचकांशी केलेल्या हार्दिक संवादामुळे ती यशस्वी ठरली आणि त्यामुळेच खांडेकर 'कांचनमृग' (१९३१) लिहिण्याचं धाडस लगेच करू शकले.

'कांचनमृग' लिहिताना त्यांचा आत्मविश्वास दुणावल्यामुळेच असेल कदाचित त्यांनी 'कांचनमृग'च्या छोट्या प्रस्तावनेत आपल्या आगामी कादंबरी 'लंकादहन'ची घोषणा केली. वि. स. खांडेकरांनी आपल्या कादंबऱ्यांच्या प्रस्तावनांमधून 'चांभाराचा देव', 'फुलपाखरे', 'वर्षाकाल', 'नवी स्त्री', 'छाया', 'मत्स्यगंधा', 'अजिंक्य', 'वटपत्रे', 'वानप्रस्थ', 'बुद्ध आणि हिटलर', 'शिलालेख', 'तिसरी भूक', 'वृंदावन' यांसारख्या अनेक कादंबऱ्याचे संकल्प जाहीर केले होते. काही सिद्ध झाले तर काही स्वप्न बनून राहिले.

'कांचनमृग' कादंबरीची निर्मिती महात्मा गांधींच्या 'खेड्याकडे चला' घोषणेतून झाली. केवळ शहरांचा विकास करणे म्हणजे कांचनमृगामागे धावणे वाटणाऱ्या खांडेकरांनी या कादंबरीच्या नायकाचे, सुधाकराचे चरित्र त्या अंगाने गुंफले आहे. तो सुखवस्तू, शहरी, गृहस्थ. तेथील सुखासीन जीवनाला कंटाळतो आणि खेड्यात जाऊन ग्रामसुधारणा करण्याची धडपड करतो. शाळा काढतो. समाजसेवा करतो;

पण तेथील गावगुंड त्याला विरोध करतात, त्रास देतात, तरी तो आपल्या ध्येयवादी निष्ठेवर अढळ राहतो. स्वत: पुनर्विवाह करतो. आदर्श घालून देतो; पण शेवटी आपण मृगजळामागे धावतो आहोत, या विचाराने निराश होतो. आदर्श विचार व व्यवहाराच्या पाठपुराव्यानेच माणसाचा कांचनमृग होणं थांबेल, असा संदेश ही कादंबरी देतं. खांडेकरांनी या कादंबरीतून एक प्रभावी जीवनसूत्र सांगण्याचा जो प्रयत्न केला, तो आज आठ दशके लोटली तरी चिरंतन वाटतो. खांडेकरांच्या कादंबऱ्या आजही एकविसाव्या शतकातील नवी पिढी वाचते, याचं रहस्य त्यांतील चिंतनगर्भ मूल्यांनाच द्यावे लागेल.

यानंतर सन १९३४ मध्ये खांडेकरांची 'दोन ध्रुव' प्रकाशित झाली. खांडेकर सन १९२० मध्ये शिरोड्यास शिक्षक म्हणून गेले. तेथील वास्तव्यात त्यांनी कोकणचं दारिद्र्य, अज्ञान, विषमता, अंधश्रद्धा पाहिली. सांगली, पुण्याचं आजवर पाहिलेले सुखवस्तू जीवन व हे जीवन यांत दोन ध्रुवांचे अंतर असल्याचे त्यांना जाणवले. त्या जाणिवेची निर्मिती म्हणजे ही कादंबरी. 'एका हळव्या खेडवळ जीवाचा आर्त वाङ्मयीन उद्गार' असे खांडेकरांनी तिचं स्वत:च केलेले वर्णन किती सार्थ आहे, हे कादंबरी वाचताना लक्षात येते. कथानायक रमाकांत सर्वसाधारण असलेल्या वत्सलाशी लग्न करतो. जीवनात आलेल्या सुरंगा, सुलोचना, विद्याधर, कृष्णा, दादासाहेब आदींमुळे जीवनातील दरी, अंतर त्यास उमगते. समाजातील विषमता केवळ सर्वस्पर्शी समतेनेच नष्ट होऊ शकेल, असा आशावाद जागवणारी ही कादंबरी खांडेकर पठडीतील आदर्शोन्मुख वास्तववादी साहित्यकृती होय. या कादंबरीत खांडेकरांनी जीवनातल्या विविध क्षेत्रांतील 'दोन ध्रुव' चित्रित केले आहेत.

वि. स. खांडेकरांची सर्वाधिक आवडती कादंबरी म्हणजे सन १९२४ साली प्रकाशित झालेली 'उल्का' होय. ती त्यांनी ऑक्टोबर, १९२३ मध्ये लिहिली. चप्पल आहे पण छत्री नाही अशी कुरकुर करणारा मध्यम वर्ग एकीकडे व दुसरीकडे दोन वेळची भाकरी न मिळणारा समाज. 'दोन ध्रुवां'मधील तळमळ, तगमग या कादंबरीतही आढळते. 'जगातील दु:खे नुसत्या पवित्र इच्छेने नाहीशी होत नाहीत; ती त्यागाने, सेवेने, संघटनेने आणि कर्तृत्वानेच दूर करावी लागतात' हे सांगण्यासाठी त्यांनी या कादंबरीत अन्यायाशी प्राणपणाने लढणाऱ्या चंद्रकांत या तरुणाची निर्मिती केली. ही निर्मिती म्हणजे खांडेकरांचं Catharsis च होय. लोक या रचनेस राजकीय कादंबरी मानत असले तरी खांडेकर मात्र ते साफ नाकारतात. प्रा. ग. प्र. प्रधानांनी मात्र आपण ही कादंबरी तरुणपणी वाचली व आपण राजकीय, सामाजिक चळवळीत आलं पाहिजे, असे वाटून उडी घेतल्याचे कबूल केलं आहे. उल्का ही नायिका. खेड्यात वाढलेली. वडिलांच्या संस्कारानं समाजसेवेत येते. तिचा वसंतशी होणारा विवाह टळतो. ती माणिकरावांच्या प्रेमात पडते. शेवटी बाबूराव पंडित या

जमीनदाराशी तिचा विवाह होतो. चंद्रकांतसोबत ती कामगारांचा लढा लढते. भाऊसाहेबांच्या मृत्यूनंतर ट्रस्ट करून समाजसेवा चालू ठेवते. या सर्वांमागे गांधीजींची विश्वस्त संकल्पना असल्याचे दिसते. महात्मा गांधीच्या विचार व कार्याचा खांडेकरांवरील प्रभावाचा परिणाम म्हणूनही या कादंबरीकडे पाहिलं पाहिजे.

वैचारिक द्वंद्व हे वि. स. खांडेकरांच्या कादंबऱ्याचं वैशिष्ट्य आहे. ते त्यांच्या रचनांच्या शीर्षकांतही बऱ्याचदा प्रतिबिंबित होत राहतं. 'दोन मने' ही कादंबरी अशा शृंखलेतीलच एक कडी होय. 'समतेची प्रामाणिकपणे पूजा करणाऱ्या नव्या समाजावर दृष्टी ठेवून साहित्यिकांनी स्वतंत्र देशाची स्वप्ने पाहायला हवीत' असं आवाहन करणारी ही कादंबरी. बॅ. बाळासाहेब देशमुख निर्मलाशी विवाहबद्ध होतात. ती सोज्वळ स्त्री असते. तिच्याशी संसार करत असताना चपला नावाच्या सिनेनटीच्या प्रेमजालात ते अडकतात. निर्मलेचा त्याग व चपलेचा उपभोग यात शेवटी त्यागाचा विजय होतो. श्री व चपला या दोन मनांची ही कथा होय. सुबोध, ललिता, प्रो. आगटे इ. पात्रं कथेचा पट खुलवित या कथेस उद्देशाप्रत नेतात. या कादंबरीचे अनेक भाषांत अनुवाद झालेत. त्या भाषिकांत ही कादंबरी त्यांची भाषिक कादंबरी मानली गेली, इतके तिचे अनुवाद प्रभावी ठरले.

व्यवहार आणि ध्येयवाद, तरल प्रीती आणि उत्कट भक्ती, आत्मप्रेम व मानवधर्म इत्यादी धाग्यांनी 'हिरवा चाफा' कादंबरीचा जीवनपट विणलेला आहे. तात्यासाहेब कालेलकरांची कन्या सुलभा. ती डॉक्टर होते. तिचा प्रियकर विजय बॅरिस्टर असतो; पण ती विवाह मात्र करते घरातील मोलकरणीच्या मुलाशी. तोही तुरुंगात. सुलभाचा भाऊ मनोहर वाममार्गी होऊन नायकिणीच्या नादाला लागतो. नायकिणीचा खून होतो. पापभीरू मनोहर तेथून पळ काढतो; पण 'नायकिणीचा' अशीच त्याची समजालेखी ओळख राहते. आपल्या वडिलांच्या रखेलीच्या मुलीशी तो संधान बांधतो. त्यामुळे तो अधिक दु:खाच्या गर्तेत अडकतो. 'प्रेमभाव हिरवा चाफा असतो. त्याच्या अभावी माणसाचं जीवन शोकात्म कसं बनतं' हे खांडेकरांनी सन १९३९ साली लिहिलेल्या या कादंबरीतून दाखवून दिलं आहे.

वि. स. खांडेकर शिरोडा सोडून कोल्हापुरी आले, ते हंस पिक्चर्सच्या पटकथा लिहिण्यासाठी म्हणून. त्या काळात त्यांनी अशा अनेक पटकथा लिहिल्या की, ज्यांच्या नंतर कादंबऱ्याही झाल्या. या पठडीत 'रिकामा देव्हारा', 'सुखाचा शोध', 'अश्रू' सारख्या कादंबऱ्या येतात. 'देवता' चित्रपटाच्या निर्मितीआधी तिचं झालेलं कादंबरीरूप म्हणजे 'रिकामा देव्हारा'. आधी कादंबरी प्रकाशित झाली (१९३४). ती गाजली. मग तिचा 'देवता' नावाने मराठी चित्रपट झाला (१९३९). तोही यशस्वी झाला. 'मंदिर' नावाने हाच चित्रपट १९४८ मध्ये हिंदीत प्रकाशित झाला. कादंबरी व चित्रपटक्रम उलटेसुलटेही होत राहिले. या कादंबरीत अशोकचे वडील

मुलगी शोभेल अशा सुशीलेशी विवाह करतात. मुलगा त्याला विरोध करतो. वडिलांना समजावतो की, स्त्री भोग्या नसून देवता आहे. स्त्रीस प्रतिष्ठा मिळवून देण्याच्या इराद्याने लिहिलेली ही कादंबरी आहे. स्त्रीचं घरात तेच स्थान हवे जे मंदिरात देवतेच्या मूर्तीचे. ते नसेल, तर घर हा रिकामा देव्हारा ठरतो. "आर्थिक उलथापालथीमुळे मध्यमवर्गातील स्त्री घराबाहेर पडली, नोकरी करू लागली, सर्रास पुरुषांत मिसळू लागली. यात वावगे असे काहीच झाले नाही; पण ही स्त्री तिच्या शीलाच्या दृष्टीने धड ना पौर्वात्य, ना पाश्चात्त्य अशा आजच्या समाजात सुरक्षित आहे का?" असा प्रश्न खांडेकर या कादंबरीतून विचारतात तेव्हा मात्र वाचक अंतर्मुख होतो. मला वाटते हेच या कादंबरीचे यश आहे.

'सुखाचा शोध' खांडेकरांची आठवी कादंबरी. ती प्रथमत: सन १९३४ मध्ये प्रकाशित झाली. पुढे या कादंबरीवर हंस पिक्चर्सनी सन १९३९ ला याच नावाने चित्रपट काढला, तेव्हा या कादंबरीची सचित्र आवृत्ती प्रकाशित करण्यात आली होती. त्या कादंबरीतील छायाचित्रे अर्थातच चित्रपटातील होती. ही सचित्र आवृत्ती त्या वेळी चित्रपटगृहात विक्रीस उपलब्ध होती. प्रेक्षक चित्रपट तिकिटाबरोबर ती कादंबरीही खरेदी करीत. या कादंबरीचे कथानक खांडेकरीयच होते. मानवी जीवन सुख आणि दु:खांनी भरले आहे. माणूस सतत सुखाच्या शोधात असतो. सर्व प्रकारची सुखं मिळाली तरी माणूस अतृप्त का राहतो, याचा शोध घेत खांडेकर सांगतात की, 'सुख निरपेक्ष सेवेत आहे, सुख जीवाला जीव देणाऱ्या माणसावर प्रेम करण्यात आहे.' कादंबरीची नायिका माणिक समाजसेविका असते. सुयोग्य मार्गदर्शकाअभावी ती निराश होऊन आपल्या भावनांना तिलांजली देते. याविरुद्ध आनंद आणि उषा एकमेकांवर प्रेम करत असल्याने त्या जोरावर उषा आनंदला माणसात आणते, सुधारते. कष्टाने माणसाचे जीवन सुसह्य होते, हे सांगणारी सदर कादंबरीही अनेक भाषांत अनुवादित झाली आहे.

'पांढरे ढग' खांडेकरांच्या आजवरच्या कादंबऱ्यांपेक्षा वेगळी असल्याने तिचे खांडेकरांच्या कादंबरी लेखन विकासात महत्त्वाचं स्थान आहे. एक तर या कादंबरीने भाषिक वळण घेऊन ती अलंकारमुक्त अशी सहज झाली आणि म्हणूनच प्रभावी ठरली. दुसरे असे की, आजवरच्या कादंबऱ्यांत खांडेकर शोषितांची बाजू घेत. निम्नवर्गीय चित्रण करत. यात मध्यमवर्ग चित्रणाचा केंद्र आहे. त्या वर्गातील चित्रण करताना अभयसारखा बुद्धिमान; परंतु भावनाशील तरुण चित्रित करून नायकाची पठडी पण खांडेकरांनी बदलून टाकली. सत्त्वशून्य आणि ध्येयशून्य होत चाललेल्या मध्यमवर्गाला दिशा दिग्दर्शन करण्याच्या उद्देशाने लिहिलेल्या या कादंबरीत अभयची धडपड हा खांडेकरांच्या स्वप्नातील देश घडणीचा प्रयत्न होय. सन १९३९ साली प्रकाशित ही कादंबरी "समाज सुखी करायला आधी सामाजिक मन निर्माण केले

पाहिजे. मानवी हक्काकरिता झगडायला, लढायला, प्रसंगी मरायलाही माणूस ज्या वेळी तयार होईल त्याचवेळी आजचे बिकट प्रश्न सुटतील.'' असे ते ठामपणे सांगत.

सामाजिक विचारांच्या कादंबऱ्यांत आलेला विषयांचा तोच तोपणा दूर करण्यासाठी, रुचिपालट म्हणून लिहिलेली कादंबरी 'पहिले प्रेम' विषय म्हणून वाचकांच्या पसंतीस न उतरली तर आश्चर्य! प्रत्येक व्यक्ती पहिल्या प्रेमाच्या अनुभवातून जात असल्याने या विषयास त्रिकालाबाधित व विश्वव्यापी अनुभवाचं रूप आलं आहे. आकर्षक मुखपृष्ठ व शीर्षक लाभलेली ही कादंबरी सन १९४० साली प्रसिद्ध झाली. 'पहिले प्रेम हेच खरे प्रेम' असं आजवर सर्वांनी सांगितले. स्टीफन स्वाइग असो वा शरच्चंद्र चटर्जी असो! पण खांडेकर मात्र असं मानतात की, पहिल्या प्रेमाला आजवर अवास्तव महत्त्व दिलं गेलं. हे खरं आहे की, ''पहिल्या प्रेमाचा आत्मा सौंदर्य आहे; पण जीवनाला उजळणाऱ्या शांत प्रीतीचा उदय नुसत्या सौंदर्यातून होत नाही. त्या सौंदर्याला सामर्थ्याची नि साधुत्वाची जोड लागते.'' ही खांडेकरांची चिंतनप्रधान कादंबरी असल्याने कथानक, पात्रे, प्रसंग केवळ निमित्त होतात. पत्र, काव्य, सुभाषितयुक्त भाषा इ. मुळे ही कादंबरी विषयास अनुकूल अशी रोमँटिक बनविण्याचा खांडेकरांचा प्रयत्न म्हणजे आजवरच्या त्यांच्या कादंबरी लेखनास दिलेला छेद होय.

वि. स. खांडेकर आता कादंबरी लेखनाचे वेगवेगळे प्रयोग करताना दिसतात. आता हेच पाहाना 'जळलेला मोहर' ही सन १९४१ ची कादंबरी. अगोदर त्यांनी तिची काही प्रकरणं 'पारिजातकाची फुले' नावानं ५ भागांत प्रकाशित केली. वाचकांच्या प्रतिक्रिया आजमावून मग ती एकजिनसी लिहिली. मुळात या कादंबरीची प्रेरणा त्यांना पिरँदेल्लो यांच्या 'सिक्स कॅरॅक्टर्स इन सर्च ऑफ ॲन ऑथर' या नाटकातून मिळाली. कादंबरीची नायिका कुसुम काव्यवेडी असते. त्या वेडातच ती लग्न करते; पण तिचा पती विसंगत वागणारा निघतो. समाजात वेश्यांचा उद्धार करणारा तिचा नवरा घरात मात्र तिच्याशी तुटक व तुसडा वागतो. त्यामुळे कुसुम वैतागते. इतकी की, पतीने वधू पाहिजे अशी जाहिरात देऊनही तिच्यावर त्याचा कसलाही परिणाम होत नाही. उलटपक्षी असं लग्न झालेच तर आपण सुखी होऊ, असं कुसुमला वाटणे म्हणजे जीवनातला मोहर जळल्याच्याच पाऊलखुणा नव्हेत का? 'पांढरे ढग' प्रमाणे या कादंबरीचं शीर्षक सूचक व प्रतीकात्मक आहे.

''प्राचीन काळी महर्षी वाल्मीकींची प्रतिभा क्रौंच पक्ष्यांच्या क्रीडामग्न जोडप्याला पाहून भग्न झाली होती ना? त्या जोडप्यातल्या नराचा भिल्लाने वध केलेला पाहून महर्षींनी रागाने त्याला शाप दिला होता ना? भोग आणि त्याग, काव्य आणि कृती, बुद्धी आणि भावना या जोडप्यांपैकी, कुणावरही तसा प्रसंग आला तर तुम्ही तेच

करा आणि एक गोष्ट विसरू नका. कालचे शाप शब्दांचे होते, आजचे शाप कृतीचे असले पाहिजे.'' असे बजावत लिहिलेली 'क्रौंचवध' कादंबरीची कथा वि. स. खांडेकरांनी सुलोचना व दिनकरभोवती गुंफली आहे. दादासाहेब संस्कृतचे प्राध्यापक असतात. आपली मुलगी सुलोचनाने राजकारणात भाग घेणे त्यांना पसंत नसते. तिचा मित्र दिनकर समाजकारण, राजकारण करत तुरुंगात जातो. सुलोचना इकडे भगवंतराव शहाण्यांशी लग्न करते. तुरुंगातून सुटलेला दिनकर शेतकरी संघटना बांधतो. परत त्याला अटक होऊन फाशीची शिक्षा फर्मावली जाते; परंतु भगवंतराव शहाण्यांमुळे त्याला जीवनदान मिळतं. अशी कथा गुंफत खांडेकर ही कादंबरी आपल्या उद्दिष्टाप्रत पोहोचवितात. राष्ट्रीय आंदोलनाच्या काळात सन १९४२ साली लिहिलेल्या या कादंबरीमागे तत्कालीन वातावरणाचा असणारा प्रभाव वाचताना स्पष्ट जाणवतो.

दुसऱ्या महायुद्धानंतर साऱ्या जगाचेच संदर्भ बदलून गेले. युद्धाच्या महाविनाशकारी प्रत्यंतराने खांडेकर कथा, पटकथा, संपादन इत्यादी लेखनकार्य करत राहिले तरी कादंबरी लेखन मात्र थंडावलं. 'खांडेकर वृद्ध झाले', 'त्यांची प्रतिभा आटली', अशा आवया उठत राहिल्या. या सर्वांना उत्तर देत त्यांनी ११ वर्षांनंतर लिहिलेली कादंबरी म्हणजे 'अश्रु'. सन १९५४ ला ती प्रकाशित झाली. या काळात त्यांचं मन अस्वस्थ होतं. त्यातून एक नवा आशावाद, उमेद घेऊन त्यांनी लिहिलं. भारताच्या संस्कृतीचा वारसा मध्यमवर्गाने जपला असून हाच वर्ग उद्याच्या सामाजिक क्रांतीचं नेतृत्व करील, असं सांगणारी ही कादंबरी. 'अश्रु' एका शिक्षकाची कथा आहे. शंकर सरळमार्गी, कष्टाळू शिक्षक आहे. गरीब विद्यार्थ्यांबद्दल त्याच्या मनात विलक्षण आस्था असते. मूल्यांना सर्वतोपरी मानणारा हा शिक्षक प्रलोभनांपासून स्वतःला दूर ठेवतो. बहिणीच्या लग्नात अडचण येऊनही गैरमार्गास तो जात नाही. कारण समाधानी राहता येतं, या मूल्यधारणेवर तो तगतो. हे दाखवून खांडेकर पुन्हा एकदा आदर्शवादाचं समर्थन करतात. याच कथेवर 'दानापानी' या हिंदी चित्रपटाची निर्मिती सन १९५३ मध्ये करण्यात आली होती. अगोदर चित्रपट आला व नंतर कादंबरी प्रकाशित झाली.

'ययाति' हा वि. स. खांडेकरांच्या कादंबरी लेखनकलेचा चरमबिंदू होय. ही कादंबरी त्यांनी १९५९ ला लिहिली. सन १९६० ला महाराष्ट्र राज्याची स्थापना झाली. ही स्थापना होताच राज्य शासनाने मराठी साहित्यातील उत्कृष्ट वाङ्मयीन रचना म्हणून या कादंबरीचा गौरव केला. पाठोपाठ तिला त्याच वर्षीचे साहित्य अकादमी पारितोषिकही लाभलं. अन् पुढे सन १९७४ चे भारतीय ज्ञानपीठ पारितोषिक संपादून भारतीय साहित्यातील श्रेष्ठ साहित्यिक कृती म्हणून तिचा सन्मान झाला. या साऱ्या यशाचं श्रेय जातं वि. स. खांडेकरांच्या भारतीय मिथकांचे

समकालीन संदर्भ शोधून त्यांचं गूढ-गंभीर चिंतन व्यक्त करण्याच्या ॠषीपणास. 'ययाति'ची मूळ कथा महाभारतातील. पुढे ती अनेक पुराणांत आढळते. खांडेकरांनी मूळ कथेत बदल करून ते वर्तमानाशी जोडले. ही 'ययाति'ची कामकथा, देवयानीची संसारकथा, शर्मिष्ठेची प्रेमकथा तर कचाची भक्तिकथा होय. या कथेचा मोह कुसुमाग्रजांना झाला, तसाच तो हिंदीतील प्रसिद्ध कवी कादंबरीकार भगवतीचरण वर्मांनाही. कुसुमाग्रजांनी 'ययाति आणि देवयानी' हे नाटक लिहिलं तर वर्मांनी 'चित्रलेखा' कादंबरी. दोन्ही रचना प्रेक्षक, वाचकांनी पसंत केल्या. त्याचं सामर्थ्य मात्र मूळ कथेतच आढळते.

यति नि ययाति ही नहुष राजाची मुले. अगस्त ॠषींच्या शापामुळे त्यांची ताटातूट होते. ययाति शूर, वीर, साहसी. तो भावाच्या शोधार्थ निघतो. प्रवासात त्याची देवयानीशी गाठ पडते. तिच्याशी तो लग्न करतो; पण सुखी होत नाही. सुख त्याला शर्मिष्ठेकडून मिळतं. त्या रागाने देवयानी राणी शर्मिष्ठेला दासी बनवून बंदी बनवते. ययाति तिची सुटका करतो. तेव्हा कच आणि यति तिच्या मदतीला धावून येतात. ययातिपुत्र पुरू मोठा होऊन सर्व विद्येत प्रवीण होतो. यदुला दस्युच्या तावडीतून सोडवितो. शुक्राचार्यांच्या शापामुळे जख्ख म्हाताऱ्या झालेल्या वडिलांना आपलं तारुण्य देतो. आपला भाऊ व आई परत मिळावी म्हणून राज्याचा हक्क सोडतो; पण देवयानी त्याला सिंहासनारूढ करते. अशी कथा असलेली ही कादंबरी. कथा म्हणून ती सर्वपरिचित असली तरी तिचं नवंपण कादंबरीत येणाऱ्या तत्त्वज्ञानात आहे व ते वर्तमान मानवी प्रवृत्तीवर बोट ठेवणारेही आहे. ''कामवासना ही अन्नाच्या वासनेइतकीच स्वाभाविक वासना आहे. अन्नाच्या गरजेइतकीच आवश्यक गरज आहे. तिचे मानवी जीवनातील अस्तित्व, तिचे सौंदर्य, तिचे सामर्थ्य ही, सर्व मला मान्य आहेत; पण मनुष्याची कुठलीही वासना या स्वरूपातच राहिली, तर तिचे उन्मादात रूपांतर होण्याचा संभव असतो.'' असं सांगणारी कादंबरी म्हणजे वर्तमानाचं उपनिषदच नव्हे का? म्हणून तर प्रा. नरहर कुरुंदकर म्हणतात, ''खांडेकरांची 'ययाति' ही आधुनिक माणसाच्या नव्या आकांक्षांची कथा आहे.'' नाट्यरूपांतर, नभोनाट्य, अनुवाद इत्यादींमुळे ही कादंबरी सर्वदूर पोहोचली.

यानंतर सन १९६७ मध्ये खांडेकरांनी 'अमृतवेल' लिहिली. तिचेही अनुवाद झाले. टी.व्ही. सीरियलही झाली या कादंबरीवर. प्रेम मानवी जीवनातील अमृतवेल असून नवस्वप्नांचा ध्यास असेल तर ती बहरल्याशिवाय राहत नाही, अशी उमेद सदर कादंबरी वाचकांना देते. 'Passion and compassion must go hand in hand' हे या कादंबरीचं सूत्र आहे. शेखरच्या मृत्यूने नंदाचे आयुष्य उद्‌ध्वस्त होतं. पहिल्या प्रेमाची बळी नंदा पुढे देवदत्तच्या आहारी जाते. सुखाची स्वप्नं पाहते; पण स्वप्नभंगाचं शल्यच तिच्या पदरी येतं. कादंबरीतील वसुंधरा, मोहन, मधुरा,

गंगाराम, सावित्री, बापू सर्व वेगवेगळ्या दुःखाचे बळी. कारण ते संकीर्णतेत गुरफटलेले आहेत. 'स्वप्रेम, स्वार्थापेक्षा दुसऱ्याचं दुःख कवटाळणं हीच दोन हृदयं, माणसं जोडणारी जवळची वाट आहे' हे 'अमृतवेल'च्या माध्यमातून सांगण्याचा प्रयत्न खांडेकर करतात. प्रस्तावना नसलेल्या दोन कादंबऱ्यांतील ही एक होय. कारण ही कादंबरी म्हणजेच खांडेकरांच्या विचारधारेची दीर्घ प्रस्तावना होय. मधुसुदन कालेलकरांनी 'अमृतवेल'चं नाट्यरूपांतर केलं होतं.

वि. स. खांडेकरांच्या लेखनातील शेवटची कादंबरी म्हणून 'सोनेरी स्वप्नं भंगलेली' (१९७७) चे महत्त्व आहे. ती अपूर्ण कादंबरी आहे. मराठीत ती अपूर्ण असली तरी हिंदीत ती पूर्णरूपात मी अनुवादित केली आहे. त्यानंतर अशीच अपूर्ण; परंतु पुस्तकरूप न झालेली 'नवी स्त्री' कादंबरी मी संपादित करून प्रकाशात आणली. खांडेकरांच्या पिढीने स्वातंत्र्यपूर्व काळात स्वतंत्र भारताची, स्वराज्याची सोनेरी स्वप्नं पाहिली होती. स्वातंत्र्यानंतरच्या २५ वर्षांत ती धुळीला मिळाली. त्याचं शल्य, तो स्वप्नभंग खांडेकरांनी नानांच्या माध्यमातून या कादंबरीत व्यक्त केला आहे. पत्र, रूपककथांचा वापर करून 'सोनेरी स्वप्नं भंगलेली' कादंबरी कलात्मक करण्याचा प्रयत्न खांडेकरांनी केला आहे.

'नवी स्त्री' (१९५०) वि. स. खांडेकरांची अपूर्ण रचना असली तरी तिचं स्वरूप पाहता एक पूर्ण 'स्त्री प्रबोधन गीता' म्हणून असामान्य महत्त्व आहे. नव्या स्त्रीनं कायदा जाणायला हवा. तिने नुसते शिक्षित होऊन भागणार नाही, तिने सुजाण व्हायला हवं. तिच्या मनाची घडण सामाजिक व्हायला हवी. घरचा परस सोडून तिचं अंगण विस्तारायला हवं. ती बाहुली राहून चालणार नाही. स्त्री पुरुषाप्रमाणेच स्वातंत्र्य घेऊन जन्माला आली असताना तिला दुय्यम स्थान, गुलामीचं, बंधनाचे जीवन का? स्त्री पुरुषाची सखी केव्हा होणार? असे प्रश्न व विचार खांडेकरांच्या मनात घोळत असताना लिहिली गेलेली ही कादंबरी आज सहा दशकं उलटून गेली तरी प्रस्तुत वाटत राहते, यातच कादंबरीचे महत्त्व सामावलेलं आहे. खांडेकरांना 'दुबळे ललित लेखक' म्हणून हिणवणाऱ्या समीक्षकांना ही कादंबरी खांडेकरांच्या क्रांतदर्शी तत्त्वचिंतकाचा पैलू दाखवेल.

कादंबरी लेखक म्हणून खांडेकर मराठी साहित्यात जवळ-जवळ पाच दशके सक्रिय राहिले. या सातत्यपूर्ण लेखनानं खांडेकरांनी मराठी कादंबरी इतिहासात आपलं युग निर्माण केले. विचारक म्हणून कादंबरीकार खांडेकर गांधीवादी, समाजवादी सिद्ध होत असले तरी शैलीकार म्हणून ते आदर्शोन्मुख वास्तववादी वाटतात. अलंकारिक भाषा, वैचारिक विवेचन, मध्यमवर्गीय पात्रे घेऊन येणाऱ्या या कादंबऱ्या वाचकास केवळ अंतर्मुख करीत नाहीत, तर कृतिशील होण्याची त्या प्रेरणाही देतात. पुराणातील मिथकांचा वापर करून वर्तमान संदर्भांना ते जोडण्याचे

खांडेकरांचे कौशल्य कलात्मक व भविष्यलक्ष्यी वाटते. त्यामुळे पिढी घडविण्याचं कार्य त्यांच्या कादंबऱ्या करतात. विशेषत: 'ययाति' सारखी कादंबरी तर एक चिरंतन विचार घेऊन येत असल्यानं कालजयी वा अमरकृती म्हणून वाचक सर्वेक्षणात अग्रेसर राहते.

वि. स. खांडेकरांनी आपल्या या १७ कादंबऱ्यांतून वेळोवेळी मानवी प्रश्नांची जी उकल करण्याचा प्रयत्न केला आहे तो पाहता लक्षात येते की, त्यांना सतत मनुष्य विकासाचा ध्यास होता. मनोरंजनाऐवजी प्रबोधन, कलेऐवजी जीवन, अलंकारिकतेऐवजी सुबोधतेचा वेध घेत राहणारे कादंबरीकार खांडेकर विकास व प्रयोगाची नित्य नवी क्षेत्रे व शिखरे पार करताना जेव्हा दिसतात तेव्हा लक्षात येतं की, निरंतर अस्वस्थता, असमाधान हाच त्यांच्या कादंबरी लेखनाचा स्थायीभाव होता. त्यांच्या 'वृंदावन', 'मत्स्यगंधा', 'बुद्ध आणि हिटलर' अश्या कादंबऱ्यांची हस्तलिखिते मिळतील तर काय बहार येईल!

कथाकार

वि. स. खांडेकर यांनी सन १९१८ साली 'घर कुणाचे?' ही गोष्ट लिहून कथा क्षेत्रात पदार्पण केलं. ही कथा ऑगस्ट, १९२३ च्या 'महाराष्ट्र साहित्य' मासिकात 'अंदर की बात राम जाने' सदरात प्रकाशित झाली होती. त्या वेळी कादंबरीसदृश दीर्घ कथा (गोष्ट) लिहिण्याचा प्रघात होता. अशी प्रकरणं लिहून पुढे त्यांची एक एक कादंबरी करण्याचा खांडेकरांचा मनसुबा होता. खांडेकरांनी सन १९२९ पासून मृत्यूपर्यंत (सन १९७६) अनेक कथा लिहिल्या. त्यांचे सुमारे ३५ मौलिक कथासंग्रह (द्विरुक्ती गृहीत धरल्यास ४३ कथासंग्रह) प्रकाशित झाले. सुमारे ३०० कथा खांडेकरांनी लिहिल्या व प्रकाशित केल्या; पण 'घर कुणाचे' ही पहिली कथा काही कोणत्या संग्रहात येऊ शकली नव्हती. कथेचे ग्रह हेच या विलंबाचं कारण असं खांडेकरांनी स्पष्ट केलं असलं तरी तिची ग्रहदशा बदलून मी सन २००३ मध्ये 'रजत स्मृती पुष्प' प्रकल्पांतर्गत संपादित व प्रकाशित केलेल्या 'भाऊबीज' कथासंग्रहात तिचा आवर्जून समावेश केला आहे, तो एवढ्याचसाठी की, पुढे ज्या खांडेकरांचा उल्लेख अनेक समीक्षकांनी 'मराठी कथेचे अनभिषिक्त सम्राट' म्हणून केला, अशा कथाकाराची पहिली कथा होती तरी कशी हे जिज्ञासू वाचक, अभ्यासक, संशोधक नि समीक्षकांनाही कळावे.

वि. स. खांडेकर पुढे दहा वर्षं विविध नियतलिकांतून कथा लिहित राहिले. सन १९२९ मध्ये त्यांचा पहिला कथासंग्रह 'नवमल्लिका' प्रकाशित झाला. 'मल्लिका' म्हणजे जाईचं फूल. अशी ९ फुलं यात होती. ती नवीही होती. म्हणून 'नवमल्लिका' शीर्षक. यातील कथा अनेक तऱ्हांच्या. खांडेकरांच्याच भाषेत सांगायचे, तर

'आजीबाईचा बटवा', 'बाळगोपाळांचा खिसा', 'नऊ धान्याची खिचडी', 'गारुड्याची पोतडी' 'नवपुष्पांचा हार' अगर 'इंद्रधनुष्य' यातील कोणतीही पदवी या कथासंग्रहास देता येईल. 'नवमल्लिका' कथासंग्रह खांडेकरांनी विद्यार्थी डोळ्यांपुढे ठेवून प्रकाशित केला होता. त्यामुळे या कथासंग्रहातून तरुणांच्या भावना व प्रौढांचे विचार चित्रित करणाऱ्या गोष्टी मुद्दाम वगळण्यात आल्याचे प्रस्तावनेत नमूद केले आहे. 'जांभळीची शाळातपासणी' खांडेकरांची सारखी महत्त्वाची कथा याच संग्रहातील.

मराठी कथेचा प्रारंभ भाषांतराने झाला असं मानले जाते. 'सिंहासन बत्तीशी' (१८१४), 'हितोपदेश' (१८१५), 'पंचतंत्र' (१८१५), 'इसापनीती' (१८२८), 'वेताळ पंचविशी' (१८३०) या ग्रंथांची सुरस मराठी भाषांतरे आली. बोधकथा, नीतिकथा आल्या. पाठोपाठ अनेक बखरी प्रकाशित झाल्या; पण अस्सल वा अव्वल मराठी कथा लिहिली ती वि. सी. गुर्जर यांनी. त्या कालखंडात (१९१० ते १९३०) ह. ना. आपटे, कृ. के. गोखले, काशीबाई कानेटकर, गिरिजाबाई केळकर, आनंदीबाई शिर्के कथा लिहित. साहित्यसम्राट न. चिं. केळकर, नाटककार श्रीपाद कृष्ण कोल्हटकर, निबंधकार व 'काळ'कर्ते शि. म. परांजपे, कादंबरीकार वा. म. जोशीही गोष्टी लिहित. खांडेकरांसमोर ही कथापरंपरा असल्याने त्यांनीही सुरुवातीस गोष्टी लिहिल्या. त्यांचा पिंड शिक्षकाचा असल्याने केवळ मनोरंजन हा त्यांच्या कथालेखनाचा उद्देश कधीच राहिला नाही. रंजकतेबरोबर जीवन चिकित्सा, दृष्टिकोन, मानवी मूल्ये, समाजाचे प्रश्न सर्वांची मोट बांधत ते कथा लिहित राहिले. त्यांच्यापुढे पांढरपेशा मध्यमवर्ग असायचा. कारण तोच त्या वेळेचा वाचक होता. त्यांच्या शबल व सबल अशा दोन्ही गोष्टींची खांडेकरांना जाण होती. हा वर्ग साहित्याद्वारे प्रबुद्ध झाला तर समाज बदलास वेळ लागणार नाही, याची त्यांना खात्री होती.

सन १९२६ नंतरचा काळ हा मराठी नियतकालिकांचा सुवर्णकाळ होता. 'ज्योत्स्ना', 'किर्लोस्कर', 'ध्रुव', 'प्रतिमा', 'यशवंत'सारखी नियतकालिके 'मनोरंजन' कालखंडाप्रमाणेच कथेस महत्त्व देत होती. त्या नियतकालिकांत वेळोवेळी खांडेकरांच्या कथा प्रकाशित होत. त्यामुळे खांडेकर नियमित कथा लिहू लागले. त्यांच्याबरोबरीने प्रा. ना. सी. फडकेही लिहित. सन १९४१ पर्यंत त्यांच्या कथेचा ओघ वाहता होता. या कालखंडात 'दत्तक व इतरकथा', 'जीवनकला', 'ऊन-पाऊस', 'दवबिंदू', 'विद्युतप्रकाश', 'नवचंद्रिका', 'अबोली', 'पूजन', 'फुले आणि दगड', 'नवा प्रात:काल', 'समाधीवरली फुले', 'पाकळ्या', 'पहिली लाट', 'सूर्यकमळे', 'घरट्याबाहेर' असे तब्बल १५ कथासंग्रह प्रकाशित झाले. या संग्रहात प्रकाशित 'आंधळ्याची भाऊबीज', 'भावाचा भाव', 'शिष्याची शिकवण' इत्यादी कथा गुर्जरांच्या परंपरा व प्रभावाच्या म्हणून सांगता येतील. यातील कथा विकासोन्मुख

असल्या तरी त्यांत पाल्हाळ, अद्भुतता, अतिशयोक्ती इत्यादी दोष होते. भाषा कोटीबाज, अलंकारिक होती.

सन १९४१ से १९४६ अशी चार-पाच वर्षे त्यांनी कथालेखन केले नाही. त्यामुळे 'खांडेकरांनी लघुकथा लेखनातून संन्यास घेतला', 'खांडेकर म्हातारे झाले', 'कथेचे खांडेकर युग संपले', असे तर्क-वितर्क होत राहिले. सन १९४६ साली 'तीन जगे' कथा लिहून या तर्क-वितर्कांना खांडेकरांनी विराम दिला. पुढे १९४८ मध्ये त्यांचा 'सांजवात' कथासंग्रह प्रकाशित झाला. त्याला लिहिलेल्या 'दोन शब्द' प्रस्तावनेत या मौन कालखंडाचं स्पष्टीकरण आहे. ''नव्या भारतीय समाजाचा पाया म्हणून जी सामाजिक मूल्ये गृहीत धरून मी १९३० ते १९४० या दशकात लेखन केले, ती माझ्या डोळ्यांदेखत धाडधाड ढासळत होती.... लेखक या नात्याने आपल्या पायाखालची वाळू पदोपदी वाहून जात आहे, तिथे एक खोल खड्डा निर्माण होत आहे, या जाणिवेने माझे दुबळे मन बेचैन होऊन गेले.. माझे पूर्वीचे सारे आवडते विषय मला एकदम जुने वाटू लागले... मानवतेच्या मूलभूत मूल्यांवरच घाव घालणाऱ्या नव्या बिकट प्रश्नांशी ललित लेखक या नात्याने आपली कुवत ओळखून आपण कशी झुंज घ्यावी, याचा विचार करण्यातच माझे दिवस जाऊ लागले.'' 'सांजवात' पाठोपाठ 'हस्ताचा पाऊस', 'प्रीतीचा शोध' हे कथासंग्रह आले.

पण असे नव्हते की, वरील कालखंडात खांडेकर लिहितच नव्हते. उलटपक्षी याच काळात वि. स. खांडेकरांनी 'कलिका' आणि 'मृगजळातील कळ्यां'द्वारे रूपककथेसारख्या सर्वस्वी नव्या कथा प्रकाराची मौलिक भर मराठी कथेच्या विकास व इतिहासात घातली. प्रतीक, सूचकता, अल्पाक्षरिता, अलंकारिकता, चमत्कृती, निसर्ग पात्रे (प्राणी, पक्षी, चंद्र, सूर्य, तारे, झरे) इत्यादींद्वारे मानवी जीवनाचा शोध घेणाऱ्या कलात्मक कथा खांडेकरांनी लिहिल्या त्या याच काळात.

यानंतरही खांडेकर सन १९७६ पर्यंत कथा लिहित राहिले. या कालखंडातील (१९४६ ते १९७६) आणखी ५ कथासंग्रह 'भाऊबीज', 'स्वप्न आणि सत्य', 'विकसन' आणि 'सरत्या सरी' व रूपककथांचा एक संग्रह 'क्षितिजस्पर्श' प्रकाशित झाले. ते मीच संपादित केले आहेत. या कालखंडातील खांडेकरांची कथा ओ' हेन्रीची कलाटणी तंत्र, चेकॉव्हची चिकित्सा, फ्रॉइडचे मनोविश्लेषण, मार्क्सचे तत्त्वज्ञान, गांधींची मूल्यधारणा, समाजवादाचं पंचशील यातून प्रौढ व कलात्मक होत गेली. या कालखंडातील कथांनी वाचकाच्या रंजनाऐवजी प्रबोधन करून त्याला अंतर्मुख केले. या दीर्घकाळ मनात रेंगाळणाऱ्या कथा ठरल्या. पूर्वीच्या कथा मन मोहून टाकणाऱ्या असायच्या. कल्पना, भावना व विचारांचा त्रिवेणी संगम आपणास उत्तरार्धातील कथांत अनुभवायला मिळतो. पूर्वार्धातील कथा वेधक होत्या. त्या

उत्तरार्धात भेदक बनल्या. सन १९७३ मध्ये वि. स. खांडेकरांची दृष्टी पूर्णपणे निमाली. त्यानंतरही ते लिहित राहिले. यावरून कथेवरचं त्यांचं प्रेम स्पष्ट होतं. या कालखंडात त्यांनी अनेक कथांतून पूर्वदीप्ती (फ्लॅशबॅक) शैलीचा उपयोग करून कथेची कलाकुसर अधिक मनोवेधक बनवली. 'प्रीती' सारखी कथा या संदर्भात उदाहरण म्हणून पाहता येईल. 'विकसन' संग्रहामधील कथा तशी पाहिली तर खांडेकरांच्या उत्तरायाणातील. इथे खांडेकर कथेकडे अधिक जाणिवेने पाहतात असं लक्षात येते. 'सरत्या सरी'मधील त्यांच्या कथा सन १९७४ ते १९७६ च्या. त्या जीवनस्पर्शी, चिंतनप्रधान, चरित्रकेंद्री आहे. विदेशी कथांच्या वाचनानं आपलं तंत्र व मंत्र दोन्ही बदलून यंत्र बनणाऱ्या माणसास तो 'मनुष्य' कसा राहील हे जाणवावं याची काळजी घेत या कथा लिहिल्या.

समग्रत: कथाकार वि. स. खांडेकर हे रंजकतेपेक्षा बोधप्रद लेखन करणारे साहित्यिक होत. आपली कथा काल आणि आजपेक्षा उद्या अधिक कसदार कशी होईल, याचा ध्यास त्यांना होता. आपणाला कसदार लिहिता का येत नाही म्हणून मौन पत्करणारा हा कथाकार एक गंभीर लेखक होता. आपली प्रत्येक कथा वाचकाचा कायाकल्प कसा करेल, हे त्यांनी पाहिलं. 'नीच कोण?', 'प्रेमलक्ष्मी'सारख्या प्रकरणी कथा लिहिणारे खांडेकर शेवटी 'मृत्यू'सारखी रूपक कथा लिहितात. ती इतकी अल्पाक्षरी, प्रतीकात्मक, चिंतनगर्भ होते की ती वाचताना ही कथा आहे की काव्य असा प्रश्न पडावा. कथा आणि काव्याचा मिलाफ घडविणारी खांडेकरांची रूपक शैली म्हणजे मराठी सारस्वतात उघडलेले नवे दालन! खांडेकर मराठी कथेचे अनभिषिक्त सम्राटच नव्हते, तर मराठी कथेचे ते शिल्पकारही होते, याची साक्ष देण्यास त्यांची 'बुद्ध, ख्रिस्त आणि गांधी' ही एकच कथा वाचली तरी पुरे!

लघुनिबंधकार

लघुनिबंध हा मराठी साहित्यातील आधुनिक ललित वाङ्मयप्रकार होय. मराठीत प्रा. ना. सी. फडके त्याचे प्रवर्तक असले, तरी त्याचं संवर्धन मात्र वि. स. खांडेकरांनी केले. प्रा. ना. सी. फडके यांनी त्याला गुजगोष्टी असे नाव दिले होते. हा वाङ्मयप्रकार इंग्रजीतून मराठीत आला. इंग्रजीत लघुनिबंध लिहिण्याची परंपरा फ्रेंच निबंधकार मॉंटेन (१५३३-१५९२) पासून मानली जाते. इंग्रजीत चार्लस लँबने (१७७५-१८३४) तो रूढ केला. ल्यूकास, गार्डिनर, लिंड, बेलॉक, मिल्ने, चेस्टरटन, प्रीस्टली अशी लघुनिबंधकारांची मोठी फळी इंग्रजीत आढळते तशीच ती मराठीतही. फडके, खांडेकरांशिवाय अनंत काणेकर, गो. नि. दांडेकर, बा. भ. बोरकर, र. गो. सरदेसाई, वा. भ. पाठक, शंकर साठे, य. गो. जोशी, रघुवीर सामंत ही अशी काही नावे सांगता येतील.

वि. स. खांडेकरांच्या लघुनिबंध लेखनाचा प्रारंभ साप्ताहिक 'वैनतेय' मध्ये प्रकाशित 'निकाल द्या' (How's That) ने झाला. तो २२ फेब्रुवारी, १९२७ ला प्रकाशित झाला. त्यांचा शेवटचा लघुनिबंध 'शब्द आणि शब्द' 'अरुंधती' मासिकाच्या दिवाळी अंकात सन १९७६ ला प्रकाशित झाला. लघुनिबंध लेखनाच्या ५० वर्षांच्या वाटचालीत खांडेकरांनी सुमारे पावणेतीनशे निबंध लिहिले. पैकी 'वायुलहरी' (१९३६) ते 'झिमझिम' (१९६१) पर्यंत प्रकाशित त्यांच्या ११ लघुनिबंध संग्रहांत २१३ निबंध संग्रहित आहेत. उर्वरित ६४ निबंध खांडेकरांच्या रजत स्मृतिप्रीत्यर्थ मी संपादित केलेल्या 'रानफुले'(२००२), 'अजून येतो वास फुलांना' (२००३), 'मुखवटे' (२००४), आणि 'सांजसावल्या' (२००४) मध्ये आहेत.

वरील संग्रहांशिवाय खांडेकरांचे 'चांदण्यास', 'अविनाश', 'मंदाकिनी', 'मंजिऱ्या', 'कल्पलता', 'तिसरा प्रहर', 'मंझधार', 'झिमझिम' इत्यादी जे लघुनिबंध संग्रह आहेत, त्यातील निबंध वाचताना लक्षात येते की, या निबंधांचा नायक लेखक स्वत: असतो. तो वाचकांशी गुजगोष्टी करतो. त्यातून तो स्वत:च्या आवडीनिवडी, फजिती, प्रसंग, सामाजिक समस्या इत्यादींवर भाष्य वा संवाद करतो. आपल्या लघुनिबंधांचा प्रारंभ खांडेकर विविध प्रकारे करत असले तरी त्यात चिंतन भरलेलं असतं. यात एक प्रकारची स्वयंकेंद्रितता असते. या निबंधांत तत्त्वचिंतनाबरोबरीने समाजचिंतनही प्रगटते, त्यातच निसर्ग वर्णनही येते. या निबंधातून खांडेकरांचा वाचन व्यासंग उमगतो. भवभूतीपासून स्टीफन इ्वाइगपर्यंत, 'सौभद्र'पासून 'बिवेअर ऑफ पिटी' पर्यंत खांडेकरांच्या वाचनाचा झोका आपण अनुभवतो. या निबंधांतही खांडेकराचे लेखनदोष डोकावतात; पण ते लेखकाची लेखनलकब म्हणून येतात. खांडेकरांनी आपल्या समग्र लेखनात विविध प्रयोग केले, तसे लघुनिबंधांतही. कधी त्यांनी स्वतंत्र निबंध लिहिले, तर कधी पात्रांद्वारे. उदाहरणार्थ 'स्वराज्य' साप्ताहिकात प्रकाशित निबंध ('मुखवटे'मध्ये संग्रहित) या संदर्भात पाहाणे औचित्यपूर्ण ठरेल.

वि. स. खांडेकरांनी आपल्या काही लघुनिबंध संग्रहांना लिहिलेल्या प्रस्तावनांतून (विशेषत: 'हिरवळ') वा 'प्रदक्षिणा'मधील त्यांच्या लेखातून त्यांच्या लघुनिबंधाचा उद्‌भव, विकास, स्वरूप, तंत्र इत्यादींचा अभ्यास स्पष्ट होतो. या अभ्यासामुळे व वाचनामुळे ते सरस लघुनिबंध लिहू शकले. डॉ. आनंद यादव यांनी त्यांच्या लघुनिबंधांची चांगली चिकित्सा केली आहे. त्यानुसार निसर्ग चित्रण, सखोल चिंतन, कल्पनाविहार, समृद्ध अनुभव, शैलीवैविध्य, अलंकारिक भाषा इत्यादींमुळे खांडेकरांचे लघुनिबंध वाचनीय ठरल्याचं स्पष्ट होते.

वि.स. खांडेकरांनी 'वैनतेय', 'अखंड भारत', 'ज्योत्स्ना' 'स्वराज्य' इत्यादी नियतकालिकांतून केलेल्या स्तंभलेखनामुळे ते विपुल व विविध लघुनिबंध लिहू

शकले. बहारीचा प्रारंभ, वैचित्र्यपूर्ण विकास आणि तात्त्विक शेवट यांमुळे त्यांचे निबंध वाचकांना अंतर्मुख करत राहिले. त्यांच्या निबंधांत साध्या विषयातून मोठा आशय सांगण्याचं सामर्थ्य आढळते. कल्पनाविलास, संवाद शैली, भाषा सौंदर्य, सुभाषितांची पेरणी, चमत्कृती, जिव्हाळा इत्यादींमुळे हे निबंध कलात्मक झालेत. खांडेकरांच्या निबंधात विषय, ओघ, मांडणी, कल्पना, भावना, तत्त्व, भाषा, निष्कर्ष असा अष्टावधानी गोफ गुंफलेला असतो. 'लघुनिबंध हा वैचित्र्यपूर्ण व्यक्तिमत्त्वाचा, विकसित रसिकतेचा आणि अनुभवसंपन्न आत्म्याचा आविष्कार आहे' अशी खांडेकरांनीच केलेली लघुनिबंधाची व्याख्या लक्षात घेता त्यांचे निबंध हा मराठी साहित्याचा अनमोल ठेवा सिद्ध होतो. अनिर्बंध विषयांत, मुळापेक्षा खोडावर भर इत्यादींसारखे दोष वगळता हे लघुनिबंध म्हणजे विशिष्ट आत्मनिष्ठेचं प्रगट चिंतन होय. साहित्यकार खांडेकरांची जीवनदृष्टी समजून घ्यायचं अमोघ साधन म्हणून त्यांच्या लघुनिबंधांचे असाधारण महत्त्व आहे.

कवी आणि गीतकार

एखादा साहित्यकार चतुरस्र लेखन करतो, त्यातील विशिष्ट साहित्यप्रकार वाचक, समीक्षक पसंत करतात. तो लेखक त्या साहित्यप्रकाराचा प्रतिनिधी म्हणून सर्वपरिचित राहतो. वि. स. खांडेकरांनी कथा, कादंबरी, नाटक, निबंध, रूपककथा, चरित्र, आत्मचरित्र, पटकथा, व्यक्तिचित्रे, पत्रे, भाषणे, मुलाखती, भाषांतर, समीक्षा लिहिल्या असे सांगितल्यावर कुणाला आश्चर्य वाटत नाही; पण खांडेकर कवी व गीतकार होते, असं म्हटल्यावर ऐकणाऱ्यांच्या वा वाचणाऱ्यांच्या भुवया उंचावतात, याचं कारण त्यांची प्रचलित ओळख ही कादंबरीकार आणि कथाकार असणे होय.

खरंतर वि. स. खांडेकर साहित्याच्या क्षेत्रात सन १९१९ ला आले, ते समीक्षक आणि कवी म्हणून. जुलै, १९१९ च्या 'नवयुग'च्या अंकात 'तुतारी वाङ्मय व दसरा' हा टीकालेख व 'होळी' ही कविता प्रकाशित झाली होती. वि. स. खांडेकर प्रारंभीच्या काळात ज्या कविता करीत त्या 'कुमार' या टोपण-नावाने प्रकाशित होत. हा प्रघात सन १९२८ पर्यंत सुरू होता. 'लोकमित्र'च्या एप्रिल, १९२८ च्या अंकात प्रकाशित 'मानवी आशा' शीर्षकाची कविता 'वि. स. खांडेकर' नावाने प्रथमत: प्रकाशित झाली. मृत्यूपर्यंत ते कविता लिहित राहिले. त्यांची शेवटची प्रकाशित कविता कवी कुसुमाग्रज संपादन करीत असलेल्या 'कुमार' मासिकात सन १९७५ च्या दिवाळी अंकात प्रकाशित झाली. तिचं शीर्षक होतं 'शाप नव्हे हा!' डॉ. अविनाश आवलगावकर यांनी खांडेकर जन्मशताब्दीच्या निमित्ताने त्यांच्या उपलब्ध समग्र कविता व गीते संपादित करून प्रकाशित केली

आहेत. त्यांची संख्या १३७ आहे. याशिवाय माझ्या संशोधनात हाती आलेल्या अप्रकाशित अशा २० कविता आहेत. सुमारे २०० कविता व गीतं लिहिलेल्या खांडेकरांची ओळख साहित्यरसिक व अभ्यासकांना न होणे त्यांच्यावर अन्याय केल्यासारखे होईल.

'पहिली पावलं' हे वि. स. खांडेकरांचं साहित्यिक आत्मकथन मी संपादित केलं आहे. ते मराठीतलं पहिलं साहित्यिक आत्मकथन असावं. त्यात कवितेतलं पहिलं पाऊल सांगणारा लेख आहे. तो अभ्यासताना लक्षात येतं की, बालवयातच खांडेकरांवर कवितेचे संस्कार झाले. बालपण गणपतीच्या मंदिरात गेल्यानं अभंग, ओव्या, कीर्तन, प्रवचनांचा नकळत बालमनावर प्रभाव पडला होता. शाळेत जाऊ लागल्यावर गुरुजींनी शिकवलेली 'आई, थोर तुझे उपकार' कविता चिरस्मरणीय ठरली, ती गुरुजींच्या डोळ्यांत शिकवताना पाणी उभारलं म्हणून. इंग्रजी शाळेत गेल्यावर अन्य कवींबरोबर वर्डस्वर्थ भेटला. मग गोल्डस्मिथ, शेले, कीट्स, स्कॉटशी मैत्री झाली. 'मराठी नवनीत' हाती आले. प्राचीन कवी भेटत गेले. 'काव्यादोहन' वाचलं नि 'तुतारी' विशेष भावली. मग 'केशवसुतांची कविता' भेटली. तिने विशेष प्रभावित केलं. म्हणून खांडेकर घर सोडून शिरोड्याच्या शाळेस गेले, तेव्हा त्यांच्या पिशवीत एकमेव पुस्तक होते, ते म्हणजे 'केशवसुतांची कविता'. या कवितेने त्यांच्या एकांत व पोरक्या दिवसांत त्यांना विशेष साथ दिली. त्यांचा कवी पिंड पोसला तो गोविंदाग्रज, बालकवी, चंद्रशेखर, रेंदाळकर प्रभृती कवींमुळे.

वि. स. खांडेकरांच्या कविता 'उद्यान', 'महाराष्ट्र साहित्य', 'नवयुग', अरविंद', 'लोकमान्य', 'प्रमोद', 'सुमन', 'मनोरंजन', 'रत्नाकर', 'यशवंत' नियतकालिकांतून सन १९३०-३१ पर्यंत नियमित प्रकाशित होत होत्या. भा.रा. तांबे, गिरीश, यशवंत, गोविंद, मनमोहन, काव्यविहारी इत्यादी कवी हे खांडेकरांचे समकालीन. खांडेकरांवर प्रारंभी केशवसुत, गोविंदाग्रज यांच्या कवितांचा प्रभाव होता. सामाजिक, राष्ट्रीय, सांस्कृतिक विषयांवर खांडेकरांनी कविता लिहिल्या, तशा व्यक्तींवरही. झेंडा, बालविधवा, भाऊबीज, शिव-निर्माण, आगरकर या शीर्षकांवरून ते स्पष्ट होईल. कविता प्रकाराच्या दृष्टीनी पाहिले तर प्रेमकविता, निसर्गकविता, वीरगीतं, बालगीतं, चित्रपट गीतं, सुनीत, व्यक्ती कविता अशा तऱ्हेतऱ्हेच्या कविता खांडेकरांनी लिहिल्या. या काळात ते काव्य समीक्षक म्हणून अधिक गाजले. खांडेकरांचा मूळ पिंड हा कवीचा हे त्यांच्या अलंकारिक भाषेमुळे स्पष्ट होत असले तरी फार प्रभावी कविता ते देऊ शकले नाहीत, याचे कारण त्यांची कविता बऱ्याचदा तंत्र सांभाळण्यात हरवून जाते. त्यांच्या कवितेचे समीक्षक व रविकिरण मंडळातील गेय कवी रा. अ. काळेले यांनी म्हटलं ते खरे आहे की, "खांडेकरांच्या

कवितेत केशवसुतांचा संवेग आहे; पण आवेगी बेगुमानपणा नाही. गोफणीने हाणाहाण करताना खांडेकरांच्या कवितेच्या गोफणीतले दगड मऊ पडतात.'' असे असलं तरी खांडेकरांची कविता समकालीन संदर्भांच्या दृष्टीनं महत्त्वाची आहे. त्यांच्या कवितेचा गाभ्याचा घटक अन्य साहित्यप्रकाराप्रमाणे जीवनमूल्य, समाज परिवर्तन, माणसाची घडण हाच राहिला आहे. त्यांची कविता त्यांच्या साहित्याप्रमाणेच पुरोगामी आहे. गांधीवाद, समाजावाद, मार्क्सवाद, मानवतावाद इत्यादी विचारधारांशी नातं जोडणारी ही कविता अंतिमत: मानवहितकारी कविता म्हणून लक्षात राहते.

सिने गीतकार म्हणून वि. स. खांडेकर मराठी चित्रपटसृष्टीत आले सन १९३६ साली. 'छाया' चित्रपटाची त्यांनी पटकथा लिहिली तशी गीतेही लिहिली. ही परंपरा 'सूनबाई' (१९६२) चित्रपटापर्यंत चालू राहिली. या काळात त्यांनी १०० चित्रगीतं लिहिली. त्यातली अधिकांश गीतं संकलित करून त्यावर भाष्य करण्याचा प्रयत्न सिनेगीतकार गंगाधर महांबरे यांनी खांडेकर जन्मशताब्दी निमित्ताने केला आहे. ही सर्व गीते ऐकत, वाचत असताना लक्षात येते की, खांडेकरांनी प्रेक्षकांची मनं व्याकूळ करणारी गीतं लिहिली. सिनेगीत असल्याने ती गेय होती हे वेगळे सांगायची गरज नाही. खांडेकरांना अलंकार, छंद वृत्तांचे चांगले ज्ञान होते, हे या गीतांवरूनही लक्षात येते. त्यांची गीते श्रोत्यांना, प्रेक्षकांना, वाचकांना अंतर्मुख करतात. कथात्मक वा अन्य साहित्याप्रमाणे खांडेकरांच्या गीतांत मांगल्य, पावित्र्य, चारित्र्य, विवेक, ध्येय, सद्भावना इत्यादी भाव भरलेला आढळतो. चित्रपटातील गीतं बहुधा कथेत रंग भरण्यासाठी, चित्रपट रंगतदार होण्यासाठी, तर कधी गंभीर प्रसंगांतून प्रेक्षकांना हलके-फुलके भाव समजावण्यासाठी, अनुकूल वातावरणात नेण्यासाठी येत असतात. तशीच खांडेकरांच्या पटकथांत ही गीतं येतात. पदे, भावगीते, द्वंद्वगीते, समूहगीते, नृत्यगीते, अभंग इत्यादी प्रकारांच्या रचनांनी खांडेकरांनी आपले गीतवैविध्य जपले. 'घरि एकच पणती मिणमिणती'सारखे काव्य, गीत आजही लोकांच्या मनी-मानसी असणे, हे त्यांच्यातल्या यशस्वी गीतकाराचं प्रमाणपत्र म्हणून दाखविता येते. दादा चांदेकर, हृदयनाथ मंगेशकर, दत्ता डावजेकर, सलील चौधरी यांसारखे संगीतकार खांडेकरांच्या गीतांना लाभले. रत्नप्रभा, इंदिरा वाडकर, सर्व मंगेशकर बंधू-भगिनी हे त्यांच्या गीतांचे गायक होते.

व्यक्ती चरित्रकार

वि. स. खांडेकरांनी व्यक्ती चरित्रपर लेख, चरित्र आणि व्यक्ती व वाङ्मय असं परिचयपर व समीक्षात्मक लेखनही विपुल प्रमाणात केले आहे. या लेखनाचा प्रारंभ 'नवयुग'(फेब्रुवारी, १९२०) मध्ये राम गणेश गडकरी यांच्या प्रथम स्मृतिदिनाच्या निमित्तानं प्रकाशित 'हा हन्त हन्त' शीर्षकाच्या व्यक्ती परिचय लेखाने झाला.

खांडेकरांनी असे ८० हून अधिक व्यक्तिलेख लिहिले. त्यांचे औचित्य स्मरण, गौरव, सन्मान, मृत्यू, कार्यस्मरण, शताब्दी, अमृतमहोत्सव, षष्ट्यब्दीपूर्ती, मानपत्र, व्यक्तिगत कृतज्ञता इत्यादींचं असे. ते विविध वृत्तपत्रं, नियतकालिकं, गौरवग्रंथ यांत प्रकाशित होत. यांपैकी काहींचा समावेश त्यांनी 'गोकर्णीची फुले', 'ते दिवस, ती माणसे', 'रेषा आणि रंग', 'रंग आणि गंध' इ. लेखसंग्रहामध्ये केला आहे. याशिवाय पन्नास एक असंकलित व्यक्तिपर लेख माझ्या संग्रही आहेत. त्यातील निम्मे व्यक्ती परिचयपर असून उर्वरित कार्य, साहित्य, समीक्षापर आहेत. लवकरच 'साहित्यशिल्पी', 'जीवनशिल्पी', 'समाजशिल्पी' शीर्षकाने ते संग्रहरूपात प्रकाशित होत आहेत. अशा लेखांत जीवनपट, व्यक्ती स्वभाव, लकबी, व्यक्तिमत्त्व, विचार, कार्य, साहित्य अधोरेखित करून खांडेकरांनी चरित्र नायकाचं योगदान स्पष्ट केले आहे. अशा लेखांत संत, साहित्यिक, शास्त्रज्ञ, कवी, कलाकार, राजकर्ते, समाजसेवक इत्यादींचा समावेश आहे. असे लेख ते १९७५ पर्यंत लिहीत राहिले. अशा व्यक्तींपैकी काहींच्या आठवणीपण खांडेकरांनी शब्दबद्ध केल्या आहेत. उदा. राम गणेश गडकरी.

गोपाळ गणेश आगरकर यांचे कार्य, कर्तृत्व व विचाराचा खोल असा प्रभाव खांडेकरांवर होता. तो व्यक्त करण्यासाठी सन १९३२ मध्ये त्यांनी 'आगरकर-चरित्र' लिहिते. अशाप्रकारचे संपूर्ण चरित्र जरी नसले तरी एका व्यक्तीवर अनेक लेख लिहून खांडेकरांनी त्यांच्या जीवन व विचारांविषयीची आपली असीम आस्था नि आदर व्यक्त केला आहे. अशा व्यक्तींत नाटककार खाडिलकर, कोल्हटकर, देवल, केळकर यांचा समावेश होतो. पैकी कोल्हटकरांविषयीचा आदर त्यांनी त्यांच्या जन्मशताब्दी वर्षात (१९७२) 'निवडक कोल्हटकर' 'समग्र कोल्हटकर' (भाग१ व २) असे ग्रंथ सिद्ध करून व्यक्त केला आहे. तत्पूर्वीही खांडेकरांनी सन १९३२ मध्ये 'कोल्हटकर लेख संग्रह'चं संपादन केले होते. असंच पुस्तक नाटककार कृष्णाजी प्रभाकर खाडिलकरांवर संपादित करणे शक्य आहे. महात्मा गांधी (जन्मशताब्दी वर्षात (१९६९) लिहिलेल्या लेखांचे पुस्तक 'दुसरे प्रॉमिथिअस : महात्मा गांधी' नुकतेच मी वानगीदाखल संपादित केले असून जाणकारांनी त्याचं स्वागत केले आहे.

याशिवाय मराठी साहित्याच्या 'व्यक्ती आणि वाङ्मय' स्वरूपाचं चरित्र व समीक्षाचं संपादन आणि लेखन ही खांडेकरांनी मराठीला दिलेली अमोघ देणगी होय. 'गडकरी : व्यक्ती आणि वाङ्मय' (१९३२), 'वा. म. जोशी : व्यक्ती आणि विचार' (१९४८), 'आगरकर : व्यक्ती आणि विचार' (१९४९), 'केशवसुत : काव्य आणि कला' (१९५६) सारख्या साहित्यकृती या संदर्भात लक्षात घेण्यासारख्या आहेत. वि. स. खांडेकर हे मराठी साहित्यातील एकमेवाद्वितीय अशी व्यक्ती होत

की, ज्यांनी दुसऱ्या साहित्यिकांची मनस्वी भलावण केली. आपल्या स्वागतशील स्वभाव वृत्तीचा खांडेकरांनी पु. ल. देशपांडे, कुसुमाग्रज, रणजित देसाई, मंगेश पाडगावकर प्रभृतींना आपल्या विविध कृतींतून सहाय्य करून दिलेला परिचय माझ्यासारख्या अभ्यासकाला नेहमीच अनुकरणीय वाटत आला आहे. 'खांडेकर:मित्र आणि माणूस' म्हणून वा. रा. ढवळे यांना मोठे वाटतात ते यामुळेच.

व्यक्ती-विचार, चरित्र, कार्य, वाङ्मय अशा चतुर्दिक मार्गांनी थोरा-मोठ्यांचा खांडेकरांनी केलेला गौरव म्हणजे अशा माणसाचं चिरंतन स्मरण इतिहासबद्ध करणंच होय. आचार्य विनोबा भावे, महर्षी धोंडो केशव कर्वे, शास्त्रज्ञ अल्बर्ट श्वाइट्झर, समाजसेवक एस. एम. जोशी, बाबा आमटे, सानेगुरुजी, रवींद्रनाथ टागोर, कथाकार चेकॉव्ह अशी नावे त्यांच्यावरील अविस्मरणीय लेखांमुळे सहज आठवतात. ही खांडेकरांच्या गुणग्राहक वृत्तीची निशाणी म्हणूनही नोंदवावी लागेल. हा वारसा त्यांनी आपले लेखनगुरु नाटककार श्रीपाद कृष्ण कोल्हटकर व राम गणेश गडकरी यांच्याकडून घेतला आणि 'घेतला वसा टाकू नये' म्हणत जपला. खांडेकराचं हे लेखन 'यशवंत', 'ज्योत्स्ना', 'प्रतिभा', 'मनोहर', 'किर्लोस्कर' इत्यादी मासिकांतून व 'लोकसत्ता', 'महाराष्ट्र टाइम्स', 'केसरी'सारख्या दैनिकांतून प्रकाशित होत राहिले. या दैनिक वा नियतकालिकांनी खांडेकरांच्या उपरोक्त लेखांना मुखपृष्ठीय प्रसिद्धी देऊन त्या लेखनस्तरावर एका अर्थाने शिक्कामोर्तबच केलं होतं. व्यक्तिचरित्रपर लिखाण खांडेकर मनस्वपणी करीत. त्यासाठी बहुमुखी वाचन करीत. संदर्भ गोळा करणे, टिपणे काढणे, स्वतःची मते नोंदविणे या सर्वांतून खांडेकरांची संशोधन वृत्ती प्रत्ययास येते. त्याकाळी असे लेखन म्हणजे खांडेकरांचे मान्यतापत्र मानले जायचे.

समीक्षक

जुलै, १९१९ च्या 'नवयुग' मासिकात प्रकाशित झालेल्या ग. त्र्यं. माडखोलकरांच्या 'केशवसुतांचा संप्रदाय' लेखावर प्रतिक्रिया म्हणून लिहिलेला वि. स. खांडेकरांचा लेख 'तुतारी, वाङ्मय व दसरा' 'नवयुग'च्या सप्टेंबर, १९१९ च्या अंकात प्रकाशित झाला. या लेखांनी त्यांना समीक्षक, टीकाकार बनवलं. या लेखामुळे अनेक मासिकांनी त्यांना पत्रे पाठवून टीकासाहित्य लिहायला सांगितलं. 'महाराष्ट्र साहित्य', 'रणगर्जना'मध्ये खांडेकरांचे प्रारंभिक टीकासाहित्य प्रकाशित झाले. १९२४ ला सुरू झालेल्या 'वैनतेय' साप्ताहिकात यांनी चालविलेल्या 'परिचयाची परडी' सदरात त्यांनी अनेक ग्रंथांचे परीक्षण केले. ते तत्कालीन समीक्षक, साहित्यकार, संपादकांना भावलं. सततच्या टीकालेखनानं खांडेकर समीक्षक म्हणून ओळखले जाऊ लागले. १९२० ते १९३० या दशकात त्यांनी विपुल समीक्षा लेखन केले;

पण ते शब्दप्रभू अधिक नि विचारगर्भ कमी असे होते.

१९३२ साली त्यांनी लिहिलेल्या 'गडकरी : व्यक्ती आणि वाङ्मय' नि 'आगरकर : चरित्र, व्यक्ती व कार्य' सारख्या ग्रंथांनी समीक्षक खांडेकरांची चिकित्सक, अभ्यासू समीक्षक म्हणून मराठी वाचकांना ओळख झाली. 'वनभोजन' (१९३५), 'धुंधुर्मास' (१९४०), 'रेषा आणि रंग' (१९६१), 'रंग आणि गंध' (१९६१), 'वामन मल्हार जोशी : व्यक्ती आणि विचार' (१९४८), 'मराठीचा नाट्यसंसार' (१९४५) सारख्या ग्रंथांनी खांडेकरांच्या समीक्षा लेखनाचे नवे विक्रम स्थापित केले. खांडेकरांची भाषणंही त्यांच्या प्रगल्भ समीक्षकाची मौखिक प्रतिमानं होत. वरील ग्रंथांतील काही लेखसंग्रह होत. त्यात अनेक समीक्षात्मक लेखांचा अंतर्भाव आहे. याशिवाय वि.स.खांडेकरांनी वेळोवेळी विविध मासिके, साप्ताहिके, दैनिकांदीतून पुस्तक परीक्षणं लिहिली. समीक्षात्मक लेख लिहिले. अशा असंकलित परीक्षण नि लेखांची संख्या १५० च्या घरात आहे.

खांडेकरांचं प्रारंभिक टीकालेखन आक्रमक होतं. त्यात आशयापेक्षा अभिनिवेश अधिक असायचा. पुढे ते अधिक चिकित्सक झाले. त्यांच्या समीक्षालेखनात व्यक्तिद्वेष वा मत्सराची भावना नसायची. वाङ्मयाचा प्रवाह शुद्ध ठेवण्याची धडपड असायची. पुढे त्यांनी अंतर्मुख करणारी टीकालेखन केले. खांडेकरांचे समीक्षालेखन जसे बहुमुखी होते (शैलीच्या रूपानं!) तसे ते साहित्य रूपाच्या निकषावर वैविध्यपूर्णही होते. खांडेकरांनी समीक्षेतून साहित्य नि माणसांत अद्वैत निर्माण केले. खांडेकराच्या समीक्षा लेखनास तुलनात्मकतेचा स्पर्श आहे. विश्वपटलावर मराठी साहित्य कुठे आहे, याचे भान त्यांचं समीक्षा लेखन देते. त्यांचे टीकालेखन निश्चित निष्कर्ष वाचकांपुढे ठेवून त्याची प्रतवारी निश्चित करते. त्यामुळे ते अधिक निर्णायत्मक झाले आहे. खांडेकर आपल्या समीक्षा लेखनातून सत्यान्वेषण करतात. त्यात त्यांचा वस्तुनिष्ठ दृष्टिकोन स्पष्ट होतो. खांडेकरांची समीक्षा विश्लेषक, विवरणात्मक, पृथक्करणात्मक, संश्लेषणात्मक अशा अनेक शैलींनी आकारते, फेर धरते.

खांडेकरांची समीक्षा विचारयुक्त, उपरोधिक, हार्दिक, कल्पक अशा अनेकविध गुणांनी युक्त असली तरी कधीकधी ती पाल्हाळीक नि अनावश्यक विस्तृत होत राहाते. असे असले तरी खांडेकरांच्या सकारात्मक दृष्टिकोनामुळे व कलात्मक लेखनामुळे ती मराठी समीक्षेत एक नवी वाट निर्माण करणारी, नव्या पिढीस मार्गदर्शन करणारी, प्रेरक नि म्हणून वाचनीय होते.

वि. स. खांडेकरांनी आपले लेखनगुरू नाटककार रा. ग. गडकरी यांच्या निधनानंतर (२३ जानेवारी, १९१९) पहिल्या स्मृतिदिनी गडकऱ्यांवर एक चरित्रात्मक लेख लिहिला. नंतर वर्षभराने 'प्रेमसंन्यास' वर असाच एक लेख लिहिला. दोन्ही

लेख वाचकांनी पसंत केले व खांडेकरांनी गडकऱ्यांच्या सर्व वाङ्मयाचे विवेचन करावे, असे सुचिवले. त्यानुसार सिद्ध झालेला पहिला नाट्यविषयक समीक्षा ग्रंथ म्हणजे 'गडकरी : व्यक्ती अणि वाङ्मय' (१९३२), यामुळे खांडेकर नाटकाचे अभ्यासक व समीक्षक म्हणून सर्वश्रुत झाले. त्यानंतर त्यांनी 'मराठीचा नाट्यसंसार' हा ग्रंथ लिहिला. यात त्यांनी मराठी नाट्यवाङ्मय व रंगभूमीचा आलेख रेखाटला. १९५७ च्या सातारा इथे भरलेल्या नाट्यसंमेलनाचे वि. स. खांडेकर अध्यक्ष होते. त्या निमित्ताने केलेले भाषण, डॉ. भालेरावांवरील लेख रा. ज. देशमुख (प्रकाशक) यांची 'नियती' शीर्षकाची टिपणी समाविष्ट करून या ग्रंथाची दुसरी सुधारित आवृत्ती प्रकाशित करण्यात आली. पुढे खांडेकरांनी 'निवडक कोल्हटकर' (१९७२) चं साक्षेपी संपादन केले. त्यात त्यांनी कोल्हटकरांच्या निवडक साहित्याचा नजराणा नाट्यदर्शन, विचारदर्शन, विनोददर्शन अशा त्रिखंडांत सादर केला. यापूर्वी खांडेकरांनी १९३२ मध्ये ग. त्र्यं. माडखोलकर व गं. दे. खानोलकरांच्या सहाय्याने ९२२ पृष्ठांचा 'कोल्हटकर लेखसंग्रह' शीर्षकाचा बृहत् ग्रंथ मराठी अभ्यासकांना उपलब्ध करून दिला होता. पुढे खांडेकरांनी मुंबई मराठी ग्रंथसंग्रहालयासाठी 'समग्र कोल्हटकर'चे दोन खंडांत संपादन केले. प्रथम खंड १९७२ साली तर दुसरा १९७५ साली प्रकाशित झाला. हे खंड म्हणजे 'निवडक कोल्हटकर' ची सुधारित आवृत्तीच होय. मूळ ग्रंथात १८ लेख समाविष्ट करून तो ग्रंथ अद्यतन करण्यात आला होता.

वि. स. खांडेकर स्वत: नाटककार तर होतेच; पण मराठी नाटक, चित्रपट याबद्दल त्यांचं सतत वाचन, चिंतन, लेखन होत राहायचे. वेळोवेळी त्यांनी लिहिलेले नाट्यविषयक समीक्षात्मक लेख त्यांच्या 'वनभोजन' (१९३५), 'धुंधुर्मास' (१९४०), 'गोकर्णीची फुले' (१९४४), 'फुले आणि काटे' (१९४४), 'गोफ आणि गोफण' (१९४६), 'रेषा आणि रंग' (१९६१) तसेच 'रंग व गंध' (१९६१) मध्ये संग्रहित आहेत. या शिवाय १९२७ ते १९७२ या कालखंडात लिहिलेले; परंतु अद्याप असंकलित राहिलेले काही लेख आहेत. ते वेळोवेळी वेगवेगळ्या नियतकालिकांत प्रकाशित झाले आहेत. या समग्र लेखन, संपादनातून वि. स. खांडेकरांची नाटकविषयक दृष्टी व चिंतन स्पष्ट होतं. पुढे खांडेकर पटकथा लेखक म्हणून यशस्वी झाले, त्या मागे नाट्य समीक्षक म्हणून त्यांनी केलेला रियाज उपयोगी ठरला.

प्रस्तावनाकार

वि. स. खांडेकरांनी आपल्या पुस्तकाला 'दोन शब्द', 'चार शब्द', 'पार्श्वभूमी' अशा शीर्षकांनी प्रस्तावना लिहिली नाही, असं पुस्तक अपवाद म्हणावं लागेल. खांडेकरांनी स्वत: लिहिलेल्ङ्मा, संपादित केलेल्या शंभर एक पुस्तकांशिवाय इतर

अनेकांच्या पुस्तकांना लिहिलेल्या अन्य त्रेसष्ठ प्रस्तावनांची सूची जया दडकरांनी आपल्या 'वि. स. खांडेकर वाङ्मय सूची' मध्ये नोंदविली आहे. या शिवायही अनेक प्रस्तावना उपलब्ध आहे. इतक्या बहुल संख्येने प्रस्तावना लिहिणारे खांडेकर मराठी साहित्यातील विक्रमी लेखक म्हणून ओळखले जातात. एखाद्या लेखकाच्या प्रस्तावना विचारणीय आणि नोंद घेण्यासारख्या, चिकित्सक वाटाव्यात, हे त्या प्रस्तावनांचं महत्त्व अधोरेखित करण्यास पुरेसे ठरावे. वि.वा. शिरवाडकर तथा कुसुमाग्रजांनी वि. स. खांडेकरांच्या उल्लेखनीय प्रस्तावना संपादित करून त्या 'विचारधारा' (१९९३) या ग्रंथाच्या रूपात सादर करणे हीदेखील मराठी साहित्याच्या क्षेत्रातील एकमेवाद्वितीङ्म घटना असावी. त्यांच्या समग्र प्रस्तावनांचा एक बृहत् ग्रंथ होऊ शकेल.

खांडेकरांच्या प्रस्तावना मराठी साहित्यात अनेक अर्थांनी लक्षणीय ठरल्या आहेत. एक तर खांडेकरांनी कथा, कादंबरी, निबंधसंग्रह, नाटक, कविता, संपादित ग्रंथ अशा विविध प्रकारच्या ग्रंथांना व इतरेजनांच्या पुस्तकांना प्रस्तावना लिहिल्या आहेत. त्यात मूळ कृतीचे सौंदर्य, वैशिष्ट्य, पार्श्वभूमी, लेखनामागची भूमिका विशद करण्याचा प्रयत्न असतो. खांडेकर पूर्वचिंतन करून नियोजनबद्ध पद्धतीने प्रस्तावना लिहितात. खांडेकरांची प्रस्तावना बहुधा विश्लेषणात्मक शैलीने लिहिलेली असते. त्यांच्या प्रस्तावना मूळ कृतीप्रमाणे लालित्यपूर्ण व जीवनलक्ष्यी असतात. चिंतनशीलता त्यांचे अंगभूत वैशिष्ट्य असते. त्यांचे स्वरूप निबंधसदृश असते. त्यांच्या प्रस्तावनांमुळे वाचकास मूळ कृती समजणं सोपे जाते. त्या कलात्मक असतात, तशा विचारगर्भही! खांडेकरांच्या प्रस्तावनेचे मराठी साहित्यात व्यवच्छेदक असं स्थान आहे. त्यांच्या प्रस्तावनांतून खांडेकरांचं शिक्षक, समाजचिंतक रूप प्रकट होतं. खांडेकरांच्या प्रस्तावना मूळ साहित्याइतक्याच दर्जेदार आहेत.

संपादक

एखाद्या समकालीन अथवा पूर्वसूरी व्यक्ती अथवा व्यक्तींचं साहित्य प्रकाशनार्थ निवडून, ते सुधारून, संस्कारित करून क्रम लावून आवृत्तीयोग्य ग्रंथ वा नियतकालिक तयार करणारा तो संपादक. वि. स. खांडेकरांनी शिरोड्यात ट्यूटोरियल हायस्कूलमध्ये शिक्षक म्हणून काम करताना वर्गाच्या विद्यार्थ्यांच्या हस्तलिखिताच्या संपादनापासून या कार्याचा प्रारंभ केला. पुढे ४ नोव्हेंबर, १९२४ मध्ये सावंतवाडीहून 'वैनतेय' साप्ताहिक सुरू झाले. त्याच्या सहसंपादकांपैकी खांडेकर एक होते. विशेषत: त्यातील वाङ्मय विभागाचं ते संपादन करीत असत. या साप्ताहिकात संपादनाबरोबर बातमीदार, स्तंभलेखक म्हणूनही खांडेकरांनी लेखन केले. अनेक अग्रलेख, परीक्षणं लिहिली. पटकथा लेखक म्हणून शिरोडे सोडून कोल्हापूरला जाईपर्यंत (१९३६-

३८) 'वैनतेय'मध्ये ते लिहित राहिले. याच दरम्यान ते 'प्रतिभा'च्या संपादन कार्यात सक्रिय होते. नंतर १९३६ ते ३८ कालखंडात त्यांनी 'ज्योत्स्ना' मासिकाचं संपादन केले.

ग्रंथ संपादनाच्या क्षेत्रातील कार्यास त्यांनी 'गडकरी : व्यक्ती व वाङ्मय' (१९३२) ने प्रारंभ केला. पुढे 'आगरकर : व्यक्ती आणि विचार' (१९४५), 'वामन मल्हार जोशी : व्यक्ती आणि विचार' (१९४८), 'निवडक कोल्हटकर' (१९७२), समग्र कोल्हटकर' (भाग १ व २) (१९७२ व ७५), एस. एम. जोशी गौरव ग्रंथ (१९६४) सारख्या ग्रंथांचे संपादन करून खांडेकरांनी मान्यवर साहित्यकारांचे व्यक्तित्व, विचार व साहित्य सम्यक स्वरूपात सादर करून आपल्या संपादन कौशल्याची प्रचीती दिली.

वि. स. खांडेकरांनी मराठी साहित्यातील मान्यवर कथाकारांच्या उल्लेखनीय कथांचे संग्रह संपादित करून त्यांना दीर्घ प्रस्तावना लिहून मराठी कथेचा आपला व्यासंग सिद्ध केला. चिं. वि. जोशी, वि. वि. बोकील, दिवाकर कृष्ण, द. र. कवठेकर यांच्या कथांचे संग्रह खांडेकरांनी संपादित केले. शिवाय काही प्रातिनिधिक कथाकारांच्या कथांचेही. 'मुक्या कळ्या' (१९४७), 'गुदगुल्या' (१९४८), 'गारा आणि धारा' (१९४८), 'पाच कथाकार' (१९४९), 'इंद्रधनुष्य' (१९४९), 'निवडक दिवाकर कृष्ण' (१९६९) हे कथासंग्रह वि. स. खांडेकरांनी संपादित करून मराठी कथेचं प्रातिनिधिक रूप व वैशिष्ट्यं प्रस्तुत करण्याचं ऐतिहासिक कार्य केले.

कथांप्रमाणेच खांडेकरांनी काही कादंबऱ्या संपादित स्वरूपात मराठी वाचकांना सादर केल्या. विशेषतः विद्यार्थ्यांसाठी एखादी कादंबरी सुलभरीत्या संक्षिप्तपणे सादर करण्याची खांडेकरांची धडपड असायची. साने गुरुजी, वा. म. जोशी, यांच्या 'आस्तिक' (१९४९), 'रागिणी' (१९५९), 'सुशीलेचा देव' (१९५३) सारख्या कादंबऱ्या खांडेकरांच्या संपादनाची उदाहरणे होत.

असंच संपादन खांडेकरांनी निबंध व लघुनिबंध संग्रहाचंही केलं. 'नवे किरण' (१९४७) सारखा अनंत काणेकरांच्या लघुनिबंधाचा सुंदर संग्रह खांडेकरांनी संपादित केला. शिवाय प्रातिनिधिक लघुनिबंधकारांचे 'वासंतिका' (१९४९) व 'पारिजात' (१९४९) सारखे संग्रह संपादित करून आपला लघुनिबंधविषयक दृष्टिकोन स्पष्ट केला. मराठी लघुनिबंधाचे जनक प्रा. ना. सी. फडके असले तरी तो मराठी साहित्यात रूजवायच, फुलवायचे, विकसित करण्याचं श्रेय खांडेकरांनाच दिलं जात. या संग्रहाच्या प्रस्तावना लघुनिबंधविषयक खांडेकरांची जाण व जाणीवा स्पष्ट करतात.

लघुनिबंधाप्रमाणेच वि. स. खांडेकरांनी काही निबंधसंग्रहही संपादित केले. शि.

म. परांजपे यांच्या ‘अग्निनृत्य’ (१९४७) शिवाय त्यांनी प्रातिनिधिक निबंधकारांचा एक संग्रह ‘समाज चिंतन’ (१९६३) नावाने सिद्ध केला. साहित्य व समाजाचा अभिन्न संबंध मान्य करीत. ते स्वत: श्रेष्ठ निबंधकार होते. अशा संकलनांच्या संपादनातून खांडेकरांच्या समाज व साहित्यविषयक दृष्टीचा परिचय होतो.

खांडेकरांचा काव्यविषयक व्यासंग सर्वश्रुत आहे. ते कवी होते तसे चित्रपट गीतकारही. मराठी प्राचीन व अर्वाचीन काव्याचा त्यांचा अभ्यास होता, हे ‘तारका’ (१९४९) व ‘काव्यज्योती’ (१९३९) च्या संपादनातून प्रत्ययास येतं. खांडेकर नव्या विचारांचं स्वागत व समर्थन करणारे समाजशील साहित्यकार होते. त्यामुळे त्यांना केशवसुतांची भुरळ न पडती तरच आश्चर्य! ‘केशवसुत: काव्य आणि कला’सारख्या ग्रंथाचे त्यांचं व्यासंगपूर्ण संपादन म्हणजे मराठीतील संपादन क्षेत्राचा एक आदर्श असा वस्तुपाठ होय, असे म्हटले तर ते वावगे ठरणार नाही. खांडेकरांनी ‘मंगल वाचनमाला’ या पाठ्यपुस्तकांचंही साक्षेपी संपादन केले आहे.

अनुवादक

वि. स. खांडेकर साहित्यकार होते; पण त्या आधी ते सव्यसाची वाचक होते. मराठीशिवाय संस्कृत नि इंग्रजीची त्यांना चांगली जाण होती. इंग्रजीत भाषांतरित झालेलं जर्मन, फ्रेंच, रशियन, अरेबिक साहित्य ते आवर्जून वाचत. स्वातंत्र्यपूर्व काळात विदेशी साहित्य सामान्यांना सहज उपलब्ध होणे दुरापास्त असायचं. अशा काळात वि. स. खांडेकरांनी भारतीय विशेषत: बंगाली नि विदेशी (इंग्रजी, जर्मन, अमेरिकन) भाषांतील साहित्यकारांच्या स्वत:ला भावलेल्या कथा, कविता नि पत्रांचा त्यांनी मराठी वाचकांसाठी वेळोवेळी अनुवाद केला. त्यातून तीन अनुवाद कृती साकारल्या. दोन कथासंग्रह व एक पत्रसंग्रह. अशा रूपात लेखन करून खांडेकरांनी आपल्या अनुवाद क्षमतेचा परिचय दिला. संस्कृतमध्ये कालीदास, बंगालीतील रवींद्रनाथ टागोर, शरदचंद्र, हिंदीतले प्रेमचंद हे त्यांचे आवडते लेखक. विदेशी लेखकांपैकी ओ हेन्री, मोपाँसा, चेकॉव्ह, अर्न्स्ट टोलर, गॉल्सवर्दी, टॉलस्टॉय, खलील जिब्रान, सॉमरसेट मॉम, हर्बर्ट बेटस् यांच्या साहित्याचं त्यांनी विपुल वाचन केले होते.

‘सुवर्णकण’ (१९४४) हा खलील जिब्रानच्या ३५ रुपककथा नि कवितांचा अनुवाद. ‘वेचलेली फुले’ (१९४८) मध्ये पण जिब्रानच्या रूपक कथांचे अनुवाद आहेत. ‘सुवर्णकण’ हे Madman वर बेतले आहे, तर ‘वेचलेली फुले’मधील कथा 'The fore Runer' (अग्रदूत) मधील निवडक रचना होत. ‘तुरुंगातील पत्रे’ (१९४७) हे अर्न्स्ट टोलर या जर्मन साहित्यकाराच्या 'Letters From Prision' मधील पत्रांचा मराठी अनुवाद होय. ‘तुरुंग हा भाग नसून भाग्य आहे’ असे स्टीफन

झ्वाइगला समजाविणाऱ्या टोलरची जीवनदृष्टी या पत्रांतून स्पष्ट होते. अर्न्स्ट टोलरच्या 'I was German' या आत्मकथेचा अनुवाद करण्याची खांडेकरांची इच्छा होती पण ती अपूर्णच राहिली. टोलरच्या एका कथेचा केलेला अनुवाद 'सत्य आणि सत्य' मराठी वाचकांच्या परिचयाचा आहे. इसाप, विष्णुशर्मा, टर्जिनिव्ह, इब्सेन, स्टीफन, झ्वाईग, कॅपेक हे खांडेकरांचे प्रिय लेखक. त्यांच्या रचनांचे अनुवाद करण्याचा संकल्प खांडेकर नित्य करत राहायचे.

वक्ते

वि. स. खांडेकर साहित्यकार म्हणून जसे श्रेष्ठ होते, तसे वक्ते व विचारक म्हणूनही. आपल्या महाविद्यालयीन जीवनात ऐकलेल्या भाषणांमुळे प्रभावित होऊन भाषण करण्याची मनी ऊर्मी असूनही खांडेकरांनी संकोची स्वभावामुळे विद्यार्थीदशेत कधी भाषण केले नाही. सन १९२० साली ते कोकणातील शिरोड्यात शिक्षक म्हणून रुजू झाले. मुख्याध्यापक, शिक्षक या नात्याने वर्गातील अध्यापनाशिवाय शाळेतल्या छोट्या-मोठ्या समारंभांतील भाषणांनी त्यांची भीड मोडली व ते धिटाईने भाषणे करू लागले. एकदा शाळेत त्यांनी न्यायमूर्ती रानडें ङ्मांच्या पुण्यतिथीच्या निमित्ताने इंग्रजीत भाषण दिलं. त्याचा वृत्तान्त सावंतवाडीहून प्रकाशित होणाऱ्या 'वैनतेय' साप्ताहिकात छापून आला होता. तो श्रीपाद कृष्ण कोल्हटकरांच्या वाचनात आला. त्याच दरम्यान कोल्हटकर मुंबई, पुणे, नाशिकच्या दौऱ्यावर असताना खांडेकर त्यांच्यासोबत होते. नाशिकमुक्कामी वसंत व्याख्यानमाला सुरू होती. त्यांना वक्त्याची गरज होती. कोल्हटकरांनी खांडेकरांची शिफारस केली. १९२६ च्या नाशिकच्या वसंत व्याख्यानमालेत 'मराठी नाटक' विषयावर नदीकाठी कोल्हटकरांच्या अध्यक्षतेखाली झालेले व्याख्यान त्यांचे पहिले जाहीर व्याख्यान होय. पुढे शिरोड्याच्या पंचक्रोशीशिवाय सावंतवाडी, कुडाळ, वेंगुर्ले, म्हापसा, पणजी, मडगाव, पुणे, मुंबई अशी सर्वत्र त्यांची भाषणं होत राहिली. लेखनाप्रमाणे सार्वजनिक भाषणही समाजमनाशी सुसंवाद साधण्याची एक प्रभावी साधना आहे, अशी खांडेकरांची धारणा होती. पूर्वी कीर्तनकार, प्रवचनकार प्रबोधनाचं कार्य करीत. ते कार्य वर्तमानयुगात व्याख्याते करतात असं ते मानत. खांडेकरांना परिस्थितीने वक्ता बनवले. सभा, समारंभ, संमेलने, व्याख्यानमाला, परिसंवाद, चर्चासत्रं यातून त्यांच्यातील वक्ता आकारला.

१९३४ ते १९५९ या कालखंडातील साहित्य, नाट्य, पत्रकार, ग्रंथकार इत्यादी संमेलनांत अध्यक्ष म्हणून केलेल्या व काही अपरिहार्य कारणांमुळे होऊ न शकलेल्या अशा विचारप्रवर्तक भाषणांचे तीन संग्रह प्रकाशित आहेत-'सहा भाषणे (१९४१)', 'तीन संमेलने' (१९४७) व 'अभिषेक' (१९६१) या शिवाय सुमारे

४० भाषणे असंग्रहित असल्याची नोंद 'खांडेकर वाङ्मय सूचीत' आहे. त्यानंतरच्या कालखंडातील महत्त्वपूर्ण भाषणं म्हणून उल्लेख करावा अशा भाषणांत 'ज्ञानपीठ पुरस्कार' (२६ फेब्रुवारी, १९७६), 'ललित पारितोषिक वितरण समारंभ' (१९६७), 'साहित्य अकादमी महदत्तर सदस्यत्व प्रदान सोहळा' (१९७०), 'डॉक्टर ऑफ लेटर्स' पदवी प्रदान सोहळा, शिवाजी विद्यापीठ, कोल्हापूर (१९ मे, १९७६) यांचा उल्लेख करावा लागेल. अशा भाषणांचा 'स्वप्नसृष्टी' संग्रह लवकरच प्रकाशित होत आहे.

वि. स. खांडेकर प्रभावी वक्ते होते. त्यांची भाषणे विचारगर्भ असत. त्यात श्रोत्यांशी संवाद साधण्याची विलक्षण शक्ती असायची. 'हे मी तुम्हाला सांगतो...' म्हणत खांडेकर आपले विचार श्रोत्यांवर ठसवत. काही बोलायचं म्हटले की, आधी उजव्या हातानं डावं मनगट चोळायचे. साधे पण कमी बोलायचे. भाषणे बहुधा अलंकारिक असत. जग, जीवन, संघर्ष, समाज, परिवर्तन, समता हे विषय भाषणात आपसूक असायचे. भाषणात कोट्या करायचे; पण स्वत: गंभीर असायचे. विषय कोणताही असला तरी त्यास समाजचिंतनांची डूब असायची.

पत्रलेखक

'मनुष्य हा समाजशील प्राणी आहे' ही व्याख्या माणसाचं लक्षण अधोरेखित करत असली तरी खरं तर समाजशीलता हे माणसाचं जीवनलक्ष्य असायला हवं असं ती सूचित करते, असं मला वाटतं. ते वाटण्याला एक दृष्टांत माझ्यासमोर आहे, तो वि. स. खांडेकरांचा मनुष्य संग्रह व पत्रव्यवहार. वि. स. खांडेकर लेखक म्हणून आपणापुढे येतात ते १९१९ पासून. त्यांचं लेखन प्रकाशित होऊ लावल्यापासून त्यांचा समाजसंपर्क वाढला. सन १९२० पासून वि. स. खांडेकरांनी लिहिलेली व त्यांना इतरेजनांनी लिहिलेली पत्रं आढळतात. 'दीपग्रह'मध्ये संग्रहित आहेत ती फक्त वि. स. खांडेकरांनी इतरेजनांना लिहिलेली; पण खांडेकरांना इतरेजनांनी लिहिलेली शेकडो पत्रं विविध ठिकाणी पत्रसंग्राहक, चित्रपट दफ्तर, नियतकालिके, वृत्तपत्र कार्यालय, साहित्यिक, पुराभिलेख, जुनी वृत्तपत्रे, कौटुंबिक पत्रसंग्रह यांत आढळून येतात. त्यातूनही खांडेकरांचं 'माणूस' म्हणून विलोभनीय व्यक्तिमत्त्व पुढे येतं.

पत्रसंवाद हा. वि. स. खांडेकरांच्या जीवनशैलीचा एक अभिन्न भाग होता. रोज येणाऱ्या टपालाची ते वाट पाहात. पोस्टमनविषयी त्यांना आस्था होती, हे साहित्यातून लक्षात येते. येणाऱ्या प्रत्येक पत्रास उत्तर पाठवायचा त्यांचा प्रघात होता. आलेल्या पत्रावर उत्तर पाठविल्याची नोंद करण्याची त्यांची सवय दिसते. उत्तर पाठविलेल्या पत्राची प्रत वा मुद्दे ते जपून ठेवत. वाचकांना उत्तर देत तशी संपादक, प्रकाशकांनाही.

समकालीन साहित्यिकांशी त्यांची दीर्घकाळ पत्रोत्तरी चालायची. सगळ्यांशी त्यांचे संबंध लेखकापलीकडे जाऊन मनुष्यकेंद्री होते. वि. स. खांडेकरांनी इतरेजनांना लिहिलेली केवळ १४५ पत्रे 'दीपगृहा'त आली असली तरी त्यांनी शेकडो पत्रं लिहिली होती व तेवढीच त्यांना आली असावी, असं संशोधनातून लक्षात येतं. वि. वि. पत्कींच्या हाती सन १९७६ ला सुमारे २००० पत्रे आली होती, यावरूनही हे स्पष्ट होतं. खांडेकरांची पत्रे म्हणजे जिव्हाळ्याचा संवाद असायचा. पत्रातलं प्रांजळपण लक्षणीय होतं. भाषा संवादी होती. संबोधन व स्वनिर्देशातून खांडेकर पत्रलेखकाविषयीचा आपला आदर प्रेम, स्नेह, संबंध, नाते व्यक्त करत, पत्रात कुटुंबीय उल्लेख, खुशाली असायची. प्रकृतीची कुरकुर अधिकांश पत्रात आढळते. प्रारंभी पत्रे स्वत: लिहित नंतर लेखनिक आले; पण स्वाक्षरी करीत खांडेकरच! १९७३ पर्यंत म्हणजे दृष्टी जाईपर्यंत असंच चालू होते. उपलब्ध पत्रांचाही एक समृद्ध संग्रह प्रकाशित करणे शक्य आहे.

पटकथाकार

आजवर वि. स. खांडेकर हे साहित्यिक म्हणून सर्वश्रुत आहेत; पण त्यांनी मराठी, हिंदी, तेलुगु, तामीळ चित्रपट क्षेत्रात पटकथा, संवाद, गीत लेखन करून जे भरीव असं योगदान दिलं आहे, ते मराठी साहित्य अभ्यासकांनाही अपरिचित राहिलं आहे त्यांच्या पटकथा आजवर उपलब्ध नसणं, हे त्याचं प्रमुख कारण होते. त्या आता हाती आल्याने व 'अंतरीचा दिवा' पटकथा संग्रह प्रकाशित झाल्याने चंदेरी दुनियेतील खांडेकरांच्या कार्य, कर्तृत्वाचा आढावा घेणं आता शक्य झालं आहे. सर्वस्वी अस्पर्शित अशा या क्षेत्राच्या माहितीमुळे खांडेकरांच्या जीवन व कार्याला समग्र रूप येईल असे वाटल्यावरून पटकथाकार खांडेकर इथे उभे करण्याचा प्रयत्न आहे. ते वाचले की, आपल्या लक्षात येईल की, वि. स. खांडेकर हे मराठीतील मॅक्झिम गॉर्की होते. गॉर्कीप्रमाणे त्यांनी मानवी जीवनाचा सर्वांगी वेध घेण्याचा प्रयत्न केला होता.

वि. स. खांडेकर सन १९३६ ते १९६२ या सुमारे २५ वर्षांच्या कालखंडात पटकथाकार, संवादलेखक आणि गीतकार म्हणून सक्रिय होते. या काळात मराठीत १४, हिंदीत १०, तर तेलुगु-तामीळमध्ये प्रत्येकी २ अशा २८ चित्रपटांची निर्मिती झाली. 'छाया' (१९३६), 'ज्वाला' (१९३८), 'देवता' (१९३९), 'सुखाचा शोध' (१९३९), 'लग्न पाहावं करून'(१९४०), 'अमृत'(१९४१), 'संगम' (१९४१), 'सरकारी पाहुणे' (१९४२), 'तुझाच' (१९४२), 'माझं बाळ' (१९४३), 'सोनेरी सावली' (१९५३), 'अंतरीचा दिवा' (१९६०), 'माणसाला पंख असतात' (१९६१), 'सूनबाई' (१९६२) (फक्त गाणी) हे मराठीत त्यांच्या पटकथा,

संवाद, गीतांवर निघालेले बोलपट. त्यांच्या अनेक पूर्वकथा, कादंबऱ्यांच्या पटकथा झाल्या. काही त्यांनी चित्रपट व्यवसायाची गरज पाहून लिहिल्या. मूळ कथांत व्यावसायिक गरज म्हणून त्यांनी बदल केले, करून दिले. 'छाया' (१९३६), 'ज्वाला' (१९३८), 'मेरा हक' (१९३९), 'संगम' (१९४१), 'अमृत' (१९४१), 'बडी माँ' (१९४५), 'सुभद्रा' (१९४६), 'मंदिर' (१९४८), 'विश्वामित्र' (१९५२), 'दानापानी' (१९५३), हे त्यांचे कालानुक्रमिक हिंदी चित्रपट. या चित्रपटांच्या मूळ कथा, संवाद, गीते वि. स. खांडेकरांची. त्यांचं हिंदी रुपांतर, अनुवाद पंडित इंद्र, अमृतलाल नागर यांनी केलं. तेलुगु व तमीळमध्ये त्यांचा प्रदर्शित बोलपट होता 'धर्मपत्नी' (१९४०) व परदेसी (१९५३). 'धर्मपत्नी'चे रुपांतरण, संवाद चक्रपाणी यांनी केले होते.

या साऱ्या पटकथांचं स्वत:चं असं वैशिष्ट्य होते. अधिकांश पटकथा मूळ होत्या तर एक-दोन आधारित. विषयांच्या अंगांनी अधिकांश कथा सामाजिक, काहीएक पौराणिकही होत्या. साऱ्या कथा माणुसकी, समता, समाजवाद, मूल्यमहिमा, आदर्शवाद, बोध, ध्येय इत्यादींची जपणूक करणाऱ्या, त्यांच्या पटकथांमागे समाज बदलण्याचं ध्येय नि ध्यास होता. त्या रंजक करण्यासाठी त्यांनी प्रेम, प्रणयही चित्रित केला; पण ते त्यांचं लक्ष्य नव्हते. चित्रपट यशस्वी करण्याचे साधन म्हणून, चित्रपट रंजक व्हावा म्हणून केलेला तो प्रयत्न असायचा. आधारित कथा मात्र त्यांनी निखळ मनोरंजनासाठीच लिहिल्या. पटकथांमध्ये चारित्रिक, वैचारिक, भावनिक, सामाजिक द्वंद्व ठरलेले असायचे. अधिकांश कथा शोकात्म होत्या, तर काही सुखान्तही. द्वंद्वात सुष्ट, सत्पक्षांची सरशी ठरलेली. वि. स. खांडेकरांनी आपल्या पटकथा मेलोड्रामा, फँटसी, सटायर म्हणून लिहिल्या. कथा जशी घडली तशी लिहिण्याचा त्यांचा प्रघात होता. अपवाद म्हणून एखादी पूर्वदीप्ती शैली विकासाची कथाही आढळते. त्यांच्या पटकथा एक विशिष्ट खांडेकरी वळणवाट घेऊन येतात, विकसित होतात.

चित्रपटातील खांडेकरांचे संवाद छोटे, सहज आहेत. त्यांत विचार, विवेक, सिद्धांत आपसूक असतातच. त्यांची साहित्यातील सुंदर शब्दकळा इथेही भेटते. अनुप्रास, उपमा हा संवादाचा अविभाज्य भाग असतो. संवादात खोच, कोपरखळी, कोटीही असते. संवादातून कथाविकास, चरित्रचित्रण होत राहतं. नाटककाराचा मूळ पिंड असलेले खांडेकर कथेत संवादातून चपलखपणे नाटकीय प्रसंगांची पेरणी करीत ते खुलवत राहातात.

प्रसंगानुरूप गीत, गाण्यांची रचना करण्यात वि. स. खांडेकर वाकबगार आहेत. प्रसंगानुकूल गीतरचना हे त्यांच्या चित्रकथांचं वैशिष्ट्य. त्यांची गीतं प्रेम, प्रणय, निसर्ग, भाव वर्णन करीत विकसित होतात. गीते लयबद्ध असतात तशीच

नादमधुरही. ती छंदयुक्त अधिक. काही कथांत त्यांनी अन्य प्राचीन व समकालीन कवींच्या रचनांचा उपयोग करण्याचा द्रष्टेपणा दाखविला आहे. या रचनेने त्यांचे चित्रपट बोधगम्य व रम्य होण्यास साहाय्य झाले आहे.

नाटककार

वि. स. खांडेकरांनी विनोदी लेख, कथा, कवितादि लेखनानी आपल्या साहित्य सेवेचा प्रारंभ केला असला तरी पुस्तक रूपात प्रकाशित झालेले पहिले लेखन खांडेकरांना नाटककार म्हणून मान्यता देते. सांगली ही त्यांची जन्मभूमी. ती 'नाट्यपंढरी' म्हणून ओळखली जायची. प्रारंभीच्या वाचनाच्या वयात परिसर प्रभावामुळे त्यांनी भरपूर नाटके वाचली. गो. ब. देवल, कृ. प्र. खाडिलकरांसारखे नाटककार ज्या शहरानं दिले त्याचा प्रभाव म्हणून त्यांना नाटककार व्हावंसं वाटायचं. माध्यमिक शाळेत असताना त्यांनी 'शनिमाहात्म्य'वर आधारित 'शनिप्रभाव' हे नाटक लिहिलं. 'ते नाटक आज उपलब्ध नाही ही माझ्यापेक्षा मराठी वाचकांच्या दृष्टीने भाग्याची गोष्ट आहे' असे खुद्द खांडेकरांनीच 'दोन ध्रुव'च्या प्रस्तावनेत लिहिलं आहे. यावरून प्रारंभीच्या नाट्यलेखनाचे बाळबोध स्वरूप स्पष्ट होते. यात आचरट नावाचे एक पात्र होते.

पुढे कॉलेजात गेल्यावर त्यांनी 'रमणी रत्न' लिहिले. वासुदेवशास्त्री खऱ्यांसारख्या तत्कालीन प्रसिद्ध साहित्यकारांनी हे नाटक ऐकून त्यांना शाबासकी दिली होती. त्यामुळे नाटककार होण्याची इच्छा खांडेकरांच्या मनात दृढमूल झाली.

खांडेकर दत्तक गेले नि त्यांचे शिरोड्याला जाणे झाले. सांगली, पुण्यासारखी नाटकं पाहाता आली नसली तरी नाट्यवाचनाचं वेड कायम होते. या काळात त्यांनी कोल्हटकर, गडकरी यांची नाटके वाचली. १९२५ च्या दरम्यान शाळेच्या स्नेहसंमेलनासाठी म्हणून त्यांनी 'स्वराज्याचं ताट' हे स्त्रीपात्रविरहित नाटक लिहिले. हे ऐतिहासिक नाटक होते. त्याचा विषय शिवाजीच्या आग्ऱ्याहून सुटकेनंतरचा होता. आशय तसा सामाजिक होता. रंगमंचावर आलेलं तसं हे खांडेकरांचे पहिले नाटक.

सन १९२६ ला त्यांनी 'रंकाचं राज्य' लिहिले. ते १९२८ साली प्रकाशित झालं. त्याच वर्षी १८ मे, १९२८ ला नाट्यकला प्रसारक मंडळीने सांगलीत ते रंगमंचावर आणले. त्याचे अनेक प्रयोग झाले. खांडेकरांनी हे नाटक खरे तर बक्षीसाकरिता लिहिले होते. त्यावेळी माधवराव जोशी यांनी 'म्युनिसिपालिटी' नावाचं एक विडंबनात्मक नाटक लिहिले होते. त्यामुळे स्थानिक स्वराज्य संस्थांविषयी जनमानसात गैरसमज पसरेल अशी भीती विदर्भातील एक सामाजिक कार्यकर्ते बाबासाहेब परांजपे यांना वाटली. त्यांनी स्थानिक स्वराज्य संस्थांची चांगली बाजू

लिहिणाऱ्या नाटकासाठी त्या काळात १००० रुपयांचे बक्षीस जाहीर केले होते. खांडेकरांना त्यावेळी २५ रुपये पगार होता. नाटकाला बक्षीस काही मिळाले नाही. खरे तर ते कुणालाच दिले गेले नाही पण परीक्षण मंडळातील बेळगावचे टीकाकार व नाटककार किरात (कृष्णाजी लक्ष्मण सोमण) यांना ते आवडले. लेले बंधू चालवत असलेल्या नाट्यकला प्रसारक मंडळाने ते सांगलीच्या सदासुख थिएटरमध्ये सादर केले. त्यावेळी श्री. सत्यबोध हुदलीकर यांच्या हस्ते खांडेकरांना जरीचा रुमाल व उपरणे देऊन गौरवण्यात आले. या नाट्यलेखनाची हीच काय ती कमाई त्यांच्या पदरी पडली. या नाटकावर श्रीपाद कृष्ण कोल्हटकरांच्या 'मूकनायक' सारख्या अथवा देवलांच्या 'शारदा' सारख्या नाटकांचा प्रभाव दिसून येतो. यात कमलाबाई कामत यांनी नायिका उषाची तर शि. ह. परांजपे यांनी प्रदोषची भूमिका केली होती. परांजपे त्यावेळी महाराष्ट्र नाटक मंडळीच्या 'प्रेमसंन्यास' मध्ये गोकुळची भूमिका करायचे. या नाटकास तत्कालीन ज्येष्ठ नाट्यसमीक्षक बाळकृष्ण अनंत भिडे यांची प्रस्तावना लाभली होती. केशवराव दाते यांनी 'रंकाचे राज्य' पाहून खांडेकरांची प्रशंसा केली होती.

सन १९२७ ते १९३२ या पाच वर्षांच्या कालखंडात खांडेकरांनी 'शीलशोधन', 'मोहनमाळ', 'शांति देवता', 'मृगलांच्छन' ही चार नाटके लिहिली. 'शीलशोधन' हे पौराणिक नाटक होते. ते अहिल्येच्या कथानकावर आधारित होतं. 'मोहनमाळ' काल्पनिक होते. 'शांति देवता' व 'मृगलांच्छन' ही सामाजिक नाटके होती. 'शीलशोधन' व 'मोहनमाळ' श्री. कृ. कोल्हटकरांमार्फत दोन तीन कंपन्यांकडे पाठविण्यात आली होती. पण तो काळ नाट्यकलेच्या उताराचा होता. ती नाटके रंगभूमीवर येऊ शकली नाहीत. त्यांची हस्तलिखितेही धकाधकीत गहाळ झाली. १९३६ मध्ये खांडेकर पटकथा लेखनाकडे वळले. नंतर मात्र त्यांनी नाट्यलेखनास विराम दिला.

नाट्य समीक्षक

वि. स. खांडेकरांनी आपले लेखनगुरू नाटककार रा. ग. गडकरी यांच्या निधनानंतर (२३ जानेवारी, १९१९) पहिल्या स्मृतिदिनी गडकऱ्यांवर एक चरित्रात्मक लेख लिहिला. नंतर वर्षभराने 'प्रेमसंन्यास' वर लिहिला. दोन्ही लेख वाचकांनी पसंत केले व खांडेकरांनी गडकऱ्यांच्या सर्व वाङ्मयाचे विवेचन करावे असं सुचविले. त्यानुसार सिद्ध झालेला प्रथम नाट्यविषयक समीक्षा ग्रंथ म्हणजे 'गडकरी : व्यक्ती आणि वाङ्मय' (१९३२). यामुळे खांडेकर नाटकाचे अभ्यासक व समीक्षक म्हणून सर्वश्रुत झाले. त्यानंतर त्यांनी 'मराठीचा नाट्यसंसार' ग्रंथ लिहिला. यात त्यांनी मराठी नाट्यवाङ्मय व रंगभूमीचा विवेचनात्मक आलेख रेखाटला

आहे. १९५७ च्या सातारा इथे भरलेल्या नाट्यसंमेलनाचे वि. स. खांडेकर अध्यक्ष होते. त्या निमित्ताने केलेले भाषण, डॉ. भालेरावांवरील लेख, रा. ज. देशमुख (प्रकाशक) यांची 'नियती' शीर्षकाची टिप्पणी समाविष्ट करून या ग्रंथाची दुसरी सुधारित आवृत्ती प्रकाशित करण्यात आली. पुढे खांडेकरांनी 'निवडक कोल्हटकर' (१९७२) चे साक्षेपी संपादन केले. त्यात त्यांनी कोल्हटकरांच्या निवडक साहित्याचा नजराणा नाट्यदर्शन, विचारदर्शन, विनोददर्शन अशा त्रिखंडांत सादर केला. यापूर्वी खांडेकरांनी १९३२ मध्ये ग. त्र्यं. माडखोलकर व गं. दे. खानोलकरांच्या सहाय्याने ९२२ पृष्ठांचा 'कोल्हटकर लेखसंग्रह' शीर्षकाचा बृहत् ग्रंथ मराठी अभ्यासकांना उपलब्ध करून दिला होता. पुढे खांडेकरांनी मुंबई मराठी ग्रंथसंग्रहालयासाठी 'समग्र कोल्हटकर'चे दोन खंडांत संपादन केले. प्रथम खंड १९७२ साली तर दुसरा १९७५ साली प्रकाशित झाला. हे खंड म्हणजे 'निवडक कोल्हटकर'ची सुधारित आवृत्तीच होय. मूळ ग्रंथात १८ लेख समाविष्ट करून तो ग्रंथ अद्यतन करण्यात आला होता.

वि. स. खांडेकर स्वत: नाटककार तर होतेच. पण मराठी नाटक, चित्रपट यांबद्दल त्यांचं सतत वाचन, चिंतन, लेखन होत राहायचं. वेळोवेळी त्यांनी लिहिलेले नाट्यविषयक समीक्षात्मक लेख त्यांच्या 'वनभोजन' (१९३५), 'धुंधुर्मास' (१९४०), 'गोकर्णीची फुले' (१९४४), 'फुले आणि काटे' (१९४४), 'गोफ आणि गोफण' (१९४६), 'रेषा आणि गंध' (१९६१) मध्ये संग्रहित आहेत. याशिवाय १९२७ ते १९७२ या कालखंडात लिहिलेले परंतु अद्याप असंकलित राहिलेले काही लेख आहेत. ते वेळोवेळी वेगवेगळ्या नियतकालिकांत प्रकाशित झाले आहेत.

या समग्र लेखन, संपादनातून वि. स. खांडेकरांची नाटकविषयक दृष्टी व चिंतन स्पष्ट होते. पुढे खांडेकर पटकथा लेखक म्हणून यशस्वी झाले, त्यामागे नाट्यसमीक्षक म्हणून त्यांनी केलेला रियाज उपयोगी ठरला.

वि. स. खांडेकरांचं साहित्यिक, सामाजिक लेखन पाहिले की, रशियन कथालेखक मॅक्झिम गॉर्कीची आठवण झाल्याशिवाय राहात नाही. दोघांच्या जीवन व साहित्यात आश्चर्यकारक साम्य दिसून येते. दोघांना घरच्या आधाराअभावी अल्पवयात जीवनसंघर्ष करावा लागला. दोघांना गरिबांचा आरंभीपासून कळवळा. शालेय शिक्षण दोघांचं जुजबी; पण वाचन जबर. शिकणं हाच दोघांपुढील वाचण्याचा एकमेव मार्ग. दोघे विचारांने समाजवादी, धर्मनिरपेक्ष. दोघेही साहित्यकार. दोघांनी कथा, कादंबऱ्या, आत्मकथा, नाटके लिहिली. दोघांनी टोपणनावांनी लिहिले. खांडेकरांनी कुमार, आदर्श, एक शिक्षक नावांनी. गॉर्की हेच मॅक्झिम गॉर्की यांचे टोपण नाव. त्यांचे मूळ नाव अल्यिक्सेई मक्स्यीमव्हिच प्येश्कॉव्ह होते. दोघांच्या

साहित्यकृतींचे अनेक भाषांत अनुवाद झाले. दोघांच्या साहित्यातील पात्रे सामान्य; पण ध्येयवादी. दोघांचा लेखनाचा प्रभावकाळ विसाव्या शतकाचा पूर्वार्ध. दोघांनी समाजवादी वास्तववाद स्वीकारला; पण खांडेकर कल्पनेत अधिक रमायचे. दोघांनी आपल्या साहित्य आणि विचारांनी पिढीस भारावून टाकले होते. दोघांच्या साहित्यात दोष होते; पण गुणांची सामाजिक बलस्थाने इतकी मजबूत होती की, त्यांना जीवन जगण्यासाठी कधी कलेचे कातडे पांघरावे लागले नाही. म्हणून. वि. स. खांडेकरांमध्ये मॅक्सिमम मॅक्झिम गॉर्की दिसून येतो. गॉर्कीचा एक अर्थ दु:खी आहे. दोघेही जन्मभर दु:खीच होते. त्यांना आपल्या स्वप्नातले जग पाहता आले नाही; पण बदलाच्या पाऊलखुणांनी दोघांना आश्वस्त केले होते. त्यातून त्यांना जगण्याची उमेद नक्कीच मिळाली होती.

या सर्वांतून लक्षात येतं की, वि. स. खांडेकर हे समग्र आणि चतुरस्त्र लेखक होते.

◆

ग्रामीण साहित्यिक :
डॉ. आनंद यादव

सन १९६० पर्यंतचे मराठी साहित्य स्थूल मानाने नागरी होते. लिहिणारे साहित्यिक, त्यांचे विषय, पात्रं, समस्या, भाषा, प्रश्न, वातावरण सारे नागरी जीवनावर बेतलेलं असायचे; 'ठार ग्रामीण' प्रवाह म्हणता येईल असे साहित्य तत्पूर्वी नव्हते. पूर्वकाळात जरूर त्याच्या पाऊलखुणा सापडतात, पायवाट मळण्याचे प्रयत्नही आढळतात; पण ग्रामीण साहित्याचा ध्यास घेऊन साहित्याच्या विशिष्ट प्रकारामध्ये लेखन करणे, त्याच्या समीक्षेबद्दलची कसोटी तयार करणे, तिचे व्याकरण नि भाषा वेगळी आहे असे ठासून सांगणे, त्यासाठी नागरी साहित्यिक, संपादक, समीक्षकांकडून 'यादव पत्रिका', 'यादव काल' (जो पुढे त्यांचा 'काळ' ठरला!) अशी हेटाळणी सहन करणे नि तरीही ग्रामीण साहित्याबद्दलचा आपला आग्रह न सोडणे, अशा प्रतिबद्धपणे ग्रामीण साहित्य लिहिणे, त्याबद्दल बोलणे, साहित्यिक आंदोलन उभे करणे, नवशिक्षित ग्रामीण साहित्यिकांना लिहितं करणं, प्रोत्साहन देणे अशा अनेक अंगांनी प्रचलित मराठी नागरीप्रचुर साहित्यास मिलिटरी भाषेत सांगायचे तर 'अबाऊट टर्न' करणे नि वाहत्या रस्त्यावर सरळ नवा काटकोनी रस्ता तयार करणं (आजच्या भाषेत तर त्याला सहा पदरी काँक्रिटचा हमरस्ता, सुपर हायवे, एक्स्प्रेस हायवेच म्हणायला हवं!) हे ऐतिहासिक कार्य डॉ. आनंद यादव यांनी केले.

ग्रामीण साहित्य लेखन हा डॉ. यादवांच्या जीवनातील मूलभूत स्पंदनाचा भाग आहे. तो त्यांचा श्वास आहे, प्राण आहे. जीवनाचा तो एक न संपणारा शोध आहे. तो त्यांचा 'आदिताल' आहे. त्यामागे पूर्वसुरींच्या प्रेरणा आहेत. डॉ. यादव महात्मा फुल्यांना मराठी ग्रामीण साहित्याचे आद्य जनक म्हणून स्वीकारतात. त्यांच्या दृष्टीने सन १९०३ मध्ये लिहिलेली रामचंद्र विनायक टिकेकर ऊर्फ धनुर्धारी यांची 'पिराजी पाटील' ही पहिली ग्रामीण कादंबरी. ग्रामीण जीवनावर बेतलेल्या 'पाणकळा',

'सराई', 'आई आहे शेतात', 'पड रे पाण्या', 'कार्तिकी'सारख्या कादंबऱ्या लिहिणारे र. वा. दिघे त्यांच्या दृष्टीने मराठी मातीचे खरे कादंबरीकर. ग्रामीण कवयित्री म्हणून ते बहिणाबाई चौधरींना आद्यस्थान बहाल करतात. त्यामुळे ते स्वत:स ग्रामीण साहित्याचे आद्य जनक म्हणवून घेत नाहीत हे स्पष्ट आहे; पण या प्रवाहास 'मध्यप्रवाह' बनवण्याचे श्रेय मात्र डॉ. आनंद यादव यांनाच द्यावे लागेल.

त्यांच्या कविता, कथा, कादंबरी, विनोद, वगनाट्य, ललित लेख, समीक्षा, व्यक्तिचित्रे, संपादन, भाषणे, आत्मचरित्र, वैचारिक लेख, प्रस्तावना, लेखन, बालकविता अशा विविधांगी विपुल लेखनाचा मूळ स्वर ग्रामीण आहे. डॉ. यादवांचा जन्म खेड्यातला. कुटुंब शेतकरी, घरी अक्षरशत्रुत्व. अशा स्थितीत 'मीच शोधीन माझा मार्ग' असा ध्यास घेत ते शिकले. प्रतिभा कवितेने उमलते. तशी 'हिरवे जग' (१९६०) घेऊन ती आली. 'मळ्याची माती' (१९७८) तिने मराठी मनाला दाखवली.

नगं हासूस कारभारणी
दुर्मीळ हाय तुझा रंग
केवड्याच्या पोटरीला
खरंच डसलं भुजंग

सारख्या ओळींतून त्यांच्या कवितेचा ग्रामीण बाज जसा लक्षात येतो तशी तिच्यातील प्रागतिकताही लक्षात येते -

पोराचं हाय पुढला लगीन;
वाईच विचारानं पेरणी वाढा
जुंधळ्या-तुरीच्या पिकापरास
गव्हा-तांदळाचं पीक काढा

मधून व्यक्त होते. गावच्या काळ्या आईची सारी रया व्यक्त करणारा हा कवी आपल्या कवितांतून ग्रामीण संस्कृती, संवाद, भाषा, व्यवहार, व्यथा, वेदना, वास्तव सारे प्रगट करतो. त्याला आता इंद्रजित भालेराव, सदानंद देशमुखसारखे कवी 'बारोमास' फुलवताहेत. यादवांच्या कवितेचे आणखी धुमारे 'मायलेकरं' (१९८९), 'रानमेवा' (१९९९) 'सैनिक हो तुमच्यासाठी' (२०००) सारख्या काव्यसंग्रहामध्ये दिसतात. त्यात अंतिम दोन्हीत बालकवितांचा बाज आहे.

'खळाळ'(१९६७) ते 'उगवती मने' (२००३) या कथालेखनाच्या प्रवासात डॉ. आनंद यादव यांनी आपल्या दहा कथा संग्रहांतून ग्रामीण जनतेची सुखदु:खं व्यक्त केलीत. व्यक्ती नि तिच्या व्यवहारातून ग्रामीण जीवन अधोरेखित करण्याचं त्यांचं कसब डोळ्यात भरते. खेड्यातील पात्रे, त्यांची बोली, त्यांचा थेटपणा नागरी साहित्यास काटकोनी छेद देत आपला अस्सलपणा ठसवतो. 'डवरणी' (१९८२),

'उखडलेली झाडे' (१९८६), 'झाडवाटा' (२००१) अशा शीर्षकांतूनही तो स्पष्ट होतो. 'इंजन', 'मोट', 'गिधाड' या कथा वाचक विसरूच शकत नाहीत. यादवांच्या आत्मपर लेखन शैलीचे सावट कादंबऱ्यांप्रमाणे कथेतही पडलेले दिसते. या कथात्मकतेचे उजवेपण आज राजन गवस, कृष्णात खोत, आप्पासाहेब खोत यांच्या लेखनात दिसते. त्यातलं देशीपण आज अधिक ठळक होत आहे, हे डॉ. यादवांच्या स्वप्नांचं वर्तमान सत्य वा वास्तव म्हणून सांगता येईल.

तीच गोष्ट कादंबऱ्यांची. 'गोतावळा' (१९७१), 'नटरंग' (१९८०), त्याच वर्षी आलेली 'एकलकोंडा', 'माऊली' (१९८५), 'कलेचे कातडे' (२००१) व लोकसखा ज्ञानेश्वर (२००५) या लेखनाचा आलेख ग्रामीणतेकडून कलात्मक प्रयोगाकडे असा दिसतो व तो वरचढही मानावा लागेल. रा. रं. बोराडे यांच्या 'पाचोळा'शी स्पर्धा करत त्याचवेळी प्रकाशित झालेली कादंबरी 'गोतावळा' कृषी संस्कृतीवरील यंत्राने फिरवल्या जाणाऱ्या शोषण व दमनाच्या वरवंट्यावरच आघात करते. माणूस असून जनावरागत जगत असल्याचं शल्य ती स्पष्ट करते. यातला 'नारबा' प्रातिनिधिक आहे. तो शेतकऱ्यांच्या आजच्या आत्महत्येची पूर्वपीठिकाच एका अर्थाने समजावतो आहे, असं आज परत वाचताना लक्षात येतं. 'नटरंग'ला लोकसंस्कृतीच्या वेदना समजवायच्या आहेत असं वाटतं. यातील नाच्याच्या शोकात्मक जीवनातील कथा वास्तवातील गणपत पाटील यांचीच शोकात्म कथा वाटावी. कालक्रमाने ती १९८० ची. म्हणजे गणपत पाटील यांच्या शोककथेच्या आधीची; पण कलाकारास दूरचे अगोदर दिसते. आगामी वास्तव, भविष्यवेध, ही चाहूल हेरण्याची कला प्रतिभावंतास त्याच्या निरंतर चिंतनातून हस्तगत होत असावी. नुकताच या कादंबरीवर चित्रपटही बनला आहे. 'कलेचे कातडे' (२००१) मध्ये हे चिंतन पुढे शब्दरूप घेताना दिसते. या कादंबऱ्यांचा विकास म्हणून चंद्रकुमार नलगे, महादेव मोरे यांच्या लेखनाकडे पाहता येईल. राजन गवस, कृष्णात खोत यांचे लेखन ग्रामीण कादंबरीस अव्वल दर्जा देताना आढळतं.

कादंबरीच्या समांतरपणे डॉ. यादव यांनी आपल्या आत्मकथा प्रकाशित केल्या. हाही त्यांचा आणखी एक कलात्मक प्रयत्न म्हणून नोंदविता येतो. 'झोंबी' (१९८७), 'नांगरणी' (१९९०), 'घरभिंती' (१९९२) 'काचवेल' (१९९७) अशा धारावाहिक आत्मकथा लिहून यादवांनी आपणास 'सीरियल ऑटोबायोग्राफर' सिद्ध करीत नागरी साहित्याचे 'सीरियल किलर' (विधायकतेने) म्हणून नोंद केली. ती परंपरा चंद्रकुमार नलगे 'रातवा' (भाग १ व २) मधून चालवत आहेत. या आपल्या आत्मकथनातून डॉ. यादव ग्रामीण माणसाचा जीवनसंघर्ष अधोरेखित करतात. 'स्व' विकासाच्या पाऊलखुणांतून ते ग्रामीण समूह विकास चित्रित करतात, अंतस्थ उद्देश स्पष्ट करतात.

'मातीखालची माती' (१९६५) मधली माणसं हिंदी वाचकास रामवृक्ष बेनीपुरींच्या 'माटी की मूरते'चे स्मरण देतात. ही व्यक्तिचित्रं गावचे जग नि जगणं आपल्यापुढे उभे करतात. 'स्पर्शकमळे' (१९७८), 'पाणभवरे' (१९८२), 'ग्रामसंस्कृती' (२०००) मधील ललित लेखांतून डॉ. यादव नागरीकरणातून बदलत जाणाऱ्या ग्रामसंस्कृतीस स्वर देतात. जिराईत व बागायतीनं निर्माण केलेला शेतकरी वर्गातील भेद, त्यांचे विश्व नि प्रश्न, अल्पभूधारकांचं दु:ख ते चित्रित करतात.

नागरी साहित्यास काटकोनी छेद देण्याचा डॉ. यादवांचा प्रयत्न केवळ ललित साहित्याने थांबत नाही. मराठी समीक्षक ग्रामीण साहित्यास त्याचं कलात्मक मूल्य, साहित्यिक योगदान नाकारताना जेव्हा यादव पहातात, तेव्हा ते आपल्या परीने ग्रामीण साहित्याचा धांडोळा घेत तो इतिहासबद्ध करतात, त्याची संपादने करतात नि समीक्षाही! हे असे त्यांना का करावे लागलं? आपणच वाजवायचे नि आपणच नाचायचे असा डॉ. आनंद यादवांचा एकपात्री प्रयोग नागरी समीक्षकांच्या नकारात्मक भूमिकेपुढे निर्माण केलेला सकारात्मक पर्याय म्हणून पहावा लागेल. डॉ. यादवांच्या लेखनास अलीकडच्या काळात निवडणुकीच्या निमित्ताने 'त्यांचे लेखन आत्मपरतेच्या पलीकडे जात नाही' म्हणणं आपली नामुष्की स्वीकारण्यासारखंच नव्हे का? प्रत्येकाची एक लेखनशैली असते. लेखनध्यास असतो, ध्येय असते. तसं प्रत्येकाचं लेखन आत्मरतच असतं. प्रश्न आहे तो त्यातून तुम्ही आत्मरंजन करून घेता की व्यापक समाजहिताच्या गोष्टी करता. डॉ. यादव हे समाजहितैषी साहित्यिक होत. त्यांच्या लेखनामागे ग्रामीण व्यथावेदनांना माणुसकीचं साहित्य म्हणून मराठी सारस्वतात मान्यता देण्याचा आग्रह आहे, घाट आहे. ते करताना डॉ. यादव नागरी साहित्य व साहित्यिकांना दूषणे न देता ग्रामीण जनता व त्यांचे जीवन, सौंदर्य नि संघर्ष कलात्मक पद्धतीनं शब्दबद्ध करतात हे उदारपणे समजून घेतले पाहिजे.

व्यक्ती म्हणून डॉ. यादव यांच्यात ऋजुता असली तरी विचारक म्हणून ते आक्रमक आहेत. ते लेचेपेचे नाहीत. त्यांचा युक्तिवाद त्यांच्या दृष्टिकोनावर आधारित असतो. री ओढणे हा त्यांचा स्वभाव नाही. 'लघुनिबंधाचे जनक कोण?' सारख्या वादात ते स्पष्ट होतं. त्यांच्या समीक्षा नि चिकित्सेस मराठी, संस्कृत साहित्याच्या वाचन व अभ्यासाची संशोधक बैठक आहे. वादाकरिता वाद ही त्यांची वृत्ती नाही. समरसता साहित्य मंचावरील त्यांच्या वावरातून ग्रामीण माणूस शहरी होत असल्याचं वास्तव मात्र प्रत्ययास येते खरे! कागल ते पुणे अशा विकास प्रवासाची ती अटळ परिणती म्हणावी लागेल.

'ग्रामीण साहित्य : स्वरूप आणि समस्या' (१९७९), 'ग्रामीणता, साहित्य आणि वास्तव' (१९८१), 'मराठी साहित्य समाज आणि संस्कृती' (१९८५), 'साहित्याची निर्मिती प्रक्रिया' (१९८९) 'ललित गद्याचे तात्त्विक स्वरूप आणि

मराठी लघुनिबंधाचा इतिहास' (१९९५), '१९६० नंतरची सामाजिक स्थिती आणि साहित्यातील नवे प्रवाह' (२००१), 'आत्मचरित्र मीमांसा' (१९९८) सारख्या समीक्षाग्रंथांतून डॉ. यादव हे मराठीचे एक गंभीर व जबाबदार समीक्षक म्हणून पुढे येतात. 'कलेचे कातडे'सारख्या कादंबरीची प्रस्तावना, भाषणे, अन्य ग्रंथ व साहित्य प्रवाहांवरील लेख यातूनही डॉ. यादव यांचे स्वतंत्र वैचारिक व्यक्तिमत्त्व उभे रहाते.

या साहित्यिक रियाजापूर्वी आकाशवाणीत असताना डॉ. यादव यांनी 'चालू जमाना' कार्यक्रमासाठी केलेलं लेखन एकत्र येण्याची गरज आहे. सन १९६४ ते १९७३ असे एक दशकभर ग्रामीण प्रश्नांवर सतत लिहून स्वातंत्र्योत्तर ग्रामीण जीवनाचे, प्रश्नांचे त्यांनी जे चित्रण केले आहे ती त्यांची खेळी म्हणजे नागरी माध्यमांच्या पुढे उभा केलेला आणखी एक काटकोनी प्रवास होय. त्यातील नवशिक्षित ग्रामीण तरुणांना त्यांनी दिलेली उमेद हे त्यांचे सामाजिक देणे म्हणून इतिहासात नोंदवावे लागेल. यातील 'संवाद' व 'नाटिका' हा मराठी साहित्याचा ठेवा ठरावा असा खजिना आहे. तो संकलित करून प्रकाशित झाला पाहिजे.

डॉ. आनंद यादव यांनी खेड्यापाड्यांत जाऊन अनेक ग्रामीण साहित्य संमेलनांची अध्यक्षपदे भूषविली आहेत. तेथील भाषणांचा संग्रह एकत्रित झाल्यास डॉ. शरणकुमार लिंबाळेंच्या 'शतकातील दलित विचार'सारखा ऐतिहासिक दस्तऐवज तयार होईल. त्याच्या या उपस्थिती व संवादातून नागरी साहित्य संमेलनांना एक रचनात्मक व समर्थ पर्याय निर्माण झाला आहे. सीमाभागात होणाऱ्या साहित्य संमेलनांचं अध्यक्षपद भूषविताना मी हे अनुभवले आहे. त्याशिवाय संशोधनाच्या मार्गाने डॉ. यादव यांच्या साहित्याचे झालेले मूल्यमापन, त्यांच्यावर प्रकाशित झालेले डॉ. रवींद्र ठाकूर व डॉ. एस. एम. कानडजे यांचे समीक्षाग्रंथ, डॉ. यादवांच्या पाठोपाठ झालेले अन्यांचे विपुल ग्रामीण साहित्य लेखन हा त्यांनी नागरी साहित्यास दिलेला एक उजवा पर्याय (उजवा कालवा, डावा कालवा साहित्यातही असतोच) होय.

डॉ. यादव यांच्या साहित्यकृती व कर्तृत्वास लाभलेले पुरस्कार, सन्मानपत्रे, अध्यक्षपद यातूनही मराठी सारस्वतातील त्यांच्या योगदान व कर्तृत्वाची पावती म्हणून पहाता येईल. त्यांच्या साहित्याचे हिंदी, इंग्रजी, कन्नड, उर्दू, बंगाली, फ्रेंच भाषांतील अनुवादही या काटकोनी दाव्यास पुरावा म्हणून देता येतात. मराठी साहित्याचा इतिहास लिहायचा झाला तर डॉ. आनंद यादव यांना वगळता येणार नाही. डॉ. लाभसेटवार साहित्य सन्मानाने त्यांना मराठीचे ज्ञानपीठ लाभले आहेच.

◆

गझल सम्राट : सुरेश भट

कवी सुरेश भटांना मी ओळखू लागलो ते त्यांच्या रेडिओवर लागणाऱ्या भूपाळ्या, गझला नि भावगीतांमुळे. प्रचंड भावसामर्थ्य अन् बिलोरी शब्दकळा घेऊन येणारी त्यांची कविता म्हणजे प्रत्येक माणसाच्या अंतरमनातील भावकल्लोळ. मलमली तारुण्याचा रेशमी प्रणय वर्णावा सुरेश भटांनीच! या सामर्थ्यासंदर्भात सुरेश भट म्हणजे 'या सम हाच.' अशा या आपल्या प्रत्येकाच्या मनाचा गुंता गाणारा कवी आपणास भेटेल याची ध्यानीमनी शक्यता नसताना ते एके दिवशी माझ्या घरी दत्त ! ते त्यांच्या मुलाच्या संदर्भात अस्वस्थ होते. त्यांचा मुलगा मी चालवणाऱ्या एका वसतिगृहात काही कारणाने आलेला. त्याकडे जरा लक्ष ठेवा म्हणून सांगायला आलेले भट पालक म्हणून किती हळवे नि अगतिक होते हे मी जवळून अनुभवले आहे. आमच्या त्या बोर्स्टल स्कूलमध्ये त्यावेळी टी.व्ही. नव्हता. त्यांच्या हर्षवर्धनला टी.व्ही.शिवाय चैन पडायची नाही. तर सुरेश भटांनी त्यासाठी गझल गायनाचा एक जाहीर कार्यक्रम, मैफल 'रंग माझा वेगळा' केल्याची मला आठवले. हा काळ मार्च, १९८३ चा असावा. मग त्यांचे माझे मैत्र जडले ते निरोप घेईपर्यंत, म्हणजे २००३ पर्यंत.

वीस एक वर्ष तरी मला त्यांचा सहवास नि स्नेह लाभला. त्यातून मला उमजलेले सुरेश भट माणूस व कवी म्हणून मनस्वी होते. त्यांचं सारं मनस्वी असायचं. खाणं, पीणे, राहाणे, वागणे, बोलणं सारं आतून-बाहेरून एक होतं. पोटात एक अन् ओठावर दुसरं असा फसवा, तथाकथित सभ्य व्यवहार त्यांना कधी जमला नाही. त्यांना समाजमान्य आडाख्यात जगणे जमले नाही. त्यांचा स्वत:चा जगण्याचा आखाडा त्यांनी आखला अन् त्यात ते स्वत:शी झटापट करत जगले. परिणामांची फिकीर न करता बोलण्याचा त्यांना छंदच होता म्हणा ना! मी त्याला सवय म्हणणार नाही कारण हा जीवन व्यवहार त्यांनी हेतुत: लावून घेतला. जपला-जोपासला. बोलू

लागले की, शिवी आणि ओवी एक होताना मी कितीदा तरी अनुभवली आहे. सुरेश भट कवी आणि माणूस म्हणून आत्ममग्न समाधीत जगायचे! बोलता-बोलता गुणगुणायचे नि गाणं फेर धरू लागलं की रात्र संपून जायची! फिरायला रिक्षा लागायची ती डिलक्सच! टेप असलेली, नवीकोरी! स्टँडवरून हेरून रिक्षा पकडायचा छंद! त्यांची रिक्षा मीटरवर चालायची नाही. खंडून घ्यायचे दिवसासाठी! नुसते फिरायचे म्हणून रिक्षा भाड्याने घेणारे भट खर्च करण्ड्मात पेशवे होते. पैसे असले की रमणा वाटल्यासारखे उधळायचे व नसले की कमालीच्या अस्वस्थतेने काटकसरीने वापरायचे. त्यांचं सारं जगणं एक आडदांड, गृहितापलीकडचे तरी कलंदर असे!

सुरेश भट यांचा जन्म १५ एप्रिल, १९३२ रोजी झाला. त्या दिवशी रामनवमी होती. वडिलांचं नाव श्रीधरपंत. ते व्यवसायाने डॉक्टर. कान, नाक, घसा तज्ज्ञ. आईचं माहेरकडचं नाव शांताबाई ओक. त्या महर्षी धोंडो केशव कर्वे यांच्याकडे शिकलेल्या. गृहितागमा झालेल्या. प्रागतिक विचाराच्या सुरेश भटांना बालपणी पोलिओ झाला नि आयुष्यभर लगंडणं आलं. ते अमरावतीतून बी.ए. झाले. प्राचार्य राम शेवाळकर, संपादक सुरेश द्वादशीवार त्यांचे सहाध्यायी. सुरेश भटांनी ऐन तारुण्यात काव्यलेखन सुरू केले ते सहज म्हणून! खरे तर त्यांच्या तारुण्यसुलभ भावनेनं काव्यरूप धारण केलं असं म्हणणं योग्य ठरेल. त्यावेळी विदर्भ साहित्य संघाचं केंद्रीय कार्यालय अमरावतीला होते. प्रा. दिवाणजी त्याचे सरचिटणीस म्हणून काम पहात. तेव्हा कवी वामनराव चोरघडे यांच्या संपादकत्वाखाली विदर्भ साहित्य संघ 'युगवाणी' मासिक प्रकाशित करीत असे. त्यात भटांच्या प्रारंभीच्या कविता प्रकाशित होत असत. प्रा. दिवाण यांच्या मृत्यूनंतर 'युगवाणी'ने एक विशेषांक प्रकाशित केला होता. त्यात भटांनी प्रा. दिवाणांच्या मृत्यूला 'शारदेच्या पायातील पैंजण गळून पडल्याची' उपमा दिली होती. पुढे त्यांच्या कविता 'मौज', 'सत्यकथा'मध्ये प्रकाशित झाल्या नि ते ख्यातनाम कवी झाले.

सन १९६१ ला त्यांचा 'रूपगंधा' काव्यसंग्रह प्रकाशित झाला नि सुरेश भटांची कविता सर्वदूर पोहोचली; पण त्यांच्या कवितेस मराठी गळ्यात गुणगुणण्याचं ऐश्वर्य लाभले ते मंगेशकर कुटुंबीयांच्या गोड गळ्यामुळे ! हृदयनाथ त्यांचे नंतर मित्र झाले नि सुरेश भटांची गाणी रेडिओ, कॅसेटस्, चित्रपट इत्यादी माध्यमातून घुमू लागली.

सन १९६४ मध्ये त्यांचा विवाह पुष्पा मेहंदळेंशी झाला. त्या तशा मूळ पुण्याच्या; पण गुलाबराव महाराजांच्या गावी शिक्षिका होत्या. त्यांचा संसार फुलला नि हर्षवर्धन, गौरी, चित्तरंजनला त्यांनी जन्म दिला. सुरेश भट लहानपणापासून घरात एकटेच वाढले. त्यामुळे ते एककल्ली बनले. बालपणीच्या व्यंगामुळे असेल ते विक्षिप्त होत गेले खरे; पण त्याची भरपाई त्यांच्या कवितांतून होत राहिली. सुरेश भटांनी मुख्यत:

गझल लिहिली तरी त्यांचे काव्य विविधांगी होतं. अभंग, गीते, छंदबद्ध, छंदमुक्त असं सर्व प्रकारचं त्यांनी काव्यलेखन केलं. ते 'रंग माझा वेगळा' (१९७४), 'एल्गार' (१९८३), 'झंझावात' (१९९४) व 'सप्तरंग' (२००२) मध्ये संकलित आहेत. त्याशिवाय सुमारे १०० एक रचना असंग्रहित आहेत.

१९४६ ते २००३ हा त्यांचा काव्यलेखनाचा कालखंड; पण त्यातील अधिक काळ गझल लेखनात खर्ची पडला. मराठीत गझल रुढ व्हावी म्हणून त्यांनी भरपूर प्रयत्न केले नि कष्ट घेतले. सुरेश भटांपूर्वी माधव ज्युलियन यांनी 'गज्जलांजलि' लिहून मराठीत गझलेचा ओनामा केला. त्यानंतर श्रीधर पोवळे यांनी गझला लिहून त्या लोकप्रिय केल्या. त्यांच्या प्रभावांनीच सुरेश भट गझलेच्या नादी लागले. गझलेचा त्यांनी शास्त्रशुद्ध अभ्यास केला. उर्दू, हिंदी, पर्शियन गझलांचा त्यांचा संग्रह पाहिला असेल त्यांना सुरेश भटांचा गझलेचा व्यासंग लक्षात येईल. गझल ऐकण्याचा त्यांना छंद होता. गझलेचा प्रसार व्हावा म्हणून ते महाराष्ट्रभर फिरले. अनेक तरुण कवी, कवयित्री त्यांच्या फॅन होत्या. नवकवींना ते गझल वृत्त एखाद्या शिक्षकाप्रमाणे समजावत. काफिया, रदीफ, शेर, जमीन, अलामत मी शिकलो सुरेश भटांकडूनच. गझल मराठी काव्यप्रवाहाची मुख्यधारा व्हावी म्हणून सुरेश भटांनी जिवाचं रान केलं. जाहीर कार्यक्रम, मैफिली हा या अजंड्याचा एक भाग होता. एल्गार हा त्यांचा गझल संग्रह, त्यांची 'कैफियत' म्हणून लिहिलेली प्रस्तावना व 'गझलेची बाराखडी' म्हणून दुसऱ्या आवृत्तीस जोडलेले परिशिष्ट या दोहोंतून गझलविषयक त्यांची भूमिका, अपेक्षा व तळमळ स्पष्ट होते.

आज सुरेश भटांची गझल वाचणे, ऐकणे, गुणगुणणे हा प्रत्येक मराठी भाषिकाचा छंद होऊन गेला आहे. यातच भटांच्या स्वप्नांची परिपूर्ती अनुभवता येते. सुरेश भटांच्या काही कविता स्फूर्ती गीतं म्हणून समूह गातो तेव्हा या कवितेची ताकद लक्षात येते. 'लाभले आम्हास भाग्य बोलतो मराठी' हे स्फूर्तीगीत महाराष्ट्राचं आधुनिक अभिमान गीत होऊन बसले आहे. 'निवडुंग', 'घरकुल', 'उंबरठा'सारख्या चित्रपटांतून त्यांची जी गीते वापरली गेली ती याची साक्ष देतात. 'उष:काल होता होता काळरात्र झाली, अरे पुन्हा आयुष्याच्या पेटवा मशाली' म्हणणारा हा कवीश्रेष्ठ आपल्या शब्दकळांच्या शक्तीची प्रचिती देत रहातो. 'गे मायभू तुझे मी, फेडीन पांग सारे' गीत तर बालपणात सर्वांना राष्ट्रप्रेमी करून टाकते. जे समूहगीताचे तेच भावगीतांचही. व्यक्ती व समूहास सामान्यपणे मोहित, प्रभावित करण्याची सुरेश भटांची क्षमता म्हणजे त्यांच्या असाधारण प्रतिभासंपन्नतेचा पुरावा. 'मेंदीच्या पानावर', 'सखी, मी मज हरपून बसलेऽगं', 'तरुण आहे रात्र अजूनी', 'सुन्या सुन्या मैफलीत माझ्या', 'मल्मली तारुण्य माझे' ही गीतं प्रत्येकाच्या आयुष्याची विराणी होते यातच या कवितांचे सार्थक्य नि साफल्य म्हणायला हवे. हे सारं अलौकिक प्रतिभेचे देणे!

'चल ऊठ रे मुकुंदा'सारख्या भूपाळीनं सुरू होणारी मंगल प्रभात असो, 'सखी, मी मज हरपून बसले गं' म्हणत आळवली जाणारी दुपार असो किंवा 'मालवून टाक दीप चेतवून अंग अंग'सारखी प्रणयी रात्र असो, सर्वांशी सुरेश भटांचे अतूट नाते असतं. सुरेश भटांची कविता दिनमानाप्रमाणे बदलणाऱ्या भावभावनांचा उत्कट आविष्कार जशी आहे, तशीच ती जगत असताना मिळालेल्या ज्वाला-जिव्हाळ्यांची रसरसती (नि कधी कधी मुसमुसती) अनुभूतीही आहे. सुरेश भट जे जगले, जे त्यांनी भोगले त्याची गाणी झाली. हो ! गाणी झाली. त्यांनी गाणी कधी लिहिली नाहीत. अशी जगली, झालेली ही गाणी सुरेश भट जेव्हा स्वत: गाऊ लागतात, तेव्हा वेगळ्या रंगांची मैफल ताल धरू लागते. भाव-भावनांच्या कल्लोळात श्रोते भान हरपतात, मंत्रमुग्ध होतात. कवी, गायक नि श्रोते यांच्यात अद्वैत साधणारी सुरेश भटांची ही मैफल म्हणूनच वेगळ्या रंगाची वाटते.

मुंबईच्या समांतर साहित्य संमेलनात, महावीर महाविद्यालयात झालेल्या गझल गायनात नि वुडलँड हॉटेलच्या एक-दोन बैठकींत मी सुरेश भटांचे काव्यगायन ऐकलं. सुरेश भटांची प्रत्येक पद्यरचना हे एक काव्य असते. ते एक गाणे असते. गाण्यात गुणगुणण्याची गती आपसूकच असते. 'रंग माझा वेगळा' हा भटांचा कवितासंग्रह तुम्ही वाचायला लागाल तेव्हा तुम्ही केव्हा गुणगुणायला लागता, हे तुमचं तुम्हाला कळायचे नाही. नि बरोबर हेच मैफलीतपण होतं. गाण्याबरोबर मन केव्हा ताल धरतं कळतसुद्धा नाही.

भटांच्या गीत नि गझलांत धुंदी, बेफिकिरी, जीवन जगत उद्ध्वस्त होत असतानाचे वैविध्यपूर्ण कल्लोळही आहेत. त्यात मेंदीच्या दवातील पारदर्शकता ही आहे. अंग अंग चेतवणारी चेतना जशी त्यात आहे, तशी फुलण्यातील तरलताही आहे. विरह, व्यथा, वेदना आदींची सल तर शब्दाशब्दांत प्रकट होते. काव्यवाचन नि काव्यगायन यांना अलीकडे बरीच बरकत येऊ लागली आहे. या पार्श्वभूमीवर सामाजिक ऋणांच्या जाणिवेतून काव्यगायन सादर करणारे भट एक वेगळी प्रतिमा घेऊन पुढे येतात.

सुरेश भटांचा मूळ पिंड कवीचा. गायकी हा त्यांच्या कवीव्यक्तिमत्त्वाचा एक अविभाज्य भाग आहे. त्यांना संगीतातील लय, ताल, गती चांगली अवगत आहे. त्यांनी गीत नि गझलातील बारकावे शोधून गीतांना भावानुकूल चाली दिल्या आहेत. त्या चालींचं त्यांचं स्वत:चे संगीतशास्त्र असते. कोणत्याही वाद्याचा, पार्श्वसंगीताचा आधार न घेता एकांड्या शिलेदाराप्रमाणे खिंड लढविणाऱ्याच्या आविर्भावात भट गात रहातात. श्रोत्यांना खिळवून ठेवतात. त्यांच्या विशालकाय शरीरातून उमटणाऱ्या शब्दाशब्दात धगधगणाऱ्या निखाऱ्यांचे स्फुल्लिंग जसे असतात, तशीच प्रीतीच्या वाऱ्याची आल्हादकताही असते.

भटांची मैफल भूपाळी, अभंग, गवळण, गझल, प्रेमगीतं यांसारख्या बहुढंगी

नि बहुरंगी काव्यप्रकारांनी बहरलेली असली, तरी सुरेश भटांचे आपलं असं लालित्य, आपली अशी लय मात्र अभिन्न असते. भटांच्या साऱ्या कवितांचं एक आगळेपण आहे. पु. ल. देशपांडे म्हणतात त्याप्रमाणे 'तिचं निळेपण नि निराळेपण दोन्ही लक्षात रहाण्यासारखं आहे.' खरं तर 'गझल' हा सुरेश भटांचा विक पॉईंट आहे. मी अनेकवेळा हे अनुभवले आहे. गझलचा उल्लेख झाला नाही, अशी त्यांची कोणतीही बैठक नसावी. रदीफ या मतलासारख्या गझलच्या अंगोपांगाची चर्चा ते गप्पांच्या बैठकीत सहजतेने करत राहतात. एवढी गझल त्यांच्या जीवनात भिनली आहे.

'गझल' हा काव्यप्रकार मूळ अरबी-फारसीतला, भटांनी तो मराठीत लोकप्रिय केला. शहरी व्यासपीठांच्या अगोदर भटांच्या गझला गावच्या जत्रेत, गावोगावी होणाऱ्या कवी संमेलनात लोकप्रिय झाल्या. त्यांच्या या गझलांचा आपला असा मराठी बाज आहे. त्याची मऱ्हाठी ठेवण भलतीच लोभसवाणी. मूळ उर्दू गझलमधील खास नजाकत त्यांनी मराठीत जशीच्या तशी आणली. इश्क, मुहब्बत, दिल, गुलसारखी शब्दरूपावली घेऊन त्यांच्या गझलांनी कधीच नखरा केला नाही. त्यांच्या गझलांची असलेली मराठी तबियत हीच त्यांची खासियत आहे -

'गंजल्या ओठास माझ्या
धार वज्राची मिळू दे !
आंधळ्या आत्म्यात माझ्या
सूर्य सत्याचा जळू दे !

किंवा

'स्मरतही नाहीत मजला
चेहरे माझ्या व्यथांचे;
एवढे स्मरते मला की,
मी मला स्मरलोच नाही!'

यांसारख्या गझला ऐकल्या की, त्या मराठी मुशीतून तावून-सुलाखून निघाल्यात हे वेगळं सांगायला लागत नाही. या गझल गायकीत कधी सामाजिक, कधी राजकीय तर कधी खास घरेलु विषय असतात. हृदय गलबलून टाकायचे विलक्षण सामर्थ्य भटांच्या गझल गायनात आहे. नि म्हणूनच की काय त्यांच्या मैफिलीला शिक्षित-अशिक्षित, सभ्य-चावट, खट्याळ-गंभीर असा भेद मानवत नाही. सर्व प्रकारच्या श्रोतृवृंदास एका समस्तरावर आणून भट त्यांना रिझवतात. ही मैफल संपूच नये, असं वाटते. प्रत्येक चोखंदळ रसिकानं आयुष्यात एकदा का होईना, भट ऐकलेच पाहिजेत, अशी ही मैफल असते.

◆

स्वागतशील समीक्षक : म. द. हातकणंगलेकर

सन १९७५ चा सुमार असेल. तो काळ माझ्या साहित्यिक घडणीचा होता. मी हिंदी या माझ्या अभ्यास भाषेशिवाय मराठी, इंग्रजीमधील साहित्य, समीक्षा आवर्जून वाचायचो. त्या काळात शेलकं वाचत असताना माझ्या हाती 'ललित', 'नवभारत', 'न्यू क्वेस्ट', 'कंटेंपररी इंडियन लिटरेचर' अशी नियतकालिके पडायची. त्यात प्रा. म. द. हातकणंगलेकर सरांचे लेखन शोधायचा छंदच लागून गेला होता. त्याचे एक कारण होते, सरांच्या लेखनास बहुभाषी वाचन, व्यासंगाची बैठक असायची.

आज मागे वळून पाहताना लक्षात येते की, या माणसानं विपुल लिहिले, त्यामागे एक स्वागतशील आस्वादक बैठक आढळते. समीक्षा, संपादन, अनुवाद, ललित, व्यक्तिचित्र, आत्मकथन, चरित्र लेखन असा बहुविध पैस त्यांच्या लेखनास लाभला. मी त्यांच्या लेखनाकडे ओढला जायचो ते त्यातील नावीन्य व मौलिकतेमुळे. 'सॉमरसेट मॉम यांची सुख-दुःखे', 'मी कशासाठी लिहितो', 'मराठी वाङ्मयावरील परकीय प्रभाव', 'लेखनाचा जुगार' अशा चिजा अजून माझ्या आठवणीच्या कोंदणात घर करून आहेत.

'छंद' द्वैमासिकात ते काही अनुवाद प्रकाशित करत. त्यात आयझॅक बॅबेलचा 'मोपासा' वाचल्याचे अजून लक्षात आहे. एखादा लेखक वाचकाच्या मानगुटीवर वेताळासारखा बसतो, त्यास त्या लेखकाचं झपाटलेपण कारणीभूत असतं. मी माझ्या कळतेपणापासून त्यांना अभ्यासत आलो आहे. एक व्यक्ती म्हणून प्रा. म. द. हातकणंगलेकर माझ्यासाठी साहित्यिक दबदबा असलेले. त्यांना मी नेहमी चर्चासत्रे, साहित्यिक परिषदा, कार्यशाळा, पुस्तक प्रकाशन समारंभ, साहित्यिक संमेलनं यांतच पाहात आलो. त्यांची मांडणी संथ, संयत परंतु दृढ निकषांवर उभी असते. स्पष्टतेचा खणखणीत नाद घेऊन येणारे त्यांचे वक्तृत्व म्हणजे एक

'अकादमिक धबधबा' असतो. त्यांच्या वाचन, व्यासंगापुढे आपण पासंगही ठरू नये, अशी होणारी जाणीव त्यांचं बौद्धिक संचित व्यक्त करते.

मी मध्यंतरी वि. स. खांडेकरांच्या साहित्य संपादनाचा उपक्रम हाती घ्यायचं ठरवले, तेव्हा मराठीतील संपादनाचा धांडोळा घेताना प्रभाकर पाध्ये, श्री. दा. पानवलकर, जी. ए. कुलकर्णी यांच्या साहित्याची प्रा. म. द. हातकणंगलेकरांनी केलेली संपादने हाती लागली. ती वाचताना लक्षात आलं होतं, की सरांच्या निवडीत रत्नपारख्याचा चोखंदळपणा आहे. त्या लेखकाचं लेखनतंत्र, शैली, विचारधारा, मांडणी, भाषा, देणं सारं प्रतिबिंबित व्हावं असा होरा त्यांच्या निवडीमागं असतो. लेखकाचं खानदानीपण दाखवण्याचं विलक्षण कौशल्य त्यांच्या संपादनात आढळते.

शिवाजी विद्यापीठात वि. स. खांडेकर स्मृती संग्रहालयाची उभारणी करताना मला अशी माहिती मिळाली, की प्रा. म. द. हातकणंगलेकरांनी खांडेकरांवर एक 'मोनोग्राफ' लिहिलाय. सरांना फोन केला. एक दिवस सर तो घेऊन संग्रहालयात दत्त. ही ऋजुता मराठी माणसांत अपवादाने आढळते. तो 'मोनोग्राफ' वाचल्यावर ध्यानी आलं, की खांडेकरांच्या जीवनाचे अनेक बारकावे सरांनी अभ्यासले होते. रा. अ. कुंभोजकर, जया दडकरांसारख्या व्यासंगी संपादकांशी सरांची असलेली मैत्री केवळ बैठका रंगवणारी नाही, तर व्यासंगाची बैठक स्पष्ट करणारी !

प्रा. म. द. हातकणंगलेकरांनी अनेक पुस्तकांना प्रस्तावना लिहिल्या. अगदी अलीकडे त्यांनी लिहिलेली विमल मोरेंच्या 'पालातील माणसं'ची प्रस्तावना म्हणजे मर्मावर बोट ठेवण्याचा समीक्षकाच्या कौशल्याचा पुरावा. 'ही चित्रं म्हणजे कल्पनेला डागण्या देणारे जगण्याचे दशावतार होत', असे म्हणत सर जेव्हा पालातील माणसांना या देशातले 'अवमानित नागरिक' घोषित करतात तेव्हा लक्षात येतं, की हा समीक्षक केवळ शब्दसाधक नाही. समाजसंवेदी हातकणंगलेकर कुणाला शोधायचे असतील, तर त्यांची कन्या रेवतीने चालवलेली अपंगमती बालकांची विकासशाळा समजून घ्यायला हवी. तिच्यामागे असलेला सरांचा संवेदी आधारवड फार कमी लोकांना माहीत असेल. या शाळेबद्दल सरांनी 'महाराष्ट्र टाईम्स'मध्ये लिहिलेला लेख म्हणजे या समीक्षकाला सामाजिक प्रश्नांचं भान असल्याचा सज्जड पुरावा.

माझे स्नेही वसंत वणकुद्रे यांना प्रोत्साहन देत सरांनी 'उगवाई' मासिकाचं संपादकत्व स्वीकारले होते. ती त्यांची कृती साहित्यिक उपक्रमाचे सतत पालकत्व पेलण्याच्या त्यांच्या स्वागतशील वृत्तीचे द्योतक होय. त्यात त्यांनी माझ्यासारख्या नवलेखकाची कथा निवडून ती जी. ए. पानवलकर प्रभृतींच्या बरोबर छापून आपलं उमदेपण सिद्ध केले होते. आज ते सारं आठवताना हातकणंगलेकरांचा प्रोत्साहक

वकुब ध्यानी आल्याशिवाय रहात नाही. चारुता सागर, राजन गवस, विश्वास पाटील, दादासाहेब मोरे ही सरांच्या केवळ पाखरांची निर्मिती नाही, तर पारखीपणाची पावती म्हणून पाहता येते.

भारतीय ज्ञानपीठ, साहित्य अकादमीसारख्या संस्थांचे मराठी भाषा व साहित्यविषयक सल्लागार, विशेषज्ञ म्हणून हातकणंगलेकरांनी कार्य केले. त्या काळात त्यांनी श्री. द. पानवलकरांसारख्या श्रेष्ठ कथाकारांच्या कथांना संपादनाद्वारे भारतीय साहित्याच्या मध्यप्रवाहात आणून मराठी कथेचं प्रौढपण सिद्ध केले. याच काळात त्यांनी अकादमीच्या 'कंटेंपररी इंडियन लिटरेचर' नियकालिकात मराठी साहित्य, मराठी कथा इ. विषयांवर सर्वेक्षणात्मक लेखन करून मराठी भाषा व संस्कृतीच्या मोठेपणाची मोहर उठवली. साहित्यिक विश्वकोशात त्यांनी केलेलं लेखन, नोंदी, वाचन म्हणजे 'गागर में सागर'चा अनुभव, 'मराठी कादंबरी'वरची त्यांची अशी नोंद त्यांच्या मर्मग्राही लेखनाची खूण आहे. दिनकर बेडेकर, दिलीप चित्रे यांच्या नोंदीही अशाच दिसतात.

सुगम लेखन हा म. द. हातकणंगलेकरांच्या लेखनाचा पीळ नाही. व्यवच्छेद, विशेष, अपवाद विषय त्यांना नेहमी लेखनास खुणावत असतात. बोरकरांची 'चित्रपुरव', साहित्यातील देशीवाद (Nativism) त्यांनी लिहिला. तो वाचताना हे लक्षात येते. टागोरांचे साहित्यिक श्रेष्ठत्व अधोरेखित करावे सरांनीच. मराठी व इंग्रजी लेखन, वाचन, वक्तृत्वावर त्याचं असणारे समान प्रभुत्व जीवन साधनेचे फलित होय. चौफेर साहित्यिक मुशाफिरी करावी हातकणंगलेकरांनी. एकाच वेळी ते सुभाष भेंडे, त्र्यं. वि. सरदेशमुख, मॉम, रुमेर गॉडन कसे पचवतात याचे आश्चर्य वाटते नि अप्रूपही!

प्रा. म. द. हातकणंगलेकर माझ्या दृष्टीने मराठी सारस्वतातील मिटवता न येणारं साहित्यक अधोरेखित होय. सरळ संवादी लिहिणं ही त्यांची लेखन शैली. मराठी साहित्याच्या दलित, ग्रामीण, नवोदित अशा बहुविध लेखनाची मोट ते एकाच वेळी बांधू शकतात. कारण त्यांचा भाषा व साहित्याचा अभ्यास एकाग्र असतो. मी त्यास एकांगी म्हणणार नाही, कारण लेखनात साहित्याच्या सर्वांगांना स्पष्ट करत ते लिहित राहतात. साहित्यातील सौंदर्य आणि अश्लीलतेच्या सीमांची त्यांना चांगली जाण असल्याचं त्याचं लेखन समजावतं. त्यांची समीक्षा रूक्ष असत नाही. सौंदर्यस्थळे खुलवून सांगणारे (अतिशयोक्ति न करता) संयमी लेखन सरच करू जाणे.

प्रा. म. द. हातकणंगलेकर हे एक बहुपेडी साहित्यिक व्यक्तिमत्व होय. ते ८१ व्या अखिल भारतीय साहित्य संमेलनाचे अध्यक्ष झाल्यापासून त्यांच्या साहित्य नि व्यक्तिमत्त्वाबद्दल बरचसं लिहिले गेले आहे. तरीही 'हात राखलेलं' भरपूर आहे

असं मला जाणवते. कोणताही माणूस पुरता कोणासच कळत नाही. कळून उरणं हे व्यक्तीचं मोठेपणच अधोरेखित करीत असते.

अशा अधोरेखितातून कळणारे म. द. म्हणजे मराठीतील दखलपात्रच. त्यांच्या लिहिण्या-जगण्याला असलेला माणूसपणाचा मुलायम परीसस्पर्श मी नेहमीच अनुभवला आहे. ते साहित्याचं आकलन करतात, तेव्हा त्यांना समजलेले ते आपणास सुबोधपणे समजावतात. आत्मप्रत्ययाचं सार्वत्रिकीकरण करण्याची धडपड हा त्यांच्या साहित्य प्रपंचामागचा हेतू असतो. ललित साहित्य हे तार्किकापेक्षा श्रद्धेने वाचायचे असते हे समजावणारं त्यांचं लेखन म्हणून तर मराठी साहित्यात सुवर्ण अधोरेखित होते.

म. द. हातकणंगलेकरांना मराठी साहित्यातील नवे-कोरे शोधण्याचा छंद आहे. ती त्यांची आत्मिक भूक आहे. या भुकेतून त्यांनी स्वागतशीलपणे नव्यांना आधार देत मराठी साहित्यातलं साचलेपण खळाळून टाकलं. अभिजात व गंभीर म्हणजेच साहित्य नाही. त्याच्या नानापरी म. द. स्वीकारतात नि त्यावर भरभरून बोलतात, लिहितात. त्यांचं बोलणं मराठी साहित्यातील 'भाकणूक' ठरते. मिचमिच्या डोळ्यांतून समाधीस्थ होत ते झरू लागते तेव्हा एक सार्थक संवाद जन्मतो. त्यात निरीक्षण, चिंतन असते. नर्म विनोदाची शिंपड ही त्यांच्या अशा भाषणांना अर्थगर्भ करते.

त्यांच्या मराठी वाचनाला इंग्रजीची वैचारिक बैठक असते. उलट-सुलट, वाद, वादळं सारं ते वाचतात. त्यांच्या वाचनात एक शिस्त आहे. (ती लेखनातही प्रत्ययास येते !) धागेदोरे जमवत एखाद्या प्रश्नाचं 'भान' देण्याचं विलक्षण कौशल्य ही त्यांच्या वाचन प्रगल्भतेची खूण असते. 'साधनं आज विपुल झाली; पण साधकांचा दुष्काळ आहे' सारखं भाकीत त्यांच्या विचारमंथनातून म्हणून तर पुढं येते. 'पूर्वीची निवांत चेहऱ्याची ग्रंथालयं सापडत नाहीत' असं त्यांचं खंतावणं हे या साहित्य साधकाचं सामाजिक शल्य, चिंता नि चिंतनाचा विषय ठरावा असा. सारा आसमंत स्वस्थ असताना हा 'समंध' कायम अस्वस्थ का असतो हे मग उमगते.

म. दं.चे मदमुक्त मितभाषी असणे ही काही 'पोऽझ्' नाही. उलटपक्षी कोवळ्या वयात आपल्या जन्मदात्या वडिलांच्या झालेल्या निर्घृण हत्येचा तो एक चिरस्थायी परिणाम वाटतो. परस्वाधीन जगण्यातून आलेले ते 'एक्स्ट्रोव्हर्ट' रूप! ते 'इण्ट्रोव्हर्ट' का याचा शोध घेणाऱ्याला ते सापडतात ते अशा मोक्याच्या जागी. त्या जागा ज्यांना समजल्या ते हातकणंगलेकरांना समजू शकतात.

आपल्या पोरीच्या डोक्यावर सहज टपली मारताना लागलेली अंगठी कोणी मनुष्य सहज विसरून गेला असता; पण त्यामुळे आयुष्यभर अंगठी न घालण्याचे

अबोल ग्रीष्मव्रत सांभाळणारे हातकणंगलेकर तरुण, कणखर, धडधाकट दिसत असले तरी त्यांच्या 'आत' हलकेपणाचे हजार पाझर सतत झरत असतात, याचा प्रत्यय देणारे किती प्रसंग वर्णावे लागतील!

ते एक भाबडं व्यक्तिमत्त्व होय. त्यामुळे सर्व ओळखणारे मित्र असतात, असं ते गृहीत धरून जगतात. त्याच्या जगण्यातली कमळाची तटस्थता व सामिली अनुकरणीय खरी; पण ती स्वीकारायची तर मोठा पेशन्स, संयम हवा. ते येरागबाळ्याचं काम नाही. म्हणून त्यांच्या गलबतात जी. ए. पण असतात नि गबाळकारही! जी. एं. वरून आठवले. हातकणंगलेकरांनी जी. एं. बद्दल लिहिले असले तरी अजून खरा मसाला मागंच आहे. आपण 'तो' लिहिणार नाही असे त्यांनी परवा जाहीर केले तरी लिहावे अशासाठी की, सात अष्टमांश हिमनगाचं रूपच खरं असतं. येणारी नवी जहाजं वाचवायची तर हे लिखाण अटळ मानावे.

या माणसात व्यक्तिचित्र कोरण्याचे विलक्षण कसब आहे. 'उघडझाप' वाचताना ते लक्षात येते. ते मुळात चित्रकार, कलाकार आहेत. त्यांच्या लिहिण्यात कोरीवपण आढळतं ते त्यामुळे. हातकणंगलेकरांचे काही लेखन महाकाव्य, गद्यशिल्प बनून जातं ते या रेखीव लेखन शैलीमुळे. 'समोरच्या खोलीच्या चौकटीला कंदील टांगलेला आणि त्याची तांबूस पांढरी ज्योतच तेवढी डोळ्यात भरत राहिलेली... आजीची गोरीपान, सुंदर सुरकुत्यांची रेखीव आकृती.... कोपऱ्यावर वाजलेली वडलांची पावले आणि त्यांच्या कमरेवरच्या किल्ल्यांचा आवाज आणि नंतर अवतरणारी पावले' सारख्या वर्णनातून एकाच वेळी रंग, रूप, गीत, संगीत पाझरण्याची विलक्षण हातोटी ही त्यांच्या आशयगर्भ लेखनाची रोखीची पावती म्हणून दाखवता येईल. गर्द भागधेयाच्या लाभाचं हे वरदान वाटते. 'उघडझाप' हा हातकणंगलेकरांचा एक आत्मसंवाद होय. तो भलताच खानदानी ठरतो तो त्यातील सुसंस्कृत खुलेपणामुळे. भूतकाळात रमणे ही माणसाची गरज असते का? त्यातून माणूस स्वत:ला तरी उसवत नसतो ना? 'उघडझाप' वाचताना माझ्या मनात असे अनेक प्रश्न उघड-झाप करीत रहातात. जे साहित्य तुमच्यात प्रश्न निर्माण करते ते खरं साहित्य असते. सलग, दीर्घ आत्मकथेऐवजी उघडझाप करणाऱ्या काही लेख लहरी सादर करून हातकणंगलेकर आत्मकथेची नवी शैली रुजवण्याचा प्रयत्न करतात, असे वाटते. अर्धावृतातील सौंदर्य ज्यांना समजून घ्यायचे आहे त्यांना 'उघडझाप' एक चांगली 'झडती' आहे.

'निवडक मराठी समीक्षा', 'जी. एं. ची निवडक पत्रे' (खंड १ ते ४), 'मराठी कथा : रूप आणि परिसर', 'व्यंकटेश माडगूळकर : माणदेशी माणूस आणि कलावंत', 'भीमा भोई' (अनुवाद), 'निवडक ललित शिफारस', 'जी. ए. : कथाकार आणि माणूस' अशा काही चिजा माझ्या हाती आहेत. त्या हाताळताना

या माणसाचा व्यासंग मला चकित करतो. संपादक चांगला तो ज्याला चांगले निवडता येते. साहित्यात फाफट भरपूर असतं. एकाच लेखकाचं लेखन सुमार असतं तसं समृद्धपण! समृद्ध निवडण्याचं रत्नपारखीपण हातकणंगलेकरांकडे आहे. या साऱ्या संपादनांच्या नुसत्या प्रस्तावना वाचल्या तरी वाचक प्रगल्भ होतो. 'निवडक मराठी समीक्षा' मधून ते विसाव्या शतकातील मराठी समीक्षा नि टीकेचा पट एका दृष्टिक्षेपात मांडतात. 'जी. एं.ची निवडक पत्रे' हा हातकणंगलेकरांनी माझ्यासारख्याला उत्तर आयुष्य वाचनसमृद्ध व विचारशील करण्याचा एक आयुष्यभर पुरून उरेल असा दिलेला ठेवणीतला ऐवज आहे. जी.एं.ची ही पत्रे त्यांनी श्री. पु., ग. प्र., सु. रा. यांच्या सोबतीने पेश करून केवढे उपकार करून ठेवलेत म्हणून सांगू? कोण म्हणते मराठीत सुमारांची सद्दी आहे? मराठीत बेसुमार समृद्धही आहे, हे ज्यांना समजून घ्यायचं आहे त्यांनी हे चार खंड रिचवले पाहिजेत. 'निवडक ललित शिफारस' सारखा ठेवा म्हणजे पुरवून खायची चीज. मूड आला की एका-एका पुस्तकाबद्दल वाचावं. मराठी समीक्षेची शतरूपं इथे आढळतात. एकाचवेळी व्यासंगी व सर्वसाधारण वाचक दोहोंना समान आनंद देणारे हे पुस्तक हातकणंगलेकरांमधल्या पारखी जवाहिऱ्याचं कसब सिद्ध करतं. १९७२ ते १९८७ या कालखंडातील मराठीतील श्रेष्ठ चाळीस ग्रंथांची ही निवड वाचकांचा 'खुश्कीचा वाचन मार्ग' प्रशस्त करते. सुटे, सुटे लिहिण्यातून सलगता शोधून काढता येते, हे ज्यांना अभ्यासायचं असेल त्यांनी 'मराठी कथा : रूप आणि परिसर' वाचलं पाहिजे. चंद्रमोहन कुलकर्णींच्या मोहक मुखपृष्ठाइतकाच त्यातला मजकूरही तितकाच मनोहारी आहे. मराठी लघुकथेचा घाट व परिवेश मांडणारा हा ग्रंथ नव्या मराठी कथेचे बदलते रूप अधोरेखित करतो. बऱ्याचदा आपण लेखकाचं बहुचर्चित वाचत रहातो. ती वाचनाची सुमार (नि सरळ) पद्धत आहे. अर्चित, अस्पर्शित वाचण्याचा व्यासंग जे जोपासतात त्यांना हिरे मोती हाती लागतात. 'निवडक मराठी समीक्षा' सारखा ग्रंथ मी ज्या ग्रंथालयातून आणला तिथे येऊन त्याला दशक लोटत आलं होते. एकानंही माझ्यापूर्वी तो हाताळल्याचा पुरावा त्यावर नोंदला गेलेला नाही. 'भीमा भोई' ही सीताकांत महापात्र या ज्ञानपीठविजेत्या उडिया साहित्यकारांनी रेखाटलेल्या चरित्रपर साहित्याची पण स्थिती तीच. असं मराठी वाचकांचं का होतं? हा उगीचच मला छळणारा प्रश्न ! वि. स. खांडेकरांचा असाच लिहिलेला मोनोग्राफ अचर्चित राहिला आहे.

ललित कृतींचा अनुवाद हे न पेलणारे (खरे तर उचलता न येणारे!) शिवधनुष्य असते; पण म. द. हातकणंगलेकरांनी ते कुशलतेने पेलल्याचे प्रत्ययास येतं. त्यांनी अनेक मराठी लघुकथांचे इंग्रजी अनुवाद करून मराठी कथांचा परिचय जगातील सर्वांना महाद्वार उघडल्यासारखा करून दिला आहे. महादेवशास्त्री जोशींची

'घररिघी', ना. ग. गोरेंची 'चुळकाभर रक्त, चुळकाभर पाणी', गोनिदांचा 'माचीवरला बुधा' इंग्रजीत वाचत असताना त्यांच्या इंग्रजी लेखणीवरील पकड लक्षात येते. अनुवाद हे पुन:सर्जन (Transcreation) असते हे ज्यांना समजून घ्यायचे आहे, त्यांना हे अनुवाद कित्ता म्हणून उपयोगी पडतील. अनुवाद हे विज्ञान होत असताना त्याकडे सापत्नभावाने पाहाणे म्हणजे आत्मवंचना करण्यासारखंच असते, हे उमजण्याचा काळ येऊन ठेपल्याचं भान असे अनुवाद देतात.

मी काही रुढ अर्थाचे मराठी लेखक, समीक्षक नाही. मराठी वाचन, लेखन हा माझा छंद आहे. या छंदात हातकणंगलेकर एकदा माझ्या हाती लागले. मग लक्षात आलं की आपणास हा सापडलेला मराठी वाटाड्या आहे. त्यांचं वाचणं म्हणजे कमी श्रमात सकस वाचन, व्यासंग करणे आहे. त्यांची शिफारस, निवड, समीक्षा, अनुवाद, संपादन वाचणे म्हणजे शेलक्या मराठी साहित्याचा आस्वाद घेणं होय. मराठी साहित्याच्या वेबसाइटची ही लिंक जो क्लिक करेल त्याला मराठी साहित्याचा 'एनसायक्लोपिडिया' हाती लागेल. मग तुम्हास त्याचा 'विकिपिडिया' सहज करता येतो. ज्यांना मराठी साहित्याचा 'फोरम' ओपन करायचा आहे, 'ब्लॉग्ज' तयार करायचे आहेत, 'चॅटिंग' करायचं आहे त्यांना हातकणंगलेकरांचे साहित्य म्हणजे अलीबाबाची गुहा. 'ब्राऊज' करताना अनावधानाने क्लिक केलेली 'साईट' कधी कधी हवं ते अचानक हाती देते.... मग ब्रह्मांनदी टाळी.... तासभराची मेजवानी... असे ज्यांना अनुभवायचे आहे त्यांनी एकदा हातकणंगलेकरांच्या साहित्याचा आस्वाद घ्यायलाच हवा!

◆

ध्यासमग्न अभ्यासक :
वसंत आबाजी डहाके

हा काळ सन १९७५ नंतरचा असावा. मी एम.ए. पूर्ण केले होते. हायस्कूलमध्ये शिक्षक असलो तरी पीएच.डी. साठी संशोधन करीत होतो. माझा अभ्यासाचा विषय 'हिंदी मार्क्सवादी साहित्यिक यशपाल यांचे जीवन व साहित्य' असा होता. हिंदीशिवाय अन्य भाषांत या संदर्भातले काय लेखन सुरू आहे, असा शोध घेत असताना मला वसंत आबाजी डहाके यांची कविता प्रथमतः भेटली. डहाके, काळसेकर, ढाले, नेमाडे, कोलटकर, चित्रे ही नावं त्यावेळी मराठी साहित्य वर्तुळात दबदबा निर्माण करत होती, ती अनेक अंगांनी. या साऱ्यांचे लेखन आशय, शैली, विचार अशा सर्व प्रकारे नवी मांडणी करत होते. त्यातही डहाके यांची कविता कळायला अंमळ वेळ लागायचा. त्यांच्या कवितेकडे मी आकर्षित व्हायचं मनातले एक विचित्र वैशिष्ट्य म्हणजे कवितेखालील त्यांचं त्रिवर्णधारी त्रिकारी नाव 'वसंत आबाजी डहाके.' त्यापूर्वी त्यांचा प्रकाशित झालेला कवितासंग्रह 'योगभ्रष्ट' वाचायचा प्रयत्न केला होता, असं आठवंत.

पण त्यांची कविता मी प्रयत्नसाध्य प्रथम वाचली ती सन १९९७ ला. त्याचं ही एक निमित्त घडले. सन १९९७ च्या महाराष्ट्र फाऊंडेशन पुरस्काराचं वितरण कोल्हापूरला व्हायचे होते. त्या निमित्ताने कैफी आझमींसह मराठीतील अनेक मान्यवर कवी उपस्थित राहणार असं लक्षात आल्यावर कवी संमेलन घ्यायचे पक्के झालं. त्या काळी विविध भाषी साहित्यिकांबद्दल मी नियमित लिहित असे. म्हणून याचं सूत्रसंचालन मी करावे असे संयोजकांनी निश्चित केले. त्यावेळी कैफींशिवाय विंदा करंदीकर, डहाके, काळसेकर, मनोहर कदम, साठम प्रभृती साहित्यिक येणार होते. त्यावेळी मग मी वसंत आबाजी डहाके यांचे जीवन, साहित्य, विचार अशा अंगांनी जे मिळेल ते वाचले. नंतर आमच्या अनेक निमित्तांनी भेटी होत राहिल्या.

स्नेह जडला. ते आमच्या अनेक कार्यक्रमांना आले. सत्कार झाले. अनौपचारिकपणे पण आम्ही अनेकदा, अकारण भेटत राहिलो. नंतर त्यांचं कोशकार्य, गद्य लेखन, संपादन, चित्रकारी, व्याख्यानं यांतून ते मला एक 'ध्यासमग्न अभ्यासक' म्हणून आदराचे वाटू लागले. विशेषत: 'संक्षिप्त मराठी वाङ्मय कोश (भाग १ व २)' आणि 'वाङ्मयीन संकल्पना कोश' संदर्भानं हाती आला. या आदराचं श्रद्धेत रूपांतर झालं. मग मी 'मराठी साहित्य : इतिहास आणि संस्कृती' वाचला. मग मात्र मला त्यांची आदरपूर्वक भितीच वाटू लागली, ती एकाच कारणामुळे की आपण या माणसाच्या पासंगाला पुरुन उरत नाही. अशी माणसं भोवताली असावी, जेणेकरून आपल्यात एक संचारी सक्रियता निरंतर क्रियाशील रहाते.

वसंत आबाजी डहाके यांचा जन्म ३० मार्च, १९४२ रोजी विदर्भातील बेलोरा गावी झाला. हे गाव वणी तालुक्यातलं. जिल्हा यवतमाळ. त्यांचे बालपण याच गावी गेले. चौथीपर्यंतचे त्यांचे शिक्षण बेलोऱ्यातच झालं. पुढे ते पाचवीला चांद्याला आले (आजचं चंद्रपूर). बी.ए. पर्यंतचं त्यांचे शिक्षण इथेच झाले या ऐतिहासिक गावानी तिथल्या माणसे नि मंदिरांनी, ऊन, पाऊस, वाऱ्यांनी त्यांच्यातला साहित्यकार, कवी घडवला. 'यात्रा अंतर्यात्रा' या आत्मपर ललित लेख संग्रहात त्यांनी या गावाविषयीच्या आठवणी नमूद करताना म्हटले आहे की, 'इथल्या झाडांमध्ये आणि उध्वस्त अवशेषांमध्ये मी वावरलो. इथल्या पावसाच्या झडीनं आणि भाजून काढणाऱ्या उन्हाने, थंडीने, वाऱ्यानं माझ्यावर चिन्हे कोरलीत. चंद्रपूरच्या शिवेबाहेर टाकून दिल्यासारख्या अवाढव्य प्रतिमांनी माझ्यावर चेटूक केले. पुढे कित्येक दिवसांनी मी एका शब्दापुढे दुसरा शब्द ठेवण्याचे साहस केलं.' ही होती त्यांच्या साहित्य सृजनाच्या प्रारंभाची कहाणी.

एम.ए. करण्यासाठी म्हणून डहाके नागपूर विद्यापीठात आले. एम.ए. करून प्रथम खासगी महाविद्यालयात मराठीचे प्राध्यापक झाले. नंतर शासकीय सेवेत दाखल झाल्यावर मुंबईच्या एलफिन्स्टन महाविद्यालयात त्यांचा उभारीचा काळ गेला. काही काळ ते कोलकत्त्यासही होते; पण तिथे ते फारसे रमले नाही. कोलकत्ता त्यांना 'अजस्र दु:खी जनावरासारखं' भासलं. तसे ते मुंबईतही रमले नाही. म्हणून निवृत्त होताच 'गड्या अपुला गाव बरा' म्हणत त्यांनी अमरावती गाठली अन् ते मालटेकडीवर विसावले.

वसंत आबाजी डहाके साहित्यिक, कलाकार, कवी, संपादक, संशोधक, कोशकार अशी अनेक रूपं घेऊन आपल्याला भेटतात. लोक त्यांना कवी म्हणून ओळखतात. कविता त्यांचा स्थायीभाव खरा! 'सत्यकथा' मासिकात सन १९६० मध्ये त्यांची पहिली कविता प्रकाशित झाली; पण त्यांच्या मे, १९६६ साली 'सत्यकथा' मध्येच प्रकाशित 'योगभ्रष्ट' या दीर्घकाव्याने सर्वांचे लक्ष वेधून घेतले.

पुढे सन १९७२ ला याच नावाचा त्यांचा पहिला काव्यसंग्रह मौज प्रकाशनाने प्रकाशित करून त्यांना मराठीतील मान्यवर कवी बनवले. हा त्यांचा अस्तित्ववादी काव्यसंग्रह. यातील कवितातून डहाके यांनी जीवनातील भय, जगण्यातली अगतिकता, माणसाचं आतून बाहेरून उसवणे, उध्वस्त होणे, जीवनाची व्यर्थता, भग्न विश्व चित्रित करून माणूस, ईश्वर, जग, जीवन यांच्या अंतर्संबंधाचा घेतलेला शोध वाचकास अंतर्मुख करतो. यात प्रेमकविता आहेत नि जीवनभाष्यंही! 'सर्वत्र पसरलेली मुळं' आणि 'ओस झाल्या दिशा' सारख्या कवितांतून ते स्पष्ट होते. 'योगभ्रष्ट'मध्ये कवीची अस्वस्थता 'रोज मी भोसकला जातो', 'मज विश्वाची भोवळ येते', 'डोळ्यात आग, मस्तकास गरगरणारे चक्र', 'युद्धात तर घाऊक प्रमाणात मरता येते' सारख्या विधानांतून तीव्रतेने स्पष्ट होते. ती भावना या संग्रहातील अनेक कवितांत या ना त्या प्रकारे व्यक्त होते.

'मौज'नेच पंधरा वर्षांनंतर त्यांचा दुसरा काव्यसंग्रह 'शुभवर्तमान' सन १९८७ साली प्रकाशित केला. या कवितांनी डहाके यांचं कवी व्यक्तिमत्त्व निश्चित केलं. भाषा आणि शैली अशा दोन्ही अंगांनी यातील कविता 'योगभ्रष्ट' पेक्षा वेगळ्या वाटतात. यातील कवितांतून डहाके यांनी भोवतालच्या वास्तवाचं नुसतं वर्णन न करता चिकित्सा केली आहे. यातील कवितांतून त्यांच्या राजकीय जाणीवा अधिक स्पष्ट होतात. 'कविता लिहिणे, वाचणे ही एक राजकीय कृती आहे' म्हणणारे डहाके या कवितांतून समजतात. शोषक, शोषितांचं द्वंद्व जे त्यांच्या कवितांतून व्यक्त होतं ते त्यांना मार्क्सवादी ठरवते. 'नाटक' आणि 'श्रीमंत नारायणराव पेशवे यांचा किंवा कुणाचाही खून' या परस्परपूरक कविता सलग वाचताना एकाच कवितेचा पूर्वार्ध नि उत्तरार्ध ठरावा इतक्या साम्यदर्शी... चरित्र, संदर्भ सर्वार्थाने इतिहासाच्या माध्यमातून वर्तमानाची समीक्षा करणाऱ्या सदर कविता एका नव्या शुभवर्तमानाची.. आणीबाणी उत्तर काळातील आकांक्षांचीच अभिव्यक्ती ना? यातील पेशवे, आनंदीबाई, गारदी ही नुसती पात्र न रहाता मिथकं होतात, हे या कवितांचं प्रौढपण, प्रगल्भपण सिद्ध करणारं.

'चित्रलिपी' (२००६) या अकादमी पुरस्कारप्राप्त कविता संग्रहाचे वर्णन विजया राजाध्यक्ष यांनी 'कोसळणाऱ्या शतकाच्या कविता' म्हणून केले आहे, ते योग्यच म्हणावे लागेल. यातली रेखाटने, मुखपृष्ठ डहाके यांची चित्रकार म्हणून श्रेष्ठता सिद्ध करणारी. यातली 'प्रश्न' कविता कवीच्या मनातला सारा गोंधळ, अस्वस्थता, मतिगुंग करणारे पर्यावरण, सारं चित्रित करते व 'चित्रलिपी'ची प्रातिनिधिक रचना बनते. ही कविता वर्तमानावरचं भाष्य होय. जीवन प्रश्नग्रस्त झालंय. प्रश्नांची उत्तरे तर हाती येत नाहीत. कोण देतील म्हणावे तर भरोसा नाही. प्रश्न न विचारावेत (वर्तमानाला) तर लोक आपणास मुका ठरवतील ही भीती. हा

संग्रह सामान्य माणसाचं हरवलेपण चित्रित करतो नि म्हणून अधिक करुणही वाटतो; पण या कारुण्यास दयेची झालर नाही. असेलच तर चक्रव्यूह भेदणाऱ्या एकलव्याची ती धडपड मानावी लागेल. हा कवी परिस्थितीशरण कधीच वाटत नाही. तो भेदक, वेधक होत आश्वासक वाटतो.

वसंत आबाजी डहाके कवी म्हणून जसे अस्तित्ववादी तसे कांदबरीकार म्हणूनही ! विशेषत: त्यांच्या 'अधोलोक' (१९८१) आणि 'मर्त्य' (१९८१) कादंबऱ्या वाचताना हे जाणवतं. जीवनातले एकाकीपण जे त्यांनी या कादंबऱ्यांतून व्यक्त केले आहे, ते वाचताना मला हिंदीतील अज्ञेय आठवले. योगायोगाने तेही डहाक्यांप्रमाणे अस्तित्ववादी कवी व कादंबरीकार. डहाके व अज्ञेयांच्यात मला अनेक साम्यस्थळं आढळतात. अज्ञेयांची एक कांदबरी आहे, 'अपने अपने अजनबी' यात योके व सेल्मा ही दोन स्त्री पात्रं जीवन-मृत्यूचं प्रतीक बनून येतात. 'मर्त्य' मधील उदासीनता, निराशा, एकाकीपण हे असेच आहे.

एखाद्याचं कवी असणं त्यास लालित्याचं वरदान देऊन जातं. कवी डहाके यांनी कविता, कादंबरीशिवाय ललितगद्य ही लिहिलं. 'यात्रा : अंतर्यात्रा' (१९९९) आणि 'मालटेकडीवरून' (२००९) हे त्यांचे दोन ललितबंध. पैकी 'यात्रा : अंतर्यात्रा' आत्मनिष्ठ शैलीचे ललित लेखन होय. हे अंतर्मुखी (Introvert) संवादाचं रूपडं. तर 'मालटेकडीवरून' हा उपरोक्त लेखनाचा व्यत्यास म्हणावा असे ते समाजलक्ष्यी लेखन. त्याचा आशय बहिर्मुख (Extrovert) पठडीतला. अंतर्मन व बाह्य मनाचा संवाद एकरूप होतो तेव्हा म्हणे विचार पूर्ण होतो. या दोन्ही रचना एकत्र वाचल्या की, डहाके पूर्ण कळणे सुलभ होते. हे दोन्ही संग्रह पूर्व लेखनाची संकलने असल्यानं त्यात एक सूत्र असले तरी विविधता आढळते.

वसंत आबाजी डहाके यांचं मराठी सारस्वतावर कधीही उतरता येणार नाही असे एक 'ऋण कार्य' आहे. मी डहाकेंच्या 'ध्यासमग्न अभ्यासक' व्यक्तिमत्त्वाचा भोक्ता आहे, असे जे विधान लेखाच्या प्रारंभी केले, ते त्यांच्या कोश कार्यामुळे. पॉप्युलर प्रकाशननी आपले संस्थापक गणेश रामराव भटकळ यांच्या जन्मशताब्दीचं औचित्य साधून 'संक्षिप्त मराठी वाङ्मय कोश' (भाग १ व २) आणि 'वाङ्मयीन संज्ञा-संकल्पना कोश' असे तीन कोश प्रकाशित करून आपल्या संस्थापकांची जन्मशताब्दी विधायक, ऐतिहासिक कार्य करून साजरी केली. सर्वश्री जया दडकर, प्रभा गणोरकर, वसंत आबाजी डहाके, सदानंद भटकळ, डॉ. रमेश वरखेडे, उषा टाकळकर प्रभृती मान्यवर या कोशाचे सहयोगी संपादक होत. त्यांनी यात अनेक नोंदी लिहिल्यात; पण या तीनही कोशांस 'आमुख' म्हणून ज्या प्रदीर्घ प्रस्तावना आहेत, त्या वसंत आबाजी डहाके यांच्या वाचन, विचार, इतिहास, तत्त्वज्ञान, भाषा, वाङ्मय, पुरातत्व, भूगोल, धर्म, संस्कृती, पंथ, संप्रदाय, साहित्य प्रकार,

शिक्षण, ज्ञान-विज्ञानाची संसाधने, विचार प्रवाह इत्यादींचा अभ्यास व अवाका स्पष्ट करतात. प्रत्येक खंडास स्वतंत्र प्रस्तावना लिहिणं पीएच.डी. प्रबंधाच्या संशोधनाइतकच महत्त्वाचं. या कार्यासाठी वसंत आबाजी डहाके यांना एखाद्या विद्यापीठाने डी. लिट्. पदवी द्यावी अशा तोलामोलाचं हे काम आहे. पहिल्या खंडाच्या प्रस्तावनेत त्यांनी मराठी वाङ्मयाची प्रारंभापासून ते १९२० पर्यंत (प्रथम महायुद्ध काळ)च्या कालखंडाची सर्वांगीण पीठिका स्पष्ट केली आहे. त्यासाठी नकाशे, शिलालेख, चित्रे, अवशेषादी साधने तर वापरली आहेतच शिवाय विविध संदर्भ ग्रंथांचा केलेला अभ्यास व दिलेले आधार पाहिले की या व्यासंगापुढे नतमस्तक व्हावंच लागतं. त्यांचंही एक वैशिष्ट्य आहे. सर्व संदर्भ ग्रंथ मराठी आहेत. मराठी वाङ्मय समृद्धीचा व मराठी भाषा अभिजात (classic) असल्याचा, प्राचीन (Ancient) असल्याचा हा सज्जड पुरावा.

दुसऱ्या खंडाच्या प्रस्तावनेत टिळक युगापासून सुरुवात करून डहाके २००१ पर्यंत येतात. याचा अर्थ अख्ख विसावे शतक कवेत घेणारी ही प्रस्तावना. यात भारतीय स्वातंत्र्याचं गांधी पर्व, महाराष्ट्र राज्याची स्थापना, आणीबाणी, बाबरी मशिदीचे विध्वंसन, खलिस्तान आंदोलन आहे. या काळातील सामाजिक परिवर्तने, साहित्यिक स्थित्यंतरे, युगांतरे साऱ्यांचे सूक्ष्म तपशील आहेत. शिक्षणाने केलेला विस्तार व विकासही ते नोंदवतात. कोशकार केतकरांनी एके ठिकाणी लिहिलंय की, 'ज्या समाजाला अधिक वाङ्मयाची गरज आहे, तो समाज अधिक विकास पावलेला असे समजण्यास हरकत नाही' या विधानाच्या पार्श्वभूमीवर एकविसाव्या शतकाची आरंभिक परिस्थिती फार सुखावह नसल्याचं नोंदवून डहाके यांनी मराठी समाजाचे डोळे उघडले आहेत; पण ही प्रस्तावना तो समाज जेव्हा वाचेल तेव्हा त्याचे डोळे उघडणार ना? मासिक हे एक लाख रुपये पगार घेणाऱ्या किती मराठी प्राध्यापकांच्या घरी कोश आहेत (विकत घेतलेला) अन् ते त्यांनी अभ्यास, अध्यापन, लेखन, संशोधनात कितीदा वापरले आहेत... वापरून चिंध्या झालेत... बाइंडिंग करावे लागलेय... असा प्रसंग येईल तो सुदिन ! प्रत्येक नव्या पिढीस पूर्वसूरींचे अभ्यासक नवी ज्ञानसाधनं ठेवून जातात व आपल्या पूर्वजांच्या उपकारातून ते मुक्त होत नव्या पिढीस ऋणाईत बनवत असतात. एकविसाव्या शतकाचा मराठी वाङ्मय अभ्यासक डहाकेंचा सदैव ऋणी राहील तो या सशक्त ज्ञानसाधन व साधनेमुळे!

'वाङ्मयीन संज्ञा संकल्पना कोश' मराठी वाङ्मय परंपरेस समृद्ध, संपन्न करणारी गोष्ट होय. इंग्रजीत एम.एच. अब्राम्सचा 'ए ग्लोसरी ऑफ लिटररी टर्म्स' नावाचा ग्रंथ हा कोशच होय. त्याच्या दरवर्षी नव्या आवृत्त्या (सुधारित) निघतात. आपला हा कोश सन २००१ ला प्रकाशित झाला. त्याची पहिली आवृत्ती गतवर्षी

संपली. एक आवृत्ती संपायला तप जाणं, आपल्या वाङ्मयीन उदासीनतेचेच लक्षण नाही का ? पेंग्विन रेफरन्सतर्फे प्रकाशित 'डिक्शनरी ऑफ लिटररी टर्म्स अँड लिटररी थिअरी' च्या पंचवीस वर्षांत पाच आवृत्त्या आल्या. हिंदीत ही असे कोश आहेत. मराठीतला असा बहुधा पहिला कोश महाराष्ट्र शासनाच्या भाषा संचालनालयानी सन १९८७ मध्ये प्रकाशित केला होता. 'साहित्य समीक्षा परिभाषा कोश'. त्याची पहिली आवृत्तीच अजून संपायची आहे. या पार्श्वभूमीवर वसंत आबाजी डहाके यांनी उपरोक्त कोशास ५६ पानांची प्रस्तावना लिहिणं मला अस्वस्थ करणारे ठरते. या प्रस्तावनेत डहाके यांनी साहित्य, साहित्यकार, प्रतिभा, साहित्य प्रकार (विधा), साहित्य विद्या, संस्कृतचा वारसा, शतकांचे समीक्षा विचार यांचा परामर्श घेतला आहे. शिवाय पूर्वसूरी विद्वान महादेव मोरेश्वर कुंटे, विष्णुशास्त्री चिपळूणकर, वि. का. राजवाडे प्रभृतींचे योगदानही अधोरेखित केलं आहे. डहाके खरे तर याच पंक्तीतले; पण त्यांचे वर्तमान प्रतिनिधी इतकेच. सदर प्रस्तावनेच्या माध्यमातून डहाके यांनी एका शतकाचा मराठी समीक्षेचा आलेख आपणासमोर मांडला आहे. तो वाचताना वाचकास आपल्या समृद्ध वारशाचा अभिमान वाटल्याशिवाय राहात नाही.

मराठी वाङ्मयात सकस भर घालणाऱ्या पॉप्युलर प्रकाशनानं उपरोक्त त्रिखंडात्मक योगदानाशिवाय आणखी एक ऋण मराठी सारस्वतावर वसंत आबाजी डहाके यांच्या मार्फत करून ठेवले आहे. ते म्हणजे 'मराठी साहित्य : इतिहास आणि संस्कृती' (२००५) नामक ग्रंथराजाची निर्मिती. या ग्रंथात डहाके यांनी मराठी साहित्य लेखनाची राजकीय, सामाजिक, सांस्कृतिक पार्श्वभूमी विशद केली आहे. या ग्रंथात ते साहित्यास सामाजिक संस्थेच्या रूपात चित्रित करतात. त्यात त्यांची एक नवी वाङ्मयीन दृष्टी अनुभवास येते. 'साहित्य एक संहिता असते.... संहिता ही सांस्कृतिक घटना असते. तिच्यातून संस्कृती व्यक्त होते. ती इतिहासाचा भाग असते.' हा या ग्रंथाचा निष्कर्ष वाचताना डहाके यांच्या स्वतंत्र प्रज्ञा व प्रतिभेची प्रचिती येते. हा ग्रंथ ही या ध्यासमग्न अभ्यासकाची एक अविस्मरणीय उपलब्धी म्हणून पहावी लागेल.

वसंत आबाजी डहाके यांच्या या साहित्यिक योगदानाबद्दलची कृतज्ञता म्हणून मराठी साहित्य विश्वाने त्यांची चंद्रपूर इथे भरलेल्या ८५ व्या अखिल भारतीय मराठी संमेलनाचे अध्यक्ष म्हणून निवड करून व्यक्त केली. ज्या चंद्रपुरात त्यांचा साहित्यिक पिंड पोसला तिथेच मानाचा तुरा त्यांना मिरवता आला. या प्रसंगी त्यांनी केलेले भाषण संमेलनाचा नि मराठी साहित्य विचाराचा दर्जा उंचावणारे ठरले. 'शहरात झगमगाट आहे, परंतु खेड्यांमध्ये, रानांमध्ये प्रकाशाचे थेंब पाझरत आहेत की नाही याबद्दल मी साशंक आहे... विध्वंसापेक्षा सर्जनावर माझा विश्वास आहे.'

असे सांगत डहाके यांनी आपल्याला साहित्यिक, कवी, कलाकार यांची एक सूचीच सादर केली. त्यात डोस्टोवस्की, मार्क्स, लेनिन, चे गवेरा, सार्क, काम्यू, काफ्का, गांधी, नेहरू,, लोर्का, बेकेट, व्हिन्सेंट बॉन गो, हेन्री मूर, राममनोहर लोहिया, मर्ढेकर, मुक्तिबोध, मलय रायचौधरी, अरुण कोलटकर, जगदीश स्वामीनाथन, वासुदेव गायतोंडे, सुधीर पटवर्धन आहेत. ही नावं वाचली की डहाके यांची साहित्यिक नि कलाकाराची मूस स्पष्ट होते. या भाषणात त्यांनी जागतिकीकरणाचे परिणाम अधोरेखित करत विकसनशील देशांत हा जागतिकीकरणाचा सिद्धांत अंमलात आणता येतो का असा प्रश्न केला आहे, तो विचारणीय खराच. या पार्श्वभूमीवर बोली, भाषा, साहित्यापुढे त्याने जे आवाहन उभं केलं आहे ते स्पष्ट करून डहाके यांनी विचारलं आहे की, 'जागतिक साहित्याच्या पातळीवर पोचेल अशी साहित्य कृती मराठी अजून निर्माण करू शकली नाही.... मराठीस अद्याप नोबेल मिळालं नाही...', डहाके यांच्या उपरोक्त साहित्यापैकी केवळ 'योगभ्रष्ट' मधील काही कवितांचेच अनुवाद इंग्रजीत 'टेररिस्ट ऑफ द स्पिरिट' नावाने झालेत. समग्र डहाके अनुवादित होतील तर वरील पोकळी, खंत दूर व्हायला वेळ लागणार नाही.

वसंत आबाजी डहाके यांचा प्रतिभेचा हा विस्तृत प्रदेश मी प्रसंगा-प्रसंगाने न्याहाळला, वाचला, अभ्यासला. असा व्यासंग हेच त्यांचं बळ. अभ्यास व संशोधनासाठी निष्ठा, समर्पण, कष्ट घेण्याची वृत्ती लागते. ती त्यांच्यात आहे. ते जेव्हा जेव्हा भेटतात तेव्हा नव्या कामात गढलेले दिसतात. सध्या साने गुरुजी वस्तुसंग्रहालयाची संहिता ते लिहित आहेत. डॉ. बाबासाहेब आंबेडकर सचित्र चरित्राचं त्यांचं लेखन नव्या संशोधनाची खूण. या शिवाय प्रकाशित न झालेलं बरंच उद्या उजेडात येईल. हा रोज नव्या दिशेच्या शोधातला नित्यसंचारी प्रवासी म्हणून तर ध्यासमग्न (अप्रकाशित) अभ्यासक!

◆

विवेकवादी विचारक :
डॉ. आ. ह. साळुंखे

हिंदू धर्म आणि संस्कृतीचे चिकित्सक, चार्वाक दर्शनाचे अभ्यासक, तुकारामांचे संशोधक, वादविवादांची वादळे झेलत आपले पुरोगामित्व ठसवणारे, स्त्री प्रतिमेचं पारंपरिक रूप बदलून नवी स्त्री प्रतिमा रुजविणारे सुधारक, गुलामशाही विरोधी, बळीराजा ते रवींद्रनाथ असा व्यापक विकासकांचा धांडोळा सहज कवेत घेणारे लेखक, वक्ते, अनुवादक, संपादक, शिक्षक, कवी अशा कितीतरी अंगांनी डॉ. आ. ह. साळुंखेंना समजून घेता येण्यासारखं आहे; पण त्यापलीकडे जाऊन एक मनस्वी संवेदनशील असं 'माणूस नावाचं बेट' मी त्यांच्यात गेली अनेक वर्षे अनुभवत आलो आहे. विचारांनी कठोर पण मनानं हळवे. त्याचं कारण त्यांची कवी प्रकृती. मराठी, हिंदी, संस्कृत, इंग्रजी अशा विविध भाषांची चांगली जाण, वाचन असल्यानं त्यांच्या विचार नि लेखनास एक प्रकारचं प्रौढपण आहे नि खोलीही.

फार कमी लोकांना हे माहीत असावं की, डॉ. साळुंखे यांच्या लेखनाचा प्रारंभ कवितेनं झाला. ते सिद्धहस्त ललित लेखक आहेत, हे 'तुझ्यासह आणि तुझ्याविना'सारखं आत्मपर पुस्तक वाचताना लक्षात येतं. 'चांदण्यांत भिजायचे राहून जाऊ नये म्हणून !', 'मित्रांना शत्रू करू नका' अशी जीवन समृद्ध करणारी पुस्तकं त्यांच्या 'अशी तू भेटत रहा'मधील कवितेच्या हळवेपणाची साक्ष देतात.

कधी काळी कवी साळुंखे यांनी या ओळी लिहिल्या होत्या. यावर कुणाचा विश्वास बसणार नाही.

आता नको हे सोसणे
आता नको आनंदणे
घडो काही खुशाल
आता नको श्वास घेणे...

डॉ. साळुंखेंच्या वैचारिक लेखनाची सुरुवात 'नवभारत' मासिकातून झाली. 'शंबूक'वर त्यांनी लिहिलेला लेख त्यांच्या पुरोगामित्वाची चुणूक दाखवून गेला. 'किर्लोस्कर' मासिकात लिहिलेल्या 'सत्ता गेली, हीच मराठा समाजाला सुसंधी' या लेखाने साऱ्या महाराष्ट्राचे लक्ष वेधले. मराठी विश्वकोशातील त्यांनी लिहिलेल्या शंभर एक नोंदींतून डॉ. साळुंखे यांचे अभ्यासक व संशोधक रूप सर्वमान्य झाले आहे. 'विद्रोही तुकाराम' (१९९७), 'आस्तिक शिरोमणी चार्वाक' (१९९२), 'सर्वोत्तम भूमिपुत्र : गोतम बुद्ध'मुळे ते बहुचर्चित झाले असले तरी त्यांच्यातील समाजशास्त्रज्ञ, तत्त्वज्ञ, चिकित्सक ज्यांना समजून घ्यायचा असेल त्यांनी 'हिंदू संस्कृती आणि स्त्री' (१९८९), 'धर्म की धर्मापलीकडे' (१९९०), 'महात्मा फुले आणि धर्म' (१९९२), 'वैदिक धर्मसूत्रे आणि बहुजनांची गुलामगिरी' (१९९२). 'मनुस्मृतीच्या समर्थकांची संस्कृती'(१९९३) सारखी पुस्तके वाचायला हवीत. त्यांचं हे सारं लेखन त्यांच्या प्रखर बुद्धिनिष्ठतेचा परिचय करून देते. त्यांनी आपला साहित्य, तत्त्वज्ञान, संस्कृती, धर्म आदी क्षेत्रातील व्यासंग वाचन, लेखनांनी जसा जोपासला तसाच तो भाषांतरांनीही. एरिक फ्रॉमच्या 'फिअर अँड फ्रीडम'चा 'स्वातंत्र्याचे भय' (१९८८) शीर्षकाने केलेला अनुवाद असो वा 'शीखधर्मातील धर्मनिरपेक्ष जाणीवा' अथवा 'नागार्जुन' - सर्वांमागे नवे द्यायची त्यांची धडपड असते. 'श्री शाहूचरितम' या कै. वा. आ. लाटकरशास्त्रीकृत संस्कृत चरित्र ग्रंथाचा डॉ. साळुंखे यांनी केलेला अनुवाद शिवाजी विद्यापीठामार्फत नुकताच प्रकाशित झाला आहे.

त्यांनी महाराष्ट्रात जे वैचारिक मंथन आपल्या साहित्य व वक्तृत्वाने, प्रबोधनाने घडवलं त्यांची प्रशस्ती म्हणून विचारवेध संमेलन (बेळगाव), सत्यशोधक साहित्य संमेलन (लातूर), विद्रोही साहित्य संमेलन (सोलापूर) सारखी अनेक अध्यक्षपदे त्यांच्याकडे चालून आली. महाराष्ट्र राज्य स्थापनेच्या सुवर्ण महोत्सवी वर्षी महाराष्ट्र शासनानं स्वीकारलेलं 'सांस्कृतिक धोरण' म्हणजे नव्या पुरोगामी महाराष्ट्राचं शिल्पकार होणंच म्हणावं लागेल. त्यांना लाभलेला 'शाहू पुरस्कार' म्हणजे त्यांचा योग्य वेळी झालेला गौरव होय.

डॉ. आ. ह. साळुंखे आज महाराष्ट्रातील अग्रणी पुरोगामी प्रबोधक म्हणून सर्वमान्य झाले आहेत, ते त्यांच्या इतिहास, पुराण, धर्म, संस्कृतीच्या नव्या जाणीवा समृद्ध केल्यामुळे. आपण तुळशीचे लग्न लावतो, ते कसं चुकीचं आहे हे ते 'तुळशीचं लग्न : एक समीक्षा'सारख्या पुस्तकातून पटवून देतात. हे केल्यावर काही प्रतिगामी शक्ती त्यांना खेटराच्या पूजेची धमकीपण देतात; पण डॉ. साळुंखे डगमगत नाहीत. आपल्या तर्क, बुद्धीला जे पटेल ते बोलायचे, लिहायचे व्रत त्यांनी आजीवन जोपासले आहे.

'विद्रोही तुकाराम' हा ग्रंथ डॉ. आ. ह. साळुंखे यांनी लिहून श्रद्धेच्या पलीकडे

भौतिक विज्ञाननिष्ठ विचारधारेची केलेली पखरण योगदान म्हणून स्वागतार्हच म्हणावी लागेल. प्राचीन संतांची चरित्रे, अवतार, चमत्कार, अलौकिक अनुभूतींनी भरलेली असतात. तिला फाटा देऊन 'गाथा इंद्रायणीत तरंगणे', 'सदेह वैकुंठागमन' कल्पनांपेक्षा तुकारामांचे व्यक्तित्व त्यांच्या पुरोगामी विचारांमुळे अधिक श्रद्धेचे ठरते, हे स्पष्ट केले आहे.

साहित्यिक म्हणून डॉ. आ. ह. साळुंखे यांनी केलेले लेखन हा त्यांच्या संवेदनशील, हळव्या मनाचा अविष्कार होय. डॉ. साळुंखे आपल्या जीवन, विचार, व्यवहाराशी इतके एकनिष्ठ आहेत की, आपल्या सच्चेपणावर कुणी शंका घ्यावी हे ही त्यांच्या मनाला सोसत नाही व ते भावुक होतात, हे मी अनेकदा अनुभवलं आहे. जे करायचे ते मनस्वीपणे, ही त्यांची वृत्ती साहित्यातही पुरेपूर प्रतिबिंबित झालेली आहे. ललित लेखनाला जे कवीमन लागतं ते त्यांच्यात उपजतच आहे. त्यांच्या कविता वाचताना याची प्रचिती येते. निबंधकार डॉ. साळुंखे आपणास जगण्याची जी सूत्रे देतात, ती विचार करायला भाग पाडतात, तशीच वाचकास कृतिप्रवणही करतात. हे त्यांच्या लेखनाचं सामर्थ्य होय.

महाराष्ट्र राज्याच्या सुवर्ण महोत्सवाच्या निमित्ताने महाराष्ट्र शासनाने राज्याचे सांस्कृतिक धोरण निश्चित करायचे ठरवून त्याच्या मसुदा समितीचे डॉ. साळुंखे यांना अध्यक्ष केले. त्यांनी अपार मेहनत घेऊन जो दस्तावेज तयार केला आहे तो किमान आगामी ५० वर्षे तरी महाराष्ट्रास मार्गदर्शक राहील असा आहे. सन २०१० च्या या धोरणात डॉ. आ. ह. साळुंखे यांनी जी पायाभूत तत्त्वं स्पष्ट केली आहेत ती महत्त्वाची होत. त्यात त्यांनी अग्रक्रमाने अंगिकारायचे उपक्रम सूचित केले असून शासनानं ते अंमलात आणण्यास सुरुवात केली आहे. त्यासाठी आर्थिक तरतूदही केली आहे. मराठी भाषा आणि साहित्यास या धोरणामुळे नवं परिमाण प्राप्त झालं आहे. प्राच्यविद्या, कला, क्रीडा, संस्कृती विषयक हा मसुदा म्हणजे महाराष्ट्राचे सांस्कृतिक संचित, असे म्हटले तर न ते वावगे ठरावे, न अतिशयोक्त!

डॉ. आ. ह. साळुंखे यांनी गेल्या सत्तर वर्षांच्या आपल्या आयुष्यात मराठी सारस्वतात सुमारे ४० मौलिक ग्रंथांची भर घालून मराठी भाषा, साहित्य आणि संस्कृतीस समृद्ध केले आहे. आज जागतिकीकरणाच्या काळात ज्या नव्या ज्ञान समाजाची (Knowledge Society) कल्पना केली जाते त्याचे ते स्वयंभू ज्ञानोपासक असून भविष्यातही त्यांच्या हातून ज्ञान व तत्त्व विस्तार होत राहील असा मला विश्वास वाटतो.

डॉ. आ. ह. साळुंखे त्यांच्या उपरोक्त जीवन, कार्य, लेखन आदींतून एक विचारवंत म्हणून पुढे येतात. काही वर्षांपूर्वी हिंदू धर्म हा मूठभरांचेच हितसंबंध जपत असल्याचं प्रतिपादन करून त्यांनी शिवराष्ट्रधर्माची संकल्पना मांडली होती.

त्यावेळी धर्मनिरपेक्ष वर्तुळात मोठी खळबळ उडाली होती. त्यांनी त्यावेळी आणि नंतरही हे निक्षून सांगितलं आहे की, मी एका व्यापक धर्म कल्पनेचं समर्थन करत आहे. पुढे यास उत्तर म्हणून बहुधा आपली वैचारिक बैठक ही बौद्ध धर्माजवळ जाणारी आहे असं सांगण्यासाठी 'सर्वोत्तम भूमिपुत्र : गोतम बुद्ध' लिहिले तरी प्रश्न उरतोच की, 'बहुजन' काय नि 'भूमिपुत्र' काय त्या 'माणूस' धर्माच्या तुलनेने संकुचित, मर्यादित ठरतात. एक गोष्ट मात्र योगदान म्हणून मान्य करायला हवी की, या निमित्तानं आधुनिक काळात कर्मकांडावर आधारित धर्म त्याज्य ठरविण्याचा विचार प्रबळ झाला. तो विचार निश्चितच वर्तमान समाजास पुढे नेणारा आहे. डॉ. साळुंखे हे समाजास धर्मातीत करू इच्छितात; पण त्यांच्या संकल्पनेत ते पुरेसे स्पष्ट होत नाही. आज आपण संपर्क क्रांतीच्या नव्या जागतिकीकरणाच्या परिप्रेक्ष्यात जेव्हा धर्माचा विचार करू लागतो तेव्हा मात्र धर्माची गरजच काय? सारखे प्रश्न अधिक टोकदार व कालसंगत वाटतात.

डॉ. आ. ह. साळुंखे धर्म चिकित्सक तसेच इतिहासतज्ज्ञही होत. वैदिक संस्कृतीची त्यांनी केलेली चिकित्सा या संदर्भात लक्षात घ्यायला हवी. 'पराभूत मनोवृत्ती ही माणसास मागे नेते, म्हणून ती लांछनास्पद' हा पारंपरिक विचार ते नाकारतात व 'पराभवही प्रेरक असतात, जीवनमूल्यांच्या दृष्टीने ते सरस असतात.' हा डॉ. साळुंखेंचा सिद्धांत त्यांच्या सकारात्मक व विधायक व्यक्तिमत्त्वाचे फलित होय. इतिहासाच्या पुनर्मांडणीचे ते खंदे समर्थक म्हणून पुढे येतात; पण पुनर्मांडणीत 'सत्याधारित तटस्थतेचे व वस्तुनिष्ठतेचे शिवधनुष्य' पेलणे महत्त्वाचे असते. ते अपवाद इतिहासकारांनाच जमले आहे, याचे भानही आपण ठेवले पाहिजे. राष्ट्र, जात, धर्म संकल्पना कालौघात गौण ठरत आहेत, कारण जगाचा प्रवास हा 'वसुधैव कुटुंबकम्'च्या दिशेनं होत राहिला आहे. तो तसा होत राहिला तर 'जय जगत'चे अभिवादन वैश्विक बनू शकेल. महात्मा फुले यांचा 'निर्मिक' आणि 'सत्यधर्म' या संदर्भात आश्वासक ठरतो. डॉ. बाबासाहेब आंबेडकरांची धर्मांतर कृतीही एक पुरोगामी पाऊल म्हणून पहाता येते. अशा काळात डॉ. साळुंखे इतिहासाची जी चिकित्सा करतात ती कालसंदर्भात पुढे नेणारी असली तरी व्यापकतेस तीत भरपूर वाव आहे. इतिहास हा एक बोध असेल तर व्यापकता मूल्य आहे. ते त्यास पुरोगामी बनवल्याशिवाय राहणार नाही.

◆

लोकसाहित्य संशोधक : डॉ. तारा भवाळकर

आधुनिक महाराष्ट्रात लोकसाहित्य संकलक, अभ्यासक, संशोधक म्हणून वि. का. राजवाडे, डॉ. श्रीधर व्यंकटेश केतकर, डॉ. ना. गो. नांदापूरकर, आचार्य काका कालेलकर, दत्तो वामन पोतदार, वामनराव व कमलाबाई चोरघडे, आनंदीबाई शिर्के, मालतीबाई दांडेकर, यमुनाबाई शेवडे, अनुसयाबाई भागवत, न. शं. पोहनेरकर, दा. गो. बोरसे, सरोजिनी बाबर, ना. रा. शेंडे, नरेश कवडी, विमला थत्ते, कमलाबाई देशपांडे, सुलोचनाबाई सप्तर्षी, इरावती कर्वे, दुर्गाबाई भागवत, डॉ. सविता जाजोदिया, डॉ. रा. चिं. ढेरे, डॉ. प्रभाकर मांडे इत्यादींनी समृद्ध केलेली लोकसाहित्य अभ्यास व संशोधनाची परंपरा डॉ.तारा भवाळकर यांचं नाव घेतल्याशिवाय पूर्ण होऊ शकणार नाही इतकं विपुल व मूलभूत कार्य त्यांनी केलं आहे. लोकसाहित्य अभ्यासक, वक्त्या, अध्यापक, संशोधक, अनुवादक, साहित्यिक असलेल्या डॉ. तारा भवाळकर महाराष्ट्रात प्रसिद्ध आहेत त्या नाटक संशोधक व स्त्रीवादी समीक्षक म्हणून.

त्यांचा जन्म १ जानेवारी, १९३९ रोजी मध्यमवर्गीय कुटुंबात झाला. वडिलांचं नाव चिंतामणी तर आईचं सरस्वती. याचं मूळ घराणं भवाळचं. भवाळ हे मध्य प्रदेशातलं छोटं संस्थान. तेथून या कुटुंबाचे पूर्वज पुण्याजवळ घोडनदी (शिरूर) ला आलं. तिथं ताराबाईंच्या आजोबांचा मोठा जमीनजुमला, वाडा; पण वडील पुण्याला नोकरीला आले तसे गाव सुटले नि तुटलेही. आजोबांच्या निधनानंतर पूर्वसंबंधही दुरावले. वडिलांची रेल्वेची नोकरी. त्यामुळे सतत बदल्या होत. ताराताईचं बालपण व शिक्षण घोडनदी, पुणे, दौंड, कुर्डुवाडी, उरळीकांचन, नाशिक करीत सांगलीला त्या आल्या तेव्हा एसएससी पास होत्या. शिवाय त्यांनी शारीरिक शिक्षणाचा तीन महिन्यांचा अभ्यासक्रम पूर्ण केलेला होता. याच योग्यतेवर नाशिकला त्यांना हायस्कूलमध्ये शिक्षिकेची नोकरी मिळाली होती. ती करत त्या राष्ट्रभाषा पंडित

झाल्या. त्यामुळे बी.ए. होण्यापूर्वीच त्यांना बी.ए.चं वेतन मिळू लागले होते. एस्. एस्. सी. नंतरचं ताराताईंचं बी.ए., एम्.ए, पीएच डी. सारं शिक्षण नोकरी करत झालं.

सांगलीत त्या शिक्षिका म्हणून रूळल्या नि त्यांच्या मनात नाटकाविषयी ओढ निर्माण झाली. हायस्कूलमध्ये मुलांसाठी त्या नाटके लिहित. त्याचं सादरीकरण करण्याच्या छंदातून सुरू झालेलं नाटक वेड. या वेळी लिहिलेल्या नाटिकांचं एक पुस्तक पण पुढे सन १९७५ साली प्रसिद्ध झाले. तो एकांकिका संग्रह होता. 'राणीसाहेब रुसल्या' हे त्याचं शीर्षक होतं. सांगली ही नाट्यपंढरी. विष्णुदास भावे, गो. ब. देवल, अण्णासाहेब किर्लोस्कर यांची नाट्यपरंपरा लाभलेले हे शहर. मराठीस पहिलं ज्ञानपीठ मिळवून देणारे वि. स. खांडेकर सांगलीतच जन्मले नि वाढले. त्यांची उमेदीची ३० एक वर्षे तर सांगलीत गेली असतील. मराठीत साहित्यिक म्हणून त्यांचं पदार्पण झालं ते नाटककार म्हणून, हे फार कमी लोक जाणतात. त्यांचं 'संगीत रंकाचे राज्य ' नाटक सांगलीतच झाले व नंतर प्रकाशित. ताराताई सन १९६७ च्या दरम्यान सांगलीस आल्या. वर्ष दोन वर्षांतच त्यांनी सहकारी नाट्यप्रेमींना घेऊन 'ॲमॅच्युअर ड्रॅमॅटिक असोसिएशन' स्थापन करून 'माझे घरटे, माझी पिलं','एक होती राणी','शांतता कोर्ट चालू आहे' सारखी नाटकं सादर केली. १९६९ ते १९७४ च्या राज्य नाट्यस्पर्धेत सलग तीनदा ताराताईंना प्रमाणपत्रं लाभली. सन १९७५ ला अभिनयाचं राज्य रौप्यपदक मिळाल्यानंतर मात्र त्यांनी रंगमंच संन्यास घेऊन नाट्य संशोधनास स्वत:ला वाहून घेतलं.

तत्पूर्वी नाशिकला हिंदी शिकत शिकवत असताना त्यांच्या हाती हरिवंशराय बच्चन यांचं प्रेमकाव्य 'मधुशाला' आलं. तो काळ ताराताईंच्या गद्धेपंचविशीचा असल्यानं त्या काव्यानं त्यांना भुरळ घातली. सहज चाळा म्हणून त्यांच्या एक दोन रुबायांचा ताराताईंनी अनुवाद केला. तो जमतो म्हटल्यावर कॉलेज (हिंदी राष्ट्रभाषा पंडित) च्या वेळात मागे बसून ताराताई वर्षभर मनमुराद अनुवाद करीत राहिल्या. ही चोपडी तशीच दहा एक वर्षं पडून होती. सन १९७९ ला हा अनुवाद प्रकाशित झाला. व्यंकटेश माडगूळकर यांच्या साहित्य अकादमी पुरस्कृत 'सत्तांतर'चा त्यांनी हिंदी अनुवाद केला आहे हे फार कमी लोकांना माहीत असावं.

लोकसाहित्याच्या त्यांच्या अभ्यासाचा प्रारंभ पीएच.डी.च्या निमित्ताने झाला. त्यांनी मुळात वि. स. खांडेकरांवर संशोधन करायचं ठरवून प्रारंभ ही केला होता; पण नंतर ताराताईंनी 'मराठी पौराणिक नाटकांची जडणघडण : प्रारंभ ते १९२० ते १९३०' असा विषय घेऊन संशोधन सुरू केले. तंजावरपासून केरळपर्यंतच्या सर्व नाट्यपरंपरा-लोकनाट्य, दशावतारी, कथकली, यशगान, संगीत नाटक, कुरवंजी इत्यादींचा अभ्यास केला. पीएच. डी. त्यांनी १९८२ ला पूर्ण केली तरी

हाती आलेल्या संदर्भांचा वापर करून त्यांनी 'यक्षगान आणि मराठी नाट्य परंपरा' (१९७८), 'मिथक आणि नाटक' (१९८८), 'मराठी नाट्य परंपरा : शोध आणि आस्वाद' (१९९५), 'मराठी नाटक : नवी दिशा, नवी वळणे' (१९९७) असे एकामागून एक नाट्य समीक्षणात्मक ग्रंथ लिहून मराठी नाट्यपरंपरेवरील आपला अधिकार सिद्ध केला.

नाट्यपरंपरेतूनच त्यांना लोकसाहित्याचा धागा हाती आला; पण हा धागा त्यांनी स्त्रीवादी दृष्टिकोनातून विकसित केला. लोकसाहित्य संशोधनात दुर्गाबाई भागवत व डॉ. रा. चिं. ढेरे यांना मार्गदर्शक मानून त्या संशोधनाची ही वाट चालत राहिल्या. स्त्री ही मनुष्य समाज विकासाची आदिशक्ती, आदिमाया, महामाया होय, हे त्यांनी पूर्वापार साहित्य, काव्य, नाटकांतून सिध्द केलं. त्यातून तारा भवाळकर यांनी भारतीय संस्कृतीतील स्त्री प्रतिमा आणि प्रतिभांचा धांडोळा घेतला. "शेतीचा शोध स्त्रीने लावला; पण पुरुषी मानसिकतेने स्त्रीस दुय्यम बनवले तरी स्त्री सतत संघर्ष करत राहिली. आज स्त्री दुर्गा, रणरागिणी, विदुषी म्हणून दिसते ते तिच्या संघर्ष सातत्याचं फलित होय" अशी उपपत्ती मांडत डॉ. तारा भवाळकर यांनी 'प्रियतमा' (१९८५), 'महामाया' (१९८८), 'लोकसाहित्यातील स्त्री प्रतिमा' (१९८९), 'स्त्री मुक्तीचा आत्मस्वर' (१९९४), 'माझीये जातीच्या' (१९९५), 'तिसऱ्या बिंदूच्या शोधात' (२००१), 'लोक परंपरा आणि स्त्री प्रतिमा' (२००२) असे ग्रंथ सिद्ध केले.

लोकसाहित्य, लोकसंस्कृती, स्त्री या विषयांबरोबर डॉ. तारा भवाळकर वेळोवेळी ललितगद्य ही लिहित राहिल्या. 'मनातले जनात' (२०१०), 'निरगाठ सुरगाठ' (२०१०) सारखे संग्रह वाचकांच्या पसंतीस उतरले आहे, अगदी अलीकडे डॉ. तारा भवाळकर यांचं प्रसिद्ध झालेलं पुस्तक 'पायवाटेची रंगरूपे', म्हणजे त्यांचं आत्मपर लेखन होय. यात त्यांनी आई, वडील, शिक्षक, आजोळ, मैत्रीण, संस्कार, प्रभावकारी व्यक्ती (मार्तंड जे तापहीनः कुसुमाग्रज), शोधयात्रा, मुलाखत आदींतून स्वजीवनाचा उलगडा केला आहे. 'आत्मकथेऐवजी' असं या पुस्तकाचं महत्त्व व सौंदर्य आहे. डॉ. रा. चिं. ढेरे यांच्याबद्दलचा आदर व्यक्त करण्यासाठी त्यांच्या अमृत महोत्सवाच्या निमित्तानं लिहिलेले 'संस्कृतीची शोधयात्रा' (२००५) पुस्तक म्हणजे एक भावुक हृद्‌गत झाले आहे. याशिवाय डॉ. तारा भवाळकर यांनी अभ्यासक्रम उपयुक्त संपादनंही केली आहेत. 'आचार्य जावडेकर : पत्रे आणि संस्मरणे' (१९९६) हा ग्रंथ वेगळा व आपुलकीने ओथंबलेला असल्याचे वाचताना लक्षात येते. आचार्य शंकरराव जावडेकरांची सून लीलाताई यांच्या मैत्रयोगाची ही फलश्रुती होय.

महाराष्ट्राला डॉ. तारा भवाळकर या नाट्यसमीक्षक, लोकसाहित्य व संस्कृतीच्या

अभ्यासक, स्त्रीवादी विचारवंत म्हणून जशा माहीत आहेत, तसाच त्यांना महाराष्ट्र चिकित्सक वक्त्या म्हणूनही ओळखतो. त्यांच्या वक्तृत्वाचा झेंडा महाराष्ट्राच्या कानाकोपऱ्यात व्याख्यानमालांच्या विविध व्याख्यानांतून पोहोचला तसा तो अटकेपार अमेरिकेतल्या ॲरिझोना विद्यापीठापर्यंतही गेला. भारतात ज्या-ज्या विद्यापीठांत मराठीचा अभ्यास होतो, तेथील चर्चासत्रं, परिषदा, मेळावे हे डॉ. तारा भवाळकर यांची बीजभाषणं, व्याख्याने, अध्यक्षीय समारोप इत्यादींनी संपन्न झाली आहेत. डॉ. तारा भवाळकर यांनी अनेक साहित्य संमेलनांची अध्यक्षपदे भूषविलीत. त्याबरोबर वाङ्मय संशोधन, ग्रंथ आदींचे अनेक मान्यवर पुरस्कार त्यांना लाभले आहेत. आयुष्याचा अमृतमहोत्सव साजरा करता करता डॉ. तारा भवाळकर यांनी आपल्या पुरस्कारांचा रौप्य महोत्सवही पूर्ण केला आहे. आकाशवाणी, दूरदर्शनवरून त्यांची अनेक व्याख्यानं, मुलाखती प्रक्षेपित झाल्या आहेत.

या साऱ्या जीवनपट व कार्यातून डॉ. तारा भवाळकर यांचं अष्टपैलू व्यक्तिमत्त्व पुढे येते. ते अभ्यासत असताना लक्षात येत की, हा सारा विकास त्यांनी स्वबळाने, स्वकर्तृत्वाचं व विकासाच्या अदम्य ऊर्मीने केला. मिळालेल्या प्रत्येक संधीचे त्यांनी सोनं केलं. त्या वक्त्या म्हणून कशा पुढे आल्या मला माहीत आहे. हा काळ १९६७ चा असावा. त्या नुकत्याच सांगलीला आलेल्या होत्या. राणी सरस्वतीदेवी कन्या शाळेत शिकवत होत्या. त्या शाळेतील विविध कार्यक्रमांत भाषणे द्यायच्या. ती भाषणं अत्यंत प्रभावी होत असत. शाळेचे संचालक वाय्. डी. लिमये यांनी ते हेरलं. तेव्हा राजा परांजपे यांचा 'संथ वाहते कृष्णामाई' हा चित्रपट गाजत होता. सांगली कृष्णाकाठी वसलेलं गाव. म्हणून त्यावर त्यांनी चर्चासत्र योजलं होतं. वक्ते म्हणून प्राचार्य पी. बी. पाटील व प्रा. म. द. हातकणंगलेकर मुक्रर झालेले होते. त्यात लिमये यांनी तारा भवाळकरांचे नाव घातलं. लिमये संयोजकांपैकी एक होते. ताराताईंचे ते सांगलीतलं पहिले जाहीर भाषण इतके प्रभावी ठरले की वृत्तपत्रांनी त्याचेच लीड केले आणि ताराताई सांगलीच्या लक्षवेधी वक्त्या झाल्या आणि पुढे महाराष्ट्राच्याही.

शाळेची नाटकं करत, बसवत त्यांनी नाटकलेखन, संवाद, अभिनय, नेपथ्य, दिग्दर्शन, संगीत, नृत्य, गीत, प्रकाशयोजना, देहबोली साऱ्याचा अनौपचारिक व व्यवहारी (प्रात्यक्षिक) केलेला अभ्यास त्यांच्या संशोधनात उपयोगी ठरला. त्यामुळे नाटकाचा सर्वांगीण व मर्मग्राही अभ्यास, संशोधन, मांडणी, इतिहास आदी अंगांना त्यांनी मूलभूत योगदान दिले, ते त्यांच्यातील उपजत जिज्ञासू अभ्यासकामुळे. अभ्यास, संशोधनात मळलेली वाट सोडून नवा विचार, नवी मांडणी, नवे सिद्धांत हे त्यांचे सूत्र असायचे अन या नवेपणामुळेच त्या डॉ. रा. चिं. ढेरेंच्या सोबत 'महामाया' ग्रंथाच्या सहसंशोधिका, लेखिका होऊ शकल्या. हा सन्मान महाराष्ट्रात

अन्य कुणालाही लाभला नाही. त्यामुळे संशोधक म्हणून असलेल्या त्यांच्या वेगळेपणामुळे मालतीबाई बेडेकर यांच्या जन्मशताब्दीचे औचित्य साधून आयोजित केलेल्या कोमसापच्या पहिल्या महिला संमेलनाचं अध्यक्षपद डॉ. तारा भवाळकरांना आपोआपच मिळाले.

त्यांच्या संशोधनावर सिद्धेश्वरशास्त्री चित्राव, वि. बा. आंबेकर, कुसुमाग्रज, डॉ. रा. चिं. ढेरे, प्रा. नरहर कुरुंदकर प्रभृतींच्या अध्यावसायी वृत्तीचा असलेला प्रभाव संशोधन व लेखन पद्धतीतून स्पष्ट होतो. हा प्रभाव म्हणजे अनुकरण मात्र नाही. अभ्यासात तारा भवाळकरांची वृत्ती सदैव एकलव्याची राहिली आहे. त्यामुळेच तिला स्वत:चं असे मौलिक अधिष्ठान प्राप्त झाले आहे.

लोकसाहित्याच्या व्यासंगी संशोधक डॉ. तारा भवाळकर मराठी साहित्य समीक्षेच्या प्रांतात स्त्रीवादी चिकित्सक म्हणून सर्वश्रुत आहेत. गडकऱ्यांच्या साहित्यातील स्त्रीप्रतिमांचं चित्रण त्यांनी 'प्रियतमा' (१९८५) मध्ये केलं आहे. डॉ. रा. चि. ढेरेंसारख्या ज्येष्ठ संशोधकांबरोबर त्यांनी लिहिलेलं 'महामाया' कोण विसरेल? 'लोक साहित्यातील स्त्रीप्रतिमा' (१९८९), 'स्त्री मुक्तीचा आत्मस्वर' (१९९४), 'माझीये जातीच्या' (१९९५), 'मायवाटेचा मागोवा' (१९९८) सारख्या संशोधनपर समीक्षा लेखनानंतर नुकतेच हाती आलेले 'तिसऱ्या बिंदूच्या शोधात' (२००१) पुस्तक स्त्रीच्या स्वतंत्र व्यक्तिमत्त्वाचा शोध घेण्याचाच प्रयत्न आहे. हे पुस्तक त्यांच्या पूर्वप्रकाशित लेखांचा संग्रह आहे. एकाच दृष्टीने नि शोधाची विशिष्ट दिशा ठरवून केलेले हे वैविध्यपूर्ण लेखन एकत्र वाचण्याने समीक्षक लेखकाची दृष्टी समजून घेण्यास उपयोगी ठरते. पुस्तक वा ग्रंथरूप लेखनाचा एक फायदा असतो. लेखक आपल्या मनोगतात लेखनामागील आपली भूमिका व उद्देश वाचकांपुढे स्पष्ट करत असतो. डॉ. तारा भवाळकर यांनी आपल्या 'तिसऱ्या बिंदूच्या शोधात'च्या प्रारंभी 'निवेदन' व 'थोडी पार्श्वभूमी' शीर्षकांतर्गत जो मजकूर लिहिला आहे, तोही असाच त्यांची भूमिका स्पष्ट करणारा आहे.

डॉ. तारा भवाळकरांनी वेळोवेळी पाहिलेले चित्रपट नि नाटकं, वाचलेल्या कथा, कादंबऱ्या, चरित्रे, आत्मचरित्रे यांची स्त्रीवादी परिदृष्टीतून केलेली चिकित्सा करणाऱ्या लेखांचा संग्रह 'तिसऱ्या बिंदूच्या शोधात' केला आहे. 'शोधात' या नावातच शोध सुरू असल्याचं, तो न लागल्याचं, त्यामुळे हाती पूर्ण सत्य न गवसल्याची कबुलीच लेखिका देते. स्त्रीच्या स्वतंत्र व्यक्तिमत्त्वाचा शोध घेण्याच्या उद्देशानं झालेल्या या लेखनात डॉ. भवाळकर माहेर नि सासरच्या परिघाबाहेर माणूस म्हणून स्त्रीची ओळख नाटक, चित्रपट, कथा, कादंबरी, आत्मकथनांतून होते का, तिच्या विकासाचा तिसरा प्रस्थान बिंदू कुठे सापडतो का, याचा शोध घेतात. स्त्री-पुरुषांनी आजवर केलेल्या लेखन, चित्रणातून स्त्रीवादी दृष्टीने समीक्षा, चिकित्सा,

शोध घेतल्यास तिसरा विकास बिंदू अद्याप तरी हाती आलेला नाही. हे लेखन त्या दृष्टीने केलेली धडपड मात्र निश्चित आहे. डॉ. तारा भवाळकर यांनी आपल्या चिकित्सेतून काढलेला स्त्री लेखनाचा हा निष्कर्ष स्त्रीवादी अंगाने लेखन करणाऱ्या सर्वांना विचार करायला लावणारा आहे, हेच या ग्रंथाचं मोठं यश आहे.

डॉ. तारा भवाळकर यांनी ग्रंथातील 'स्त्री आत्मकथनाचे सार' लेखात पार्वतीबाई आठवलेंच्या 'माझी कहाणी'पासून ते अलीकडच्या मेघा किराणेंच्या 'नरसाबाई'पर्यंतच्या मराठी स्त्री आत्मकथनांची चिकित्सा केली आहे. ते करताना त्या ठळक व बहुचर्चित स्त्री आत्मकथनांचाच विचार करतात. 'स्मृतिचित्रे', 'मला उद्ध्वस्त व्हायचंय', 'नाच गं घुमा', 'आहे मनोहर तरी', 'बंध-अनुबंध'ची विस्ताराने चर्चा आहे. 'माझ्या जन्माची चित्तरकथा', 'जिणं आमचं', 'अंत:स्फोट', 'बिनपटाची चौकट'चे उल्लेख आहेत. मराठी स्त्री आत्मकथनात खरं तर उच्चभ्रू, मध्यमवर्गीय स्त्री लेखिकांपेक्षा उपेक्षित नि सामान्य स्त्रियांनी जे लेखन केलं, त्यात खरं तर तिसरा बिंदू ठळक दिसतो. डॉ. तारा भवाळकर यांनी 'नाच गं घुमा', 'आहे मनोहर तरी' नि 'बंध-अनुबंध' या आत्मकथनांच्या चिकित्सेत जी तटस्थता नि परखडपणा दाखवला आहे, त्याची दाद द्यायला हवी. त्यांना हे लेखन मुखवटा घेऊन लिहिलेलं दिसतं. शिवाय ते सारं लौकिकाच्या डोळे दिपवणाऱ्या यशाचे, पुरुषी व्यवस्था नाकारणारे, पती 'मित्र' नव्हता अशी खंत व्यक्त करणारं 'गृहिणी'च्या परिघातले वाटतं आणि ते खरेही आहे.

या लेखाला जोडूनच 'पडद्यामागचं घर'मध्ये ताराताईंनी 'मी दुर्गा खोटे', 'चंदेरी दुनियेत', 'कशाला उद्याची बात', 'सांगत्ये ऐका', 'जाऊ मी सिनेमात?', 'स्नेहांकित', 'अशी मी जयश्री', 'जगले जशी', 'माझी नृत्यसाधना'सारख्या स्त्री आत्मकथनांची केलेली चिकित्सा अधिक भावते. तिसरा बिंदू इथे अधिक प्रकर्षाने हाती येतो, तो अभिनेत्री लेखिकांनी 'घर' नि 'मी'च्या शोधात केलेल्या खऱ्या संघर्षामुळे. या सगळ्या आत्मकथांचं स्वत:चं एक सूत्र आहे. अभिनेत्रींच्या वाट्याला आलेले भोग पुरुषी अत्याचारांचे खरे; पण यात स्त्रीची स्वत:ची काही भूमिका/भागीदारी असते का, याचा विचार आत्मकथनात होत नाही व चिकित्सेतही. नीरक्षीर न्यायाचं मूल्यमापन विशिष्ट वाद, दृष्टीने केलेल्या लेखनात दिसणे दुरापास्त असते. तेथेही आहे; पण डॉ. तारा भवाळकर यांनी या लेखात चित्रपटासारख्या कला क्षेत्रातील स्त्री जोखीम नव्या पिढीसाठी गांभीर्यानं नोंदली आहे.

श्रीनिवास जोशींच्या 'आमदार सौभाग्यवती' नाटकाच्या निमित्ताने केलेले परीक्षण राजकारणाच्या अवकाशातील स्त्री प्रतिमेचा नि प्रतिभेचा शोध ठरावा. स्त्री आपलं 'बाहुलीपण' नाकारून 'स्वतंत्र माणूस' म्हणून जगण्याचा प्रयत्न करते, तेव्हा पुरुष सर्व शक्तीनिशी नि सर्व मार्गांनी (साम, दाम, दंड, भेद) ती आपल्या

हातातलं 'खेळणं'च कशी आहे, हे दाखविण्याचं सतत उद्दाम प्रदर्शन कसे करतो, याचे मार्मिक प्रत्यंतर हा लेख देतो. महाभारतातील 'कणवनीती' असो वा 'वर्तमानातील स्त्री आरक्षण नीती' दोन्ही मूल्यशून्यतेच्याच निदर्शक! स्त्री भावनेचं खच्चीकरण करणाऱ्या पुरुषी अहंकाराचा दर्प ठेचण्याची ऊर्मी जागवणारा हा लेख स्त्रीवादी समीक्षेतील स्फुल्लिंगी दाखवतो.

'तेरूओ' आणि 'काही दूरपर्यंत' हा गौरी देशपांडेच्या लघु कादंबऱ्यांची चिकित्सा करणारा लेख या ग्रंथातील सर्वाधिक महत्त्वाचा व विचारगर्भ लेख होय. स्त्री-पुरुष संबंध हा दोन्ही कादंबऱ्यांचा समान विषय; पण त्यातून घेतलेला वैश्विकतेचा शोध मात्र अनाकलनीय. विवाहबाह्य संबंधांसंबंधी हे दोन लेख इतिहासाच्या अंगानं व मार्गाने घेतलेला स्त्रीच्या तिसऱ्या बिंदूचा शोध होय. यात समिक्षकेनं इतिहासाच्या तटस्थतेचं पालन केल्यानं ते अधिक न्यायसंगत व न्यायसंमत सिद्ध झाले आहेत. आजवरचं पुरुषसापेक्ष जीवन विधायकतेपेक्षा विनाशाचा अनुभव देणारं. यावर विधायक उतारा म्हणजे प्रेम. तो उतारा स्त्रीच देऊ शकते, हा डॉ. तारा भवाळकरांचा ठाम विश्वास; पण त्यासाठी त्या कोणताही आधार देत नाहीत. त्यामुळे तो एकांगी वाटला नाही तरच नवल.

'अंतरांजली यात्रा' व 'अग्निस्नान' हे दोन प्रायोगिक चित्रपट डॉ. भवाळकर दूरदर्शनवर पाहतात नि प्रतिक्रिया म्हणून लेख लिहितात. त्यात परीक्षणाचा भाव नाही. कथालेखक, दिग्दर्शक, अभिनेता, अभिनेत्री, संगीतकार अशा तपशिलांना फाटा देऊन केवळ कथेच्या अंगाने घडणाऱ्या स्त्री-प्रतिमेचा त्या शोध घेतात. या लेखनात सहज केलेल्या प्रवासातील अनुभवसंपन्नता जशी आहे, तसेच अभिव्यक्तीतले लालित्यही! दूरदर्शनवरून दाखविले जाणारे प्रादेशिक भाषांतील चित्रपट अभिरुचीसंपन्न नि म्हणून अभिजात असतात, ही या लेखाची रुजवण कला नि साहित्य संस्काराच्या दृष्टीनं लाखमोलाची वाटते. 'अंतरांजली यात्रा'तील लेख 'डोंब' मनात माणुसकीचा जो डोंब उसळवतो तो वाचक कधीच विसरू शकणार नाहीत.

या पूर्वप्रकाशित लेखांचा संग्रह एकत्रितरीत्या वाचताना विचारांची संगती लावणं जसं सोपे जाते, तसे निष्कर्षाप्रत पोहोचणंही सुलभ होते. यास सोलापूरच्या पोरे बंधूंचे आकर्षक मुखपृष्ठ आहे. डॉ. तारा भवाळकरांच्या लेखनास लोकसाहित्याच्या व्यासंगाचं अधिष्ठान आहे. संशोधनाची शिस्त आहे. लेखनशैलीत स्त्रीसुलभ भावुकता आहे. त्यामुळे त्यांच्या चिकित्सेत स्त्री न्यायाची धडपड दिसून येते. आपल्या लेखनातून त्या स्त्रीची बलस्थाने जशी रेखांकित करतात. तशाच त्या स्त्रीच्या कमजोर पक्षावर — घर, अपत्यसुख यावर — बोट ठेवायलाही विसरत नाहीत. त्यामुळे ही चिकित्सा अधिक मर्मग्राही ठरते.

अगदी अलीकडे प्रकाशित झालेल्या 'मरणात खरोखर जग जगते' (२०१२)

मुळे डॉ. तारा भवाळकराचं साहित्यिक व्यक्तिमत्त्व एक नवे रूप घेऊन येते व ते पारंपरिक संशोधक प्रतिमेस छेद देत त्यांना कथाकार बनवते. हा त्यांचा पहिलाच कथासंग्रह. यात ताराताईंच्या १६ कथा संग्रहित आहेत. पैकी निम्म्या कथा या मृत्यूविषयकेंद्रित का याचं कुतूहल वाटल्यावाचून राहात नाही. अंतर, स्वानुभव, डॉक्टर, ऋणानुबंध, इत्यादी विविध विषय मांडणाऱ्या कथाही या संग्रहात आहेत. त्या वेगवेगळ्या शैलीतून लिहिल्या आहेत. आपल्या संशोधनाप्रमाणेच ताराताईंचा कथाकार आपली वाट वहिवाट व्यक्त करताना दिसतो.

'मातीची रूपे' (२०१२) पुस्तकात परत डॉ. तारा भवाळकरांचं लोक साहित्यिक रूप प्रगट होतं. माती हा केवळ निसर्गाचा गाभा नसून ते मनुष्य जीवनाचं सारतत्त्व आहे. संस्कृती मातीतून उगवते व माणसात आत्मसात होते. मानवी संस्कृतीत लोककथा, लोकगीते, म्हणी, उखाणे, ओव्या एवढंच काय शिव्यांतूनही 'मातीची रूपे' (वैविध्यपूर्ण) प्रगट कशी होत असतात हे यातील लेखातून डॉ. तारा भवाळकर यांनी स्पष्ट केले आहे. हा ग्रंथ म्हणजे माती आणि माणूस यांच्या अनुबंधाचा शोध घेऊन केलेले विवेचन होय.

या ग्रंथाच्याच चालीवर डॉ. तारा भवाळकर यांची जीवनगाथा म्हणजे मृदगंधाचा न संपणारा शोध असून त्यांचे साहित्य म्हणजे निरंतर विकसित होणारी व न संपणारी जिज्ञासा, ज्ञानलालसा होय. इतक्या लेखन, संशोधन, चिंतनानंतरही अमृत महोत्सवी वर्षी त्या लेखन संशोधनाचे नवे संकल्प उत्साहाने सांगत रहातात तेव्हा ही विदुषी गार्गी, मैत्रेयीची वारस असल्याची खात्री पटते.

◆

मनुष्यपारखी लेखक : उत्तम कांबळे

उत्तम कांबळे — एक पत्रकार ते समूह संपादक, कवी ते अखिल भारतीय मराठी साहित्य संमेलन अध्यक्ष, वक्ता ते विचारक, कार्यकर्ता ते नेता, वाचक ते लेखक, मुलगा ते बाप, युवक ते पती, मित्र ते मार्गदर्शक म्हणून त्यांच्या जीवनाचे सारे आलेख स्तंभ नेहमी चढेच राहिले. अत्यंत अल्पकाळात त्यांनी यशाची नवनवी शिखरं पायी नि पंखात घेतली. रोज नवी शिखरे गाठणारा हा गिर्यारोहक! तो सात समुद्र पार करणारा धाडसी दर्यावर्दी शोभावा असा त्याचा पुरुषार्थ, उत्साह! यशाचा किनारा गाठला तरी नव्या किनाऱ्याच्या शोधात याची मुशाफिरी सुरूच! काव्य, कथा, कादंबरी, ललित, संपादन, मुलाखती, आत्मचरित्र अशी साहित्याची सप्तपदी केल्यानंतरही त्याला संशोधन खुणावत असतंच. आता वाटलं त्यांना आत्मस्वराचा शोध घ्यावा नि त्यात डुबकी मारावी. समुद्रपार करणारे अनेक, पण तळाचा शोध घेणारे विरळ! शिखरं सर करणारे अनेक; पण शिखराच्या पोटात गाडलेल्या माणिकांचा शोध घेणारे अपवाद! यासाठी घाई उपयोगाची असत नाही, लागतो अवकाश, उपवास, मौन! कलेचेही एक अध्यात्म असतं. साहित्याचंही एक शास्त्र असतं. अवघी साडेतीन नाटकं लिहूनही नाव होते हे हिंदीत मोहन राकेशांनी, मराठीत महेश एलकुंचवारांनी दाखवून दिलेय. पसाऱ्यापेक्षा पिसारा माणसाला का आवडतो याचा शोध घ्यायला हवा.

असं असलं तरी उत्तम कांबळेंचे लेखन मला एकाच कारणासाठी आवडतं. ते कधी कल्पनेनं लिहीत नाहीत. वास्तवाचा आधार घेत ते वर्तमानाची चिकित्सा करतात, अंतर्विरोधावर बोट ठेवतात. त्यांच्या समग्र लेखनात मला समाज-शुद्धीचा ध्यास दिसतो. शब्दांच्या अनुनयाच्या मागे न लागता मनात येतं ते थेट सांगायचा त्यांचा स्वभाव; पण ज्यांना समन्वयाचं भान असते ते क्रांतीची भाषा नाही

बोलत, त्यांचा असतो बदलाचा आग्रह! 'शर्त की सूरत बदलनी चाहिए!' जात वास्तवाचा पैस त्यांना माहीत आहे. जातीअंताची भाषा ते नाही करत; पण जात हे बिरुद नव्हे नि त्यातच खितपत पडलो तर विकास नाही होणार याचं भानही त्यांना आहे. 'ओबीसींचे राजकारण' वाचलं की, ते लक्षात येतं. श्राद्धच घालायचं तर गटबाजीचं घालायला हवं म्हणणाऱ्या या लेखकाचा परीघ जाती- बाहेरील व्यापक पीडित वंचितांपर्यंत पोहोचतो. ज्याला बापही नव्हता त्या नारायण सुर्वेंना बाप मानणारे उत्तम कांबळे आपल्या जाणीवांचा विस्तारलेला सातबाराच आपल्यापुढे ठेवतात. केलेलं उर बडवून सांगायचा त्यांचा स्वभाव नाही. म्हणून कोणी त्यांना गृहीत धरेल तर खरे नाही. त्यांचं स्वत:चे असे स्वतंत्र व्यक्तिमत्त्व! सुरेश भटांनी सांगितल्याप्रमाणे 'गुंतुनी गुंत्यात साऱ्या... पाय माझा मोकळा... रंगुनी रंगात साऱ्या... रंग माझा वेगळा! ही स्वतंत्रता, स्वप्रज्ञता येते संघर्षशील विकासातून, स्वप्रयत्नांतून.

मी त्यांना प्रथम पाहिले... ऐकले ते कवी म्हणून. ते कोल्हापूरच्या गोखले कॉलेजमध्ये होते. गावात कवी संमेलनं भरायची. त्यावेळच्या तांड्यात ते असायचे. नंतर मी त्यांना पत्रकार म्हणून पाहिलेय... बातम्यांचा शोध घेत हिंडणारे, भटकणारे उत्तम कांबळे मी पाहिले आहेत. त्यामुळे आजचं त्यांचं अस्तित्व मला अधिक आकर्षित करतं. 'इझी गो लकी', 'वन अमंग द इक्वल्स' असं राहाणं... मध्यमवर्गीय होणं, मध्यममार्गी जगणे त्यांचा स्थायीभाव नाही; पण मग का हा माणूस प्रतिष्ठित झाला? प्रतिष्ठेची जी कंपल्शन्स येतात... ती माणसाला हरवतात... ती हरवू नयेत म्हणून एकदा सिंहासारखं मागं बघावं असं वाटतं. मग पल्ला पट्ट्यात येतो.

'श्राद्ध', 'अस्वस्थ नायक'सारख्या कादंबऱ्यांतील उत्तम कांबळे लेखक म्हणून आपल्या परिसरातील समाज वास्तव चित्रित करणारे. आपल्या वाढण्याच्या काळात जे खटकलं ते शब्दबद्ध करणारे लेखक. गैर अधोरेखित करणे म्हणजे लिहिणे, असे वाटण्याच्या काळातले ते लेखन. अंतर्विरोध रेखांकित करून समाजशुद्धी साधायचा प्रयत्न या कादंबऱ्यांत आढळतो. समाज आणि शिक्षणही मनुष्य विकासातली महत्त्वाची ठिकाणं. ती ठीक करायचा आग्रह यात दिसतो.

'रंग माणसांचे', 'कावळे आणि माणूस', 'कथा माणसांच्या', 'न दिसणारी लढाई', 'परत्या'सारखे कथासंग्रह वाचत असताना लक्षात येत की या माणसास माणसाचं जगणं काय असते या ध्यासानं पछाडलंय. यातून लेखकाची संवेदनशीलता दिसते. जगण्याची लढाई चित्रित करताना तो माणसांना पशू म्हणून जगताना पहातो तेव्हा त्याची लेखणी लिहिल्याशिवाय उसंत घेत नसते. ही तळमळ त्यांच्यातील 'माणूस' असण्याची साक्ष! माणसाच्या जगण्याच्या साऱ्या रंगछटा व व्यक्तिरेखा त्यांच्या कथांत अवतरतात. तमासगीर, भिकारी, महारोगी, वृद्ध सारे वंचित त्यांच्या

कथांत डोकावतात. संभ्रांत समाजांनी ज्यांची दखल घेतली नाही त्यांना साहित्याच्या पाठशाळेत दाखल करायचं हे उत्तम कांबळेंच्या साहित्य लेखनाचं ठरून गेलेलं उद्दिष्ट होय. नुसतं दाखल नाही करायचे तर दखल घेण्यास भाग पाडण्याच्या तळमळीत ते वंचितांचे जीणे रेखाटतात. म्हणून त्यांच्या कथा वाचकांना अस्वस्थ करतात. लेखकाचा केवळ नायक अस्वस्थ असत नाही, मूळपुरुष लेखकच मुदलात अस्वस्थ, अशांत असतो. मला उत्तम कांबळेंमधील हे अस्वस्थपण नेहमीच आश्वासक वाटत आलंय.

'वाट तुडवताना', 'आई समजून घेताना', 'स्वागताध्यक्षाची डायरी' अन् नंतर आलेली 'संमेलनाध्यक्षांची डायरी'पण मी वाचली आहे. ग्रंथ व्यवहारांनी आपण शहाणे झालो तरी परंतु शहाणपण अजून आपल्याला यायचं आहे... त्याच्या... अपूर्णतेच्या भानाची लक्षणं या साऱ्या आत्मपर लेखनात आढळतात. यात ते स्वत:ला उसवू पाहात आहेत. 'को हं?', 'Know theyself', 'अत्त दीप भव...' हे सारे शोधस्वर... त्यांचे काहूर या आत्मकथांत आहेत. उद्याच्या अधिक उज्ज्वल प्रात:कालाच्या पाऊलखुणा घेऊन येणारं लेखन म्हणून मी याकडे पहातो. हे माझे पाहाणं थोरपणाचं नाही. ते एका तटस्थ निरीक्षकाचे... मी थर्ड अंपायर नाही... असेनच तर तिसरा प्रेक्षक... खरं तर तिऱ्हाईत! म्हणून त्याचं अप्रूप!

आजच्यापेक्षा उद्याचे उत्तम कांबळे अधिक उजवे (दर्जांनी) असतात. त्यांचं आजच्यापेक्षा उद्या येणारं लेखन अधिक प्रौढ, प्रगल्भ असतं. हे सारं आपसूक नाही घडत. जो रोज नव्याने साऱ्या संदर्भांचा धांडोळा घेतो त्यासच हे शक्य असतं. 'प्रसंगी अखंडित वाचित जावे'चा ध्यास कसा होता हे 'वाट तुडवताना' पाहायला मिळतं. 'आई समजून घेताना...'मधले जे समाजशिक्षण आहे ते स्वत:बरोबर इतरेजनांना शिक्षित करणारे! केवळ त्या पुस्तकाच्या प्रचाराने अनेक आया वृद्धाश्रमात जायच्या थांबल्या असतील याची मला खात्री आहे. लेखनाने समाज बदलतो याची ही खूणगाठ! मीच नाही, माझा आसमंत बदलायला हवा अशी जी भूक, प्यास त्यांच्या लेखनात आढळते ती मला अधिक लोभस वाटते. 'शहाणे करूनि सोडावे सकळ जन' हे त्यांच्या साहित्याचं लोकशिक्षण होय.

याचं मूळ शोधत मी एकदा त्यांच्या आईला गाठलं अन् लक्षात आले की या चंदन खोडाचं रहस्य त्या मायेच्या मुळात दडलेले आहे. ती माऊली इलंदाक्का... तिच्या वागण्या, बोलण्या, राहाण्यात कसलाच फरक नाही. सोफेस्टिकनेसची एकही खूण घरात नाही. आत बाहेर एक असणे एकविसाव्या शतकातली दुर्मीळ गोष्ट म्हणावी लागेल. ती मला तिथे दिसली. उत्तमच्या वागण्यात मला कधी झूल दिसली नाही अन् झुलणेही नाही. 'भावा बहिणींनो' म्हणत सरळ साद घालणे... 'साला ' म्हणून मनात आलेले सांगणे... सांगण्यात तिडीक... पोट तिडीक...

आजचं उद्या नाही... रोज नवे... उजवे... हे सारं येते रोजच्या होमवर्कमधून, गायकाचा रियाज हेच गायकीचे अधिष्ठान असते. तसं लेखकाचं वाचन, विचार, संशोधन, धुंडाळणं... खंगाळणं... यातून हाती येतं ते उजवेच... उज्ज्वलही! माझ्या लहानपणी मी पंढरपूरला होतो. भीमा नदीवरून दोन पूल जातात. एक रेल्वेचा नि दुसरा मोटारींचा. दोन्ही पुलांच्या दोन्ही बाजूस भोकाची पत्र्यांची सुपं घेऊन वाळू खंगाळून लोकांनी नदीस अर्पण केलेले पैसे शोधणारी मुले, माणसे असायची. पैसे टाकणाऱ्यांना पुण्य लाभले की नाही कोणास ठाऊक पण पैसे खंगाळणाऱ्यांचं कल्याण मी पाहिले आहे. जी माणसं असे खंगाळतात त्यांच्यातील जगण्याची धडपड मी लहानपणापासूनच पाहात आलो आहे. ज्यांची धडपड थांबली त्यांना निद्रिस्त होताना मी पाहिले आहे... त्यांचं जिवंत मरणही मी अनुभवले आहे... त्यामुळे उत्तम कांबळे यांच्या या सातत्यपूर्ण धडपडीस एक वेगळा संदर्भ आहे... अर्थ आहे.

अलीकडे ते दीर्घ कविता करतात... त्यांची पोस्टर्स छापतात... ती घरोघरी पोहोचवतात. नारायण सुर्वे यांच्यावरील 'हे नारायण' मी वाचवले आहे आणि त्या नारायणाला जगवण्याची धडपडही मी जवळून पाहिली आहे. सुर्वे त्यांचे कोण होते? तर सामाजिक नाळ जुळलेले वडील. ते गेले तेव्हा मी नि उत्तम कांबळे एकत्रच होतो... उत्तम आल्याशिवाय प्रेत हलवायचे नाही हे ठरलेले... स्टेट फ्युनरल जाहीर होऊनही. हे सारे कशातून येते, तर कथनी आणि करनी, कृती आणि विचाराच्या अव्दैतातून. 'पोरासाठी चार शब्द' अशीच पोस्टर कविता. अन् परवांचं 'तिचं सुरू झाले महायुद्ध' तर स्त्रीच्या घुसमट व मोकळ्या श्वासातले द्वंद्व!

आता ती नाकारतेय
या साऱ्याच जागा

(गुहा, घर, ऑफिस, पडदे, पोस्टर, पिंजरे इ.)

आता ती निर्धार करतेय
कुठंही न चिकटण्याचा
आभाळभर विहरण्याचा
आणि माणूसगाणी गाण्याचा

यातले 'माणूस गाणं' केवळ स्त्रीचं नाही... साऱ्या समाजाचे व्हावे म्हणून उत्तम कांबळे लिहित असतात असे मला वाटते.

माणसाचं जीवन, साहित्य आणि गाणं एक हवे. मग जगण्याचे सूर गवसतात. ज्यांना कुणाला 'स्व'चा शोध घ्यायचा असेल त्यांनी उत्तम कांबळे वाचले पाहिजेत.... छापलेले व जिवंतही! त्यांच्या 'आई समजून घेताना' आणि माझ्या 'खाली जमीन

वर आकाश' ब्रेल आवृत्तीचा प्रकाशन समारंभ होता. ते अंधांशी बोलले. तो एक अव्दैत संवाद वाटला मला. दुसऱ्याचे होणे... 'See the world from other side' च्या पलीकडे जाऊन 'See the world from his or her side' ची जी संवेदना येते ती 'जावे त्यांच्या वंशा'ची असते. हे सारं सामाजिक जाणीवेतून येतं. त्यासाठी तुमच्याकडे स्वत:चे असे आकलन असावं लागतं. ते उत्तम कांबळेंच्या ठायी आढळते.

जगताना मीच नाही, तर माझ्यासह सारे जगले, वाढले पाहिजेत, असा त्यांचा अट्टहास, हा देखील समाज बदलण्याचाच एक भाग असतो. गुडी, गुडी बोलणे त्यांना जमत नाही. जे चांगले आहे त्याबद्दलही ते कधी समाधानी असत नाहीत. ते अधिक चांगलं व्हावं म्हणून ते दोन सूचना करणारचं. त्यात 'अधिकस्य अधिकं फलं'चा न्याय ते मानतात. माणसात सतत असमाधान भरलेलं असणं हे विकासाच्या नव्या शक्यतांसाठी आवश्यक असते. ते उत्तम कांबळेंच्या जीवन व साहित्यात दिसतं. जगण्यात त्यांच्या लेखी कोणी लहान मोठा नसतो. समभावी जीवन व्यवहार हे त्यांच्या यशाचे खरे रहस्य म्हणून सांगता येईल.

उत्तम कांबळे यांचे साहित्यिक व्यक्तिमत्व बहुपेडी असलं तरी त्यांच्यातला पत्रकार सतत जागा असतो. पत्रकार ते समूह संपादक व आता संचालक संपादक म्हणून ते करत असलेले कार्य पहाता ते यशस्वी पत्रकार म्हणूनही त्या जगतात आपली नादमुद्रा उमटवताना दिसतात. 'डोंगरासाठी काही फुले' हा त्यांचा मृत्युलेखांचा संग्रह प्रकाशित झाल्याचे आठवते. त्यांच्याप्रमाणे गोविंद तळवलकर, अनंत भालेराव, कुमार केतकर, डॉ. अरुण टिकेकर यांचे असे लिहिलेले मृत्युलेख आठवतात. ऑब्युचुअरी एडिटरांची परंपरा प्रत्येक भाषेच्या पत्रकारिकेत असतेच. उत्तम कांबळे यांनी लिहिलेल्या मृत्युलेखांत साहित्यिक, कलाकार, समाजसेवकांचा समावेश आहे. त्या निवडीच्या प्रतीवरूनही पत्रकार म्हणून उत्तम कांबळेंचं समाज व कलाभान स्पष्ट होतं.

अलीकडे कवी म्हणून मी त्यांना ओळखू लागलो. त्याची सुरुवात 'गजाआडच्या कविता'च्या संपादनापासून झाली असली तरी 'जागतिकीकरणात माझी कविता' व 'किनाऱ्यावरचा कालपुरुष' रचना वाचल्या की उत्तम कांबळेंच्यातील कवीचा अस्वस्थ भुंगा प्रत्ययास येतो. त्यातही 'जागतिकीकरणात माझी कविता'मध्ये समाजभान आहे व समूहाचा उद्‌गार. पण 'किनाऱ्यावरचा कालपुरुष'मधील कविता व्यवच्छेदक म्हणावी लागेल. उत्तम कांबळेंची काही विधाने मग ती भाषणातली असो वा कवितेतली... ती त्याचे उन्नयन करणारी वाटतात. संमेलन अध्यक्ष झाल्यावर 'माझा समाज झालाय म्हणणं' नि 'किनाऱ्यावरचा कालपुरुष'मध्ये समुद्र पाहाता पाहाता'माझा समुद्र झाला' म्हणणे एकाच अवस्थेचे निर्देशक. ही दीर्घ

कविता अथवा काव्य एक 'Loud Thinking' आहे. बायबल असे आहे. त्यात माणूस व निसर्गाचा संघर्ष जसा आहे तसं द्वंद्वही! काळ कठोर खरा! 'Not only God but time is also mighty' असं काहीसे या काव्याचे सूत्र आहे. खरे तर 'Not God, but time is mighty' असंच कवीचे घोषवाक्य आहे. कालपुरुष हा माणूस व निसर्गापेक्षा श्रेष्ठ कारण तो कालातीत. त्यापुढे लाटा, किनारे म्हणजे क्षणिक थांबे नि स्थित्यंतरं.....

'क्षणभर होतो संवाद
किनारा आणि लाटांचा
पण हा संवादही मोठा विचित्र
त्याचा प्रारंभ आणि अंत
एकाच वेळी येतो जुळून...
कालपुरुष'

या विधानातून ते अधिक स्पष्ट होते.

ठाणे येथे संपन्न झालेल्या सन २०१० च्या ८४ व्या अखिल भारतीय मराठी साहित्य संमेलनात त्यांनी केलेले भाषण हा त्यांच्या वक्तृत्वाचा अमोघ नमुना. यात त्यांनी जागतिकीकरणाची चिकित्सा केली आहे. त्यांच्या म्हणण्यानुसार जागतिकीकरणाच्या परिणामांचा विचार आपण गांभीर्याने केलेला नाही. आपल्या शब्दांना हा काळ पकडता आला नाही अन् तो तसाच हातातून निसटून जाईल तर माणूस आणि साहित्य दोन्ही मागे पडल्याशिवाय राहाणार नाही. साहित्याचं प्रयोजन असतं. तो त्याचा कणा, भूमिका असते. कणा असलेलं साहित्य खूप प्रभावी ठरतं. यावेळी त्यांनी दिलेले गावाकडच्या मोटेचे उदाहरण मला आठवते. त्या उदाहरणातूनही उत्तम कांबळे साहित्यिक म्हणून सदैव तात्विक वादापेक्षा उपेक्षित, वंचितांच्या वेदनेचे वकील होणे सतत पसंत करतात.

माणूस हा आपल्या साहित्याचा केंद्रबिंदू मानून लेखन करणारे साहित्यिक उत्तम कांबळे नाटक वगळता साहित्याच्या सर्व प्रांतांत लेखन करून आपलं बहुपेडी व्यक्तिमत्त्व अधोरेखित करतात. माणसाचं जगणे, त्याचे लढणे आणि लढत लढत त्याचे माणसाकडं जाणे, हेच साहित्याचे विषय असतात. साहित्य माणूस केंद्रित असतं व ते असायलाही हवे असा माझा आग्रह आहे. साहित्याला माणसाचा चेहरा लाभला की ते अधिक झळाळतं व दीर्घकाळ टिकते, असा इतिहास आहे. त्यामुळे साहित्याचा आरंभ, मध्य व अंत माणूसच असायला हवा, असे आपल्या मुलाखतीतून ठासून सांगणारे, मांडणारे उत्तम कांबळे कलाकार, पत्रकार, साहित्यकार, संपादक, कवी म्हणूनही माणूसरूपात प्रकर्षाने पुढे येतात. जगणे जिवंत करणारा

हा साहित्यिक लेखनात फिरस्ती असेल; पण त्याचं जीवन तत्त्वज्ञान स्थायी व अढळ आहे. आपल्या पूर्वसूरी साहित्यिकांची जी मांदियाळी आहे तिचा पूर्ण आदर ठेवून ते आपले विचारांचे वेगळेपण नेहमीच स्पष्ट करत आलेत. त्यातूनही उत्तम कांबळेंची स्वप्रज्ञता व स्वतंत्रता स्पष्ट होते. सदरा, खिसा, पेन यांचे वैर असलेल्या वातावरणात ते जन्मले असले तरी त्यांच्यात परिस्थितीचा स्थित्यंतराने पराभव करायचं रसायन ठासून भरलेले असल्याने ते जात, धर्म, कुळी अशा खोट्या परिघात फिरत राहात नाहीत. माणूस नावाचा समाज त्यांच्यालेखी विश्वसमाज आहे. तो राष्ट्र, भाषा, वंश सर्वांपलीकडचा एक उदाराशय आकाश निर्मिण्याची मनीषा बाळगून आहे. त्यामुळे अर्जुनासारखे त्यांचे लक्ष सतत नव्या मत्स्यवेधाकडे असतं, म्हणून ते रोज नवे दिसतात, असतात.

◆

कृषी संस्कृतीचा लोककवी : इंद्रजित भालेराव

कवी इंद्रजित भालेराव हा कृषी पंढरीचा लोककवी महाराष्ट्राला गवसला त्याची कथा सुरस आहे. सन १९८५ च्या दरम्यानचा काळ असेल. महाराष्ट्र राज्य साहित्य आणि संस्कृती मंडळाचं एक नवलेखक शिबिर कोल्हापूरच्या पन्हाळगडावर एका स्थानिक साहित्य संस्थेने योजलं होते. त्यात इंद्रजित भालेराव शिबिरार्थी म्हणून सहभागी झाले होते. त्यात शिबिरार्थींचे सादरीकरण सुरू होतं. इंद्रजित भालेरावांची पाळी आली. त्यांनी एक कविता सादर केली. कवितेत नवविवाहित शेतकरी दांपत्याचं वर्णन होतं. नवविवाहित कुळंबीण आपल्या काबाडाच्या धन्याला सांजच्या पहारी लवकर येण्याचे निमंत्रण कसं देते असा प्रसंग इंद्रजित सांगत होता... नवविवाहिता... ती पण खेड्यातील... भरलेलं घर... बाप माणसांसमोर घरी नवऱ्याशी बोलायची सोय नाही नि शेत शिवारात आपला शेतकरी धनी कायम गावगड्यांच्या गराड्यात... तिथंही संवादाची सुतराम शक्यता नसायची. माझी मासिक पाळी संपली आहे... तू आज घरी लवकर ये असा संदेश आपल्या नवऱ्याला भाकरी वाढत अबोलपणे द्यायची... इतरांच्या भाकऱ्या नि नवऱ्याची भाकरी यात छोटासा फरक असायचा... नवऱ्याच्या भाकरीला कुंकवाचा टिळा लावलेला असायचा... प्रेमातूर नवऱ्याला बायकोचं निमंत्रण न सांगता कळायचं नि तो सूर्य बुडायच्या आधीच औत सोडायचा... हे निवेदन प्रेक्षकांत बसून मेहता पब्लिशिंग हाऊसचे धनी अनिलभाई मेहता ऐकत होते. त्यांना या कवीच्या निवेदनात व कवितेतही स्पार्क दिसला. त्यांनी या कवीला गाठले. त्याच्या प्रकाशित/अप्रकाशित कविता गोळा करायला लावून पहिला कवितासंग्रह काढला, 'पीकपाणी' सन १९८९ ला. आणि मग पुढे इंद्रजित भालेरावांचे 'आम्ही काबाडीचे धनी'(दीर्घ कविता), 'दूर राहिला गाव', 'कुळंबिणीची कहानी', 'रान मळ्याची वाट', (बाल कविता), 'उगवले नारायण' (लोकनाट्य), 'गावाकडं चल

माझ्या दोस्ता'(कुमार कविता), 'गाई घरी आल्या' (ललित लेख), 'घरीदारी' (ललित लेख), 'भिंगुळवाणा'

(कादंबरी), पेरा' (कविता), 'टाहो' (कविता), 'भूमीचे मार्दव' (कविता), असं त्यांचं एकामागून एक लेखन येत राहिलं. पुढे त्यांनी संत जनाबाई, ताराबाई शिंदे, जिजाऊंवर चरित्रात्मक लिहिले. बी. रघुनाथांची जन्मशताब्दी आली आहे. त्यांच्या काव्यावर समीक्षात्मक लिहिले पण सर्वांत दिसते ती कविता. इंद्रजितच्या कोणत्याही लेखनात कवितेचा पाझर आढळत नाही असं होतच नाही. हा कवी अबोधपणे सतत कवितेच्या शोधात असतो. माणसा मातीत कुठेही तो वावरत असू दे... त्याचं मन कवितेच्या पिंग्यात झिंगत असते असा माझा गेल्या कित्येक वर्षांचा अनुभव आहे आणि म्हणून त्याची कविता लोककविता म्हणून जन्मते.

या महाराष्ट्राने इंद्रजितच्या कविता हजारो, लाखोंच्या सुरात गाताना ऐकले आहे. प्रसंग होता खानदेशचा. तिथले शेतकरी कापसाचे चुकारे (देणं) एकरकमेने व भाव हमीने मिळावे म्हणून कापूस एकाधिकार खरेदी योजनेसंदर्भात शेतकरी संघटनेच्या वतीनी शरद जोशींच्या नेतृत्त्वाखाली आंदोलन करत होते. शेतकरी मेळावा होता. शेतकरी बैलगाड्यांनी आलेले होते. आलेल्यांची बसवाबसवी कार्यकर्ते करीत होते. शेतकऱ्यांचा अशा मेळाव्याचा पहिलाच अनुभव असावा... ते गाव जत्रेसारखे इकडे तिकडे ऐसपैस पसरलेले. इंद्रजित माईक हातात घेतो.... गाऊ लागतो... गायला लागतो... टाळ्यांचा नाद ठेक्यावर येतो... जन्मलेले हजारो शेतकरी तालात एका सुरात गाऊ लागतात.

काट्या कुट्याचा तुडवित रस्ता,
गावाकडं चल माझ्या दोस्ता.

त्या शेतकऱ्यांना वाटते की अरे हे आपलेच पोर आपलं गाणे गातेय तर मग आपणपण गाऊ या. मग ठरूनच गेले की इंद्रजितच्या कवितेने मेळावा सुरू व्हायचा नि शरद जोशींच्या भाषणाने संपायचा.

शरद जोशींना पण इंद्रजितच्या कवितेचे अप्रूप होते नि आजही आहे. एकदा तर ते इंद्रजितची कविता ऐकत लहान मुलासारखे ढसाढसा स्टेजवर रडायलाही लागल्याचं लोकांनी पाहिलं आहे. प्रसंग होता... कवितेतले शेतकऱ्याचे पोर बापाकडे चिटाच्या सदऱ्याचा हट्ट धरते. बापाचे कापसाचे चुकारे थकलेले असतात. बाप शर्ट देऊ शकत नसल्याच्या त्राग्याने पोराला बदाबदा बडवतो... तुझा तूच सदरा घे म्हणून बजावतो... ते पोर गुरं राखत कापसाच्या झाडाला लागलेली बोंदरं (किडलेली कमी कापसाची बोंडं) विकून चिटाचा सदरा घेते. असे अस्सल दुःख इंद्रजित भालेरावच लिहू शकतात. म्हणून शरद जोशी म्हणाले होते..."निर्विकारपणे दुःख पाहाण्याचं, ऐकण्याचे मन माझ्याकडे नाही... तुम्हा साहित्यिकांच्या सहजतेने

व्यक्त करण्याची ताकदही नाही, मग आम्ही काय करतो, आकडेवारीच्या आणि अर्थशास्त्राच्या आलेखामागे लपतो. शेतकऱ्याचे दु:ख आमच्या तब्येतीला झेपत नाही. मग रडू येऊ नये म्हणून आम्ही सिद्धांत मांडतो.'' मला वाटतं इंद्रजित भालेरावांच्या काव्याचं यापेक्षा सुंदर शब्दांत मूल्यमापन, समीक्षा कोणी करू शकणार नाही. माती, माणसाची कविता समजून घ्यायला शिक्षण लागत नाही, लागतं शहाणपण अन् संवेदनशील मन. अशी सारी माणसे इंद्रजित भालेरावांच्या कविता महाराष्ट्रभर कानाकोपऱ्यात गात, गुणगुणत वाचत असतात.

इंद्रजित भालेरावांच्या कविता म्हणजे कृषी संस्कृतीच आख्यान, भारूड, बखर काही म्हणा. त्यात शेत, गवत, जनावरे, वासरं, साप, गाव, पेरा, टाहो, खळे, मळा, माळ, शीव, शीळ, रान, घोंगडे, पाऊस, सरी, खुरपे, दोर, कासरा, बिंडा सारं येणारच. इंद्रजितची कविता छोट्या प्रसंगातून मोठं काव्य, जीवन चित्रित करते. डाळ वाळत घातलेली असताना गाईचे खोंड त्यात तोंड घालते नि राखण करणारं पोरगं भांबावून जाते. परीक्षेच्या धांदलीत गरम पाण्यात पेन धुताना ऐनवेळी त्याचं वितळणं, पंधरा ऑगस्ट, सव्वीस जानेवारीच्या आदल्या दिवशी गडबडीत धुतलेले कपडे इस्त्री केले तरी आंबट वास देणारे कसे असतात ते इंद्रजितची कविताच सांगू शकते. एकाच वेळी जीवनाची त्रेधा नि परिस्थितीची तिरपीट वर्णून हास्य तर उभारायचं पण त्यातला दु:खाचा तळ मात्र सोडायचा नाही ही या कवीच्या कवितेची पूर्वअट असते. एकवीस पोरांचा बाप शंकऱ्या महार रक्त ओकत राबत मरतो ते फक्त या कवीच्याच डोळ्यांना दिसते. पुजाऱ्याची पोर दिव्यातलं उरलेलं तेल घेऊन गुजराण करते तेही देवाशी प्रतारणा न करता नि गुराख्याचे पोर उपाशी न ठेवता. रानभर भेदणारी ल्हावरे पाहावी ती यांच्याच कवितेत. ही कविता रानफुलांच्या रंगांचे इंद्रधनुष्य रेखाटते नि चिवळ चिमणीची चिवचिवही टिपते. मोहळाच्या मधाच्या मधाळ वासानं गंधलेली ही कविता, या कवितेत पंढरीचा पांडुरंग आहे आणि महात्मा फुल्यांचा निर्मिकही. शेतकऱ्याचा आसूड महात्मा फुल्यांनी वर्णिल्यानंतर जन्माला आलेला हा कवी... यानं साऱ्या कवितेत शेतकऱ्यांचे अश्रू पेरलेत. उद्या सोन्याचे पीक यावे म्हणून या कवीला मांजराचे पिल्लू साद घालतं तसं राघूचंही! इडापीडा टळो, बळीचे राज्य येवो म्हणत रानोमाळ भटकणारा अनवाणी शेतकरी या कवितेत ज्या तन्मयतेने चित्रित झालाय तो दुसरीकडे सापडणं केवळ अशक्य. या कवितेचे बेणे म्हणजे अस्सल देशीवाण! खुरप्याच्या अणीवर शिवार पिकविणारा शेतकरी तुम्हाला इथेच भेटणार 'मोट झाली जुनी, इंजिनही जुने झाले, माणसांच्या भल्यासाठीच सगळ्यांचे येणे जाणे' म्हणत इंद्रजित भालेराव शेतीच्या बदलाचा इतिहास आपल्या कवितेत नोंदवतात. त्यांच्या कवितेत कृषी संस्कृतीचा मांडव, उत्सव, जत्रा आहे नि दुष्काळ, रोगराईचे तांडव ही भरलेले

आहे. उभ्या झाडाला वाळवी लागल्याचं पाहून धसका घेतलेली कुळंबीण यात आहे नि जिनगीचा जाळ पेलणारी दुभंग धरतीही इथेच आहे. कोवळ्या छातीवर कोवळे ओझं पेलणारी या कवीची 'बालगोरी' जो वाचेल त्याला त्याच्या डोळ्यात तरंगलेले पहिलं कोवळे प्रेम आठवल्याशिवाय हमखास राहाणार नाही, अशी हमी भरणारी ही कविता.

ही सारी वैशिष्ट्यं घेऊन आलेली कविता शेतकरी कामगार पक्षाचे अध्यक्ष व सेझसाठी शेतजमीन बळकावणाऱ्या उद्योगपतींच्या जबड्यातून ती काढून घेऊन परत शेतकऱ्यांना ती मिळवून देणारे झुंझार नेते प्रा. डॉ. एन. डी. पाटील वाचतात तेव्हा त्यांना इंद्रजित भालेरावांची कविता ऐकल्यावर त्यांची तुलना इंग्रजी कवी रॉबर्ट फ्रॉस्टशी करावी वाटते. भारताचे पहिले पंतप्रधान पंडित जवाहरलाल नेहरू यांच्या टेबलवर नेहमी रॉबर्ट फ्रॉस्टच्या खाली लिहिलेली टेबल प्लेट असायची -

The woods are lovely dark and deep
but I have promises to keep
and miles to go before I sleep

भारत हा शेतीप्रधान देश आहे. या देशातील शेतकऱ्यांचे आपण देणे लागतो याचं सदैव स्मरण राहावे म्हणून ठेवलेली टेबल प्लेट. घरी ऑफीस सोडून जाताना नेहरू रोज वाचत. झोपण्यापूर्वी अजून आपल्याला दूरचा पल्ल गाठायचा आहे, याचं भान राहावं म्हणून. कृषी कवीची ही ताकद असते पंतप्रधानाची झोप उडवण्याची! इंद्रजित भालेरावही जेव्हा आपल्या कवितेत असं म्हणतात, 'कुणी यावा भगीरथ, गंगा आणावी गावात, आम्ही त्याच्याच नावात देव शोधू' तेव्हा त्याला हेच सुचवायचं असतं की इतके पंतप्रधान आले गेले, योजना आल्या पण शेतकऱ्याच्या अंगणात गंगा वाहणारा भगिरथ अजून जन्माला यायचा आहे. या कवीची कविता त्या स्वप्नांच्या मागे आहे... 'शब्दांनो मागुते या' म्हणणाऱ्या केशवसुतांप्रमाणे विकासापासून 'दूर राहीला गाव' अशी खंत असलेली ही कविता पारामागं घोंगडी पांघरून बसलेले सुख कल्पते, तेव्हा लक्षात येतं की हा शेतकऱ्यांना स्वप्नं देणारा सौदागर कवीही आहे. कवी इंद्रजित भालेराव शेतकऱ्याला निसर्ग, देवावर भरोसा ठेवण्यापेक्षा हाताच्या रेघा निर्माण करण्यावर भर देताना मी पाहातो तेव्हा लक्षात येते की 'अपना हाथ जगन्नाथ' हे या कवीचं जीवनसूत्र आहे नि तत्वज्ञानही. 'गंगा मैली कुणी केली तुक्या' असे थेट तुकारामांना हा कवी प्रश्न करतो तेव्हा तो पिढ्यान् पिढ्या शेतकऱ्यास नागवणाऱ्या व्यवस्थेत शोषणाचा सातबाराच मागत असतो. 'मातीतून जे जे उगवते वर, खरा तिथे तर

धर्म आहे' म्हणणारे भालेराव माती हाच शेतकऱ्याचा धर्म असल्याचे बजावतात. 'शेतच इमान, शेत माझा गळा, शपथेचा गळा, शेत माझे ' असं म्हणत शेतकऱ्यासाठी शेतच सर्वस्व असल्याचं सांगत ते हिरावून घेणारे हात प्रसंगी कलम केले पाहिजे हेही सांगायला तो विसरत नाही. आर्जव केव्हा करायचं नि आरोळी केव्हा ठोकायची याचा विवेक या कवीस आहे, कारण तो शेतकरी संघटनेच्या संघर्षातून आकारला आहे.

कवी इंद्रजित भालेराव समजून घ्यायचे तर त्यांच्या कविता मुळातूनच वाचायला हव्यात. 'पीकपाणी' (१९८९) या कवितासंग्रहाने त्यांचा कवी म्हणून प्रवास सुरू झाला. सलामीलाच त्यांना प्रा. सुधीर रसाळ यांच्यासारख्या सव्यसाची समीक्षकाची शिफारस लाभली व प्रख्यात साहित्यिक पु. ल. देशपांडे यांची शाबासकी. हा दुग्धशर्करा योग त्यांना लाभला तो कवितेतील मातीच्या एकरूपतेमुळे. या कवितेत कृषी सृष्टीचं सौंदर्य आहे आणि दारिद्र्याचं दु:खही. एकाच वेळी. ही कविता अश्रू आणि हास्याचं ऊन-पाऊस देऊन जाते. 'पीकपाणी' मधील कविता ग्रामीण बोलीत लिहिलेल्या आहेत. ही कविता आपणास कवीच्या काळजाचे बोल सुनावते. या कवितेचा रंग काळा आहे. काळी माझी आई... म्हणणाऱ्या कवीचा हा सहोदर. या कवितेचा हात कवीच्या काबाडाचा धनी असलेल्या बापाच्या हातासारखाच ओबडधोबड, टाच्या-पंज्याला कुरूपे. या सर्वांतून हा कवी बळीराजाचं कष्टप्रद जीवन जिवंत करतो. या संग्रहातील कवितेत शेतकऱ्यांच्या आभाळाच्या प्रतीक्षेची आर्त विराणी आहे. कारण त्याच्या शिवारात पाणीच ठरत नाही. कारण या शिवारानं कधी नदीचा खळाळ ऐकला नाही की धबधब्याचा दबदबा!

> माझ्या गावच्या पाण्याचे
> खोल जमिनीत झरे
> कुणी फाकवारे माती
> झरे होतील पिसारे'

असा आशावाद बाळगणारा हा कवी बळीपुत्र शोभतो. कारण बळीराजाच्या कित्येक पिढ्या या अशा स्वप्नांवरच पोसल्या. 'पीकपाणी' कवितेत कृषी संस्कृतीचा दरवळ शब्दाशब्दातून व्यक्त होतो. रानशेणी, गावपांढरी, वाफ, भूमीचे मार्दव सारं इथे आहे. यातील शेवटची दीर्घ कविता (हंगाम) म्हणजे या कवितेचा चरमोत्कर्ष! या कवितेत कृषी संस्कृतीच्या साऱ्या चालीरिती, परंपरा, संकेत, श्रद्धा, पर्यावरण सारं भरून उरलेलं! 'दूर राहिला गाव' (१९९४) मधील कविताही याच पठडीतल्या. तर 'उगवले नारायण' (१९९६) म्हणजे लोककाव्याचा खजिना. या कवितेत बळीराजाच्या मनाची विशालता दिसून येते. घरी कण्या शिजवून खाणे कठीण पण

बळीराजाच्या कथेतलं अंबार (गोदाम) सदैव धान्यानं भरलेलं! इतकं की चिमण्याचे थवे अहोरात्र दाणा टिपते झाले तरी ते पूर्ववतच. हे सारं इंद्रजित भालेरावांच्या जगण्यातून आलेलं काव्य होय. ते लिहिलेलं नाही. झालेलं, आलेलं, सहजस्फूर्त काव्य होय. म्हणून ते वाचताना तुम्ही त्याच्याशी एकरूप होता. कारण ती कविप्रतिभेच्या समाधीची निर्मिती होय.

इंद्रजित भालेराव यांनी कविता लिहिल्या तशी काव्यसमीक्षाही केली. 'कविता : रुचलेली आणि सुचलेली' (२०१०) मध्ये हे लेखन संकलित आहे. व्यवसायाने प्राध्यापक असलेल्या इंद्रजित भालेराव यांना कवितेचा सैद्धांतिक पक्ष माहीत आहे; पण ती काही त्यांच्या कवितेची आधारशिला नव्हे. भालेरावांच्या कवितेचं तिचं असं काव्यशास्त्र आहे. ते कोणत्या पुस्तकात लिहून ठेवलेले नाही. ते शिवाराच्या मातीत मुरलेले आहे. कविता म्हणजे काय हे भालेरावना माहीत असल्याने ते आपल्या कवितेबरोबर इतरोजनांच्या कवितेचा पोत ओळखतात. ते यातील समीक्षात्मक आस्वादक लेखनातून स्पष्ट होते. स्वत:च्या कवितेविषयी ते समरसून लिहितात; पण त्यांना कवीच्या मातीच्या पायांचे, मर्यादांचे भान लक्षात येते. इंद्रजित भालेरावांचा उपजत स्वभाव असा की, ते दुसऱ्याबद्दल सदैव उदार नि स्वत:बद्दल नित्य संकोची. हा बहुधा महानुभाव संस्काराचा प्रभाव असावा.

काव्याबरोबर इंद्रजित भालेराव यांनी ललित गद्यही लिहिलं. ललित गद्य लेखनाची सुरुवात तशी त्यांच्या विद्यार्थिदशेपासूनच (१९८२) सुरू झाली; पण त्याचं पुस्तक व्हायला १९९७ साल उजाडावं लागलं. या संग्रहात सात ललित लेख आहेत. ते मानवी नातेसंबंधांचा गोफ विणत केलेले लेखन होय. 'हीरा' बालमैत्रीचं निरागस मैत्र रेखाटते. 'गांधारी', 'काशीबाई', 'सीतामालन', 'हरीणकाळीज' मध्ये अनुक्रमे आई-मूल, दीर-भावजय, भाऊ-बहीण यांच्या नातेसंबंधांची उलघाल आहे. मग सन २००० मध्ये त्यांचा 'लळा' प्रकाशित झाला. यात 'गाव', 'मार्ग', 'गाणं', 'फुलं' आणि 'आई' असे लेख संग्रहित आहेत. 'गावा'मध्ये त्यांनी आपलं रिधोरा गाव चित्रित केलं आहे. 'मार्ग'मध्ये महानुभावी भक्तांच्या धार्मिक मुक्कामाचं वर्णन आहे. 'गाणं'मध्ये भालेरावांचा लोकसंगीताचा लळा स्पष्ट होतो. 'आई'मध्ये त्यांची माय आहे. दीर्घायुष्य लाभलेल्या मायचं दर्शन मी घेतलं तेव्हा मी माझ्या न पाहिलेल्या आईची प्रचीती अनुभवली. १ एप्रिल, २०१३ ला तिने निरोप घेतला. एप्रिलफूल केले तिने. चकवा दिला. चुटपुट लागून गेली. इंद्रजित समजून घ्यायला हे पुस्तक उपयोगी. त्याचा सर्व आत्मीय व्यवहार म्हणजे महानुभाव! इंद्रजित हा मनुष्यवेल्हाळ गृहस्थ! त्याला माणसांचा भरपूर सोस. तो 'नाद' म्हणून झरत राहातो. तसे हे आत्मपर लेखन होय; पण त्याला भावुकतेचा झालेला स्पर्श वाचकांच्या हृदयाला हात घालतो नि सादही!

गावाकडची माती, शेतातले लहानपण, शिक्षण, वाचन, बाप (त्याचं प्रिय श्रद्धास्थान), शाळा, गावझाडे (बाभूळ) असा सारा जीवनझंकार या लेखांतून थिरकत नवं गद्य काव्य, गद्य संगीत, गद्यताल वाचकांच्या मनी-कानी निर्माण करतो व वाचनाचा नादही लावतो.

'उगवले नारायण' काव्यसंग्रहाची अर्पण पत्रिका मी वाचली तेव्हा या कवींचं लोक (Folk) प्रेम उमगले, भावलं होतं. ते पुस्तक त्यांनी वच्छूबाई, चतुराबाई, मुक्ताबाई, लताबाई या लोककवयित्रींना अर्पण केले. त्यांचा उल्लेख त्यांनी 'ओवी' असा केला होता. कवयित्री साक्षात ओवीच असते. ती नि तिची कविता एक अद्वैत असते. जीवन व संगीताचे, काव्याचे! असेच प्रेम इंद्रजित भालेरावांचे बहिणाबाई, जनाबाईंवरही दिसून येते. 'बहिणाबाई : ध्यास आणि अभ्यास' हा एका अर्थाने बहिणाबाईंचा तिच्या नात कवी इंद्रजितनी घेतलेला जीवन व काव्याचा शोध होय. जया दडकर यांचं 'चि. त्र्यं. खानोलकरांच्या शोधात' पुस्तकाची आठवण झाली हे वाचताना. शिवाय इंग्रजीतले 'Writer at Work' ची पण. असेच भालेरावांचं आणखी एक पुस्तक आहे. 'लोककहाणी जनाबाईंची'. हे अभिनव पुस्तक होय. आठशे वर्षांपूर्वीच्या एका कवयित्रीच्या काव्याचा हा शोधप्रवास. कोकणापासून दखखनपर्यंत कवी प्रवास करतो. त्यात तीन-चारशे ओव्या त्याच्या हाती लागतात. त्या सर्व ओव्या तो तर्क अन् शोधाच्या, अभ्यासाच्या चाळणीतून चाळतो. हाती येतात अस्सल एकशेबत्तीस ओव्या. त्यातून साकारते ही जनाबाईंची लोककहाणी. ती म्हणजे एक काव्यमय आत्मचरित्रच जनाईंचे! जनीच्या मनीचा हा पिंगा नि गुंता सोडवण्याचा इंद्रजित भालेरावांचा प्रयत्न एम.फिल.,पीएच.डी.च्या संशोधकांना सरपास करणारा. मी एखाद्या विद्यापीठाचा कुलगुरू असतो तर भालेरावांना या कामासाठी 'डॉक्टरेट' बहाल केली असती.

मी हिंदीचा अभ्यासक असल्याने इंद्रजित भालेराव यांनी नागार्जुन या हिंदी कवीच्या 'बलचनामा' कादंबरीचा केलेला अनुवाद माझ्या कौतुकाचा विषय. ती कादंबरी इंद्रजितला साद घालती झाली याचे मला मुळीच आश्चर्य वाटलं नाही. कारण त्या कादंबरीचा नायक बलचनामा व इंद्रजितचं भाव नि स्वप्न विश्व एकच आहे. इंद्रजित भालेरावांनी मूळ मैथिली भाषेतील ही कादंबरी मराठीत आणणं शिवधनुष्य उचलण्या, पेलण्यासारखं; पण त्यांनी ते सार्थपणे पेललं. मी मैथिलीचा प्रदेश मधुबनी, झंझारपूर, कोसीची पंचक्रोशी पायी तुडवली असल्याने असे म्हणतो. हे अनुभवाचं अधिष्ठान आहे.

इंद्रजित भालेराव काही लिहोत, करोत ते सारे मनस्वी असते. मनस्विता ज्या माणसाच्या रोमरोमात भिनलेली असते असाच मनुष्य कवीमना होऊ शकतो, कविता जगू शकतो. निक्षून खेड्यात राहाणे, फिरणे यांतूनही या कवीचे शेत शिवाराचे नि

माणसा-मातीचे प्रेम निरंतर झरत राहाते. इंद्रजित भालेरावांच्या समग्र लेखनाला सामूहिक प्रतिसादाची ताकद नित्य लाभली त्याचं एक रहस्य आहे. त्यांची कविता व्यक्तिगत दुःखाचे प्रकटीकरण नसते, तो असतो समूह, समाजाचा आक्रोश, आकांत नि आकांक्षांचा कारंजाही!

◆

बालसाहित्यिक : गोविंद गोडबोले

मराठी बालसाहित्याच्या इतिहासात एकावेळी सदतीस पुस्तकांच्या प्रकाशनाचा अपूर्व योग म्हणजे लेखक, प्रकाशक, पालक, संपादक व समग्र समाज 'बालकेंद्रित' होतो आहे, याचीच ती कृतिशील खूणगाठ होय. बालसाहित्य प्रकाशन क्षेत्रातील नामांकित संस्था श्रीपाद, स्पर्श, ज्योत्स्ना, शब्दवेल, अनुबंध, चैतन्य एकत्र येऊन (ही देखील आणखी एक अपूर्व घटना!) बाल साहित्यिक गोविंद गोडबोले यांनी मुलांसाठी व नवसाक्षरांसाठी लिहिलेल्या सदतीस पुस्तकांचं एकदम प्रकाशन करीत आहेत. यानिमित्त बालकांबद्दल जिव्हाळा असणारे समाजातील सर्व घटक एकत्र येऊन गोडबोले यांचा गौरवही करणार आहेत. सुमारे पस्तीस वर्षं शिक्षक, पालक, लेखक, निर्माते, दिग्दर्शक, निवेदक, मार्गदर्शक अशा विविध भूमिकांतून मुलांशी आपल्या अंगभूत बालप्रेमानं 'गोगोकाका' म्हणून नाते जोडणाऱ्या गोडबोले यांचा सत्कार म्हणजे बालकांविषयीच्या समाजसाक्षरतेची पोचपावतीच होय.

गोडबोले यांनी साठी पूर्ण करण्यापूर्वी ते आपल्या पुस्तक प्रकाशनाची षष्ट्यब्दीपूर्ती करीत आहेत. हा केवळ संख्यात्मक विक्रमाचा गौरव नाही, हे आपण प्रथम समजून घेतलं पाहिजे. काही माणसं जन्मजात प्रतिभा घेऊन येतात. गोडबोले हे त्यांपैकी एक होत. मुलांना खदखदून नि हुकमी हसविणारे, प्रसंगी त्यांच्या निष्पाप गालांवर अश्रूंच्या समाजसंवेदी धारांची गंगोत्री निर्माण करणारे सफल कथाकथनकार, उत्कृष्ट निवेदक, कुशल चित्रकार, सुबक हस्ताक्षरकारी. प्रसन्न व्यक्तिमत्त्व, बालांप्रमाणे थोरांनाही तितक्याच सहजपणे प्रभावी करणारे, कवी, नाटककार, निर्माते अशा बहुविध पैलूंचा संगम एका माणसात असणं दुर्मीळ! ही किमया म्हणजेच गोडबोले. ते परिचितांचे 'गोगो' व मुलांचे 'गोगोकाका' म्हणून प्रसिद्ध आहेत.

लेखन, कथाकथन यांची मूळ प्रेरणा त्यांनी आपल्या आईकडून घेतली. त्यांची

आई प्रभावशाली कवी व कीर्तनकार होती. बालपणी गोगो आईच्या संगतीने अशा कार्यक्रमास हजेरी लावत राहायचे. बार्शी, पंढरपूर, सोलापूरसारख्या तीर्थभूमीत त्यांचे बालपण गेले. वडील रेल्वेत गुडस् क्लार्क म्हणून दाखल झाले नि सॅनिटरी इन्स्पेक्टर म्हणून निवृत्त झाले. वडिलांच्या बदलीच्या नोकरीमुळे त्यांचं शिक्षण त्रिस्थळी होत राहिले; पण याचा त्यांना फायदाच झाला. नवं गाव, नवी माणसं, नवा निसर्ग यातून त्यांचं व्यक्तिमत्त्व फुलत गेले. बार्शी, सोलापूर, दिघंची, कोल्हापूर अशा ठिकाणी शिकत ते बी.ए. (मराठी व नंतर भूगोलामधूनही), एम.ए., एस.टी.सी. (अध्यापन प्रमाणपत्र), बी.एड.,बी.जे. झाले. शिक्षणातही वैविध्याचा सुरेख संगम! भाषा, भूगोल, पत्रकारिता, अध्यापन अशा शिक्षण-प्रशिक्षणातून त्यांच्यातील नाटककार, दिग्दर्शक, निवेदक घडत गेला.

बालसाहित्यिक गोविंद गोडबोले यांच्यातील लेखक लौकिक अर्थाने प्रकटला दैनिक 'समाचार'मधून. डिसेंबर १९६८ च्या अंकात त्यांची 'हुरहूर' कथा प्रकाशित झाली आणि त्यांना मुद्रित अक्षरांचा छंद लागला. मुलांसाठीचे त्यांचे लेखन गरजेतून घडलं. आपले शिक्षण पूर्ण झाल्यावर ते बार्शीच्या कन्या प्रशालेत रुजू झाले. मराठीचे व भूगोलाचे ते विद्यार्थिप्रिय शिक्षक. शाळेत शिक्षकास विषय शिकविण्याबरोबर अनेक जबाबदाऱ्या पार पाडाव्या लागत असतात. त्याचाच एक भाग म्हणून सांस्कृतिक कार्यक्रमांची जबाबदारी त्यांच्यावर सोपविण्यात आली. १९७० च्या दरम्यान आजच्या इतकं बालसाहित्य समृद्ध नव्हते. स्नेहसंमेलन, स्पर्धा, सांस्कृतिक उपक्रमांना प्रासंगिक नाटिका, नृत्य, गाणी लागायची. ती उपलब्ध नसायची. म्हणून मग गोगोंनी ती स्वत:च लिहायला सुरुवात केली. त्यांचं सादरीकरण होत राहिलं. स्पर्धांत लेखन, दिग्दर्शन, सादरीकरणाचे पुरस्कार व प्रशंसापत्रं मिळत राहिल्यानं आपलं लेखन पुस्तकरूप करण्याची कल्पना त्यांच्या डोक्यात आली. प्रकाशक स्वत: पुढे आले नि गोगोंचे पहिले पुस्तक 'लाटणेकाकू बाल न्यायालयात' प्रकाशित झाले. नागपूरच्या ज्ञानेश प्रकाशनानं त्यांच्या लेखनाचा प्रारंभ केला. आज 'शब्दवेल' सारखी मातब्बर प्रकाशने त्यांचा लेखनवेलू गगनास भिडविण्याची आकांक्षा बाळगून आहेत. बालसाहित्याच्या क्षेत्रातील आपल्या साठएक पुस्तकांतून गोगोंनी वैविध्य जपले. बालकविता, बडबडगीतं, एकांकिका, नाटकं, नाटुकली, नवसाक्षरांसाठी बोधप्रद कथा, कोडी, चरित्र, अनुवाद असं चतुरस्त्र लेखन त्यांनी केलं. 'गोगो गोष्टी', 'जंगलातील गोष्टी', 'गुप्तहेर किटी', 'न्याय हवा न्याय', 'भगतसिंह', 'वृक्षगाथा', 'कोडी कथा', (सात भाग) ही त्यांची उल्लेखनीय पुस्तकं. यांतील अनेकांना राष्ट्रीय व राज्यस्तरीय पुरस्कारही लाभले आहेत. नवसाक्षरांसाठी लिहिलेल्या पुस्तकांत 'लक्ष्मीची पावले', 'विठूची सेवा', 'आबांची जादू', 'विज्ञानाला शरण' (तीन भाग) या उल्लेखनीय रचना होत. त्यांच्या

अनेक ग्रंथांची निवड शासनानं करून ते ग्रंथ राज्यभरच्या ग्रंथालयापर्यंत पोहोचविले आहेत. त्यामुळे गोगो राज्यभरच्या मुलांचे, नवसाक्षरांचे 'गोगोकाका' झाले आहेत.

गोडबोले डिसेंबर १९७६ ला आकाशवाणीच्या सेवेत कथालेखक म्हणून रुजू झाले. बालसाहित्यकार म्हणून त्यांनी केलेल्या लेखनाचा गौरव म्हणून आकाशवाणीसारख्या राष्ट्रीय प्रसारमाध्यमानं त्यांची निवड केली. आज ते आकाशवाणीत वरिष्ठ निर्माते म्हणून कार्यरत आहेत. आकाशवाणीच्या माध्यमातून गोगोंनी मुलांसाठी अनेक अभिनव उपक्रम राबविले. त्यांनी सादर केलेल्या अनेक कार्यक्रमांना राष्ट्रीय पुरस्कार लाभले. सांगली आकाशवाणीवरून साने गुरुजी जन्मशताब्दी वर्षात महिन्याला एक विशेष कार्यक्रम योजून त्यांनी आपल्या लेखनगुरूंचे पांग फेडले. साने गुरुजींप्रमाणे ते सुधाकर प्रभूंनाही आपले प्रेरक व प्रोत्साहक मानतात. त्यांनी 'शालेय' आकाशवाणीतून सादर केलेल्या कार्यक्रमांची भलामण वि. वि. चिपळूणकरांसारख्या शिक्षणतज्ज्ञानं जागतिक मराठी परिषदेच्या व्यासपीठावरून करून त्यांच्या धडपडीचा गौरव केला आहे. अखिल भारतीय बालकुमार साहित्य संमेलनाचे सदस्य असलेल्या या बालसाहित्यकारास पाटगाव, बोरवडेसारख्या गावी झालेल्या बाल साहित्य संमेलनाचं अध्यक्षपद लाभलं. आता त्यांना अखिल भारतीय बाल साहित्य संमेलनाचं अध्यक्षपद लाभायला हवे. मुलांसाठी पाठ्यपुस्तकनिर्मितीचे कार्य करणाऱ्या 'बालभारती'च्या अनेक उपक्रमांत लेखक, मार्गदर्शक, तज्ज्ञ म्हणून गोडबोले सहभागी होत असतात. त्यांच्या 'बालचित्रवाणी' उप्रकमातील कॅसेटसाठीही गोगोंनी लेखणी चालवली. शिक्षकांच्या अनेक प्रशिक्षण शिबिरांत मुलांना 'आनंददायी शिक्षण' कसे द्यावे याचा धडा शिक्षक गोगोंकडून गिरवून घेतात.

त्या अर्थाने गोगो शिक्षकांचे शिक्षक होत. गोगोंनी आजवर पाचशेहून अधिक कथाकथनांचे कार्यक्रम करून मनोरंजन व संस्काराद्वारे मुलांशी आपले नाते दृढ केलं आहे. गोडबोले यांना कलेचंही अंग आहे. 'चित्र रंगवू या' सारख्या शि.द. फडणीसांच्या पुस्तक परीक्षणातून ते स्पष्ट होते.

मी गोडबोले यांना पहिल्यांदा ऐकले, पाहिले ते आमच्या बालकल्याण संकुलातील छोट्या बाल संमेलनात. पट्टीचा अभिनेता जसा प्रवेशालाच टाळी घेतो, तसे गोगो व्यासपीठावर येताच मुलांना आपल्या अभिनयानं नि शब्दकौशल्यानं आपलंसे करतात. पुढे आम्ही योजलेल्या 'महाराष्ट्र राज्य वंचित बालक क्रीडा व सांस्कृतिक महोत्सवात' सुमारे तीन हजार मुलांना हसवून त्यांनी निर्माण केलेला हास्याचा गिरसप्पा मी अनुभवला आहे. आकाशवाणीचे निर्माते म्हणून एक दिवस सारे रेडिओ स्टेशन मुलांनी प्रक्षेपित केलेले मी अनुभवलं आहे. ही किमया गोगोच करू जाणे. आकाशवाणीत त्यांचे वाचन- निवेदन, निर्मिती, सादरीकरण, अभिनयकौशल्य

मी जवळून अनुभवले आहे. त्यांना मराठीबरोबर हिंदी, संस्कृत, इंग्रजीतल्या गाण्यांची चांगली जाण आहे. त्यांची काही पुस्तके आता इंग्रजीतही उपलब्ध आहेत. आपल्या पुस्तकांना आपणच चित्रं रेखाटण्याचाही त्यांना नाद आहे. शिक्षणातून माध्यमात जाणे यात त्यांना घरी 'चांदोबा', 'गोट्या', 'श्यामची आई' वाचून घडलेले गोगो 'काका' केव्हा झाले ते कळालंच नाही. आकाशवाणीत जुने कार्यक्रम सुरक्षित राहावेत म्हणून त्यांची धडपड असते. आता आकाशवाणीत ध्वनिफिती कालबाह्य होत आहेत. जमाना ध्वनी तबकड्यांचा (सीडीज) येऊ घातला आहे. आता खरे तर प्रत्येक कार्यक्रमाचं संरक्षण व्हायला हवे. गोगोंच्या रचनांची अनेक हस्तलिखिते वाळवीच्या भक्ष्यस्थानी पडली. अनेक थोरामोठ्यांचंही असंच झालं. गोगोंसारख्या साहित्यकारांचं लेखन सुरक्षित राहिले, तर आपले बालसाहित्य अक्षर, अमर होईल.

◆

हिंदी विभाग

मार्क्सवादी क्रांतिकारी साहित्यिक : यशपाल

मी सन १९७० नंतरच्या काळात एम.ए. करत होतो. हिंदी भाषा व साहित्यात पदवी व अध्यापक प्रशिक्षण अभ्यासक्रम पूर्ण केला असल्याने व हायस्कूलमध्ये हिंदीच शिकवत असल्याने एम.ए.साठी मी हिंदी विषय निवडून भाषा व साहित्याचा अभ्यास सुरू केला होता. त्यावेळी एका विशिष्ट साहित्य प्रकाराचा सूक्ष्म अभ्यास व्हावा म्हणून एक पेपर हिंदी कथेचा होता. त्यात यशपालांचा 'चित्र का शीर्षक' कथासंग्रह अभ्यासक्रमात होता अन् तो मला खूप आवडला होता. विशेषत: त्यातली 'चित्र का शीर्षक' आणि 'एक सिगरेट' या कथा खूप भावल्या होत्या. नंतर सन १९७५ ला एम.ए. झाल्यानंतर पीएच.डी. करायचं डोक्यात आले नि यशपालांचे समग्र जीवन व साहित्य समजावून घेतलं.

मला यशपालांच्या जीवन व कार्यानी विलक्षण मोहिनी घातली ती अनेक कारणांनी. एक तर ते प्रेमचंदांनंतरचे प्रभावी हिंदी लेखक होते. प्रेमचंदांनी आपल्या साहित्यातून समाजवादाचं समर्थनं केले होते. त्या विचारधारेस अधिक पुढे नेत नि धारदार बनवत यशपालांनी सर्वप्रथम साम्यवादी (मार्क्सवादी) विचारधारेचा जोरदार पुरस्कार आपल्या साहित्यातून केलेला आढळला. त्यांचे जीवनही प्रेरक होते. तरुण वयात महाविद्यालयीन शिक्षण घेत असताना भगतसिंग, सुखदेव, राजगुरु यांच्या समवेत व भारताच्या क्रांतिकारी स्वातंत्र्य लढ्यात ते नुसते सक्रिय नव्हते, तर 'हिंदुस्थान सोशालिस्ट रिपब्लिकन आर्मी' या क्रांतिकारी संघटनेचे चंद्रशेखर आझादांनंतर त्यांचे उत्तराधिकारी म्हणून या सेनेचे ते प्रधान सेनापती (चीफ ऑफ आर्मी) होते. बॉंब बनवणं, रेल्वे लुटणे, ब्रिटीश अधिकाऱ्याची हत्या, क्रांतिकारी तरुणीबरोबर जेलमध्ये लग्न झालेला एकमेव स्वतंत्रता सेनानी अशा घटनांमुळे यशपाल मला रोमॅंटिक हिरोपेक्षा प्रेरक क्रांतिकारी व लेखक म्हणून भावले.

यशपालांचा जन्म ३ डिसेंबर, १९०३ ला पंजाब प्रांतातील फिरोजपूरमध्ये

झाला. घरची परिस्थिती सर्वसाधारण होती. आई नोकरी करायची. तो काळ आर्यसमाजाच्या प्रभाव, प्रचाराचा होता. आपल्या मुलानं आर्यसमाजी व्हावे म्हणून आईनं त्यांना कांगड़ी (हिमाचल प्रदेश)च्या गुरुकुलामध्ये घातले होते. शालेय शिक्षण पूर्ण करून यशपालांनी लाहोरच्या नॅशनल कॉलेजमध्ये पदवीसाठी प्रवेश घेतला. हा काळ सन १९३० चा. राष्ट्रीय स्वतंत्र्यता आंदोलन ऐन बहरात आलेलं. इथे त्यांची भेट भगतसिंह, सुखदेवशी झाली. या काळात यशपालांनी डॅनबीन, मॅझिनी, गॅरिबाल्डी, वॉल्टेयर, रूसो इत्यादींचे साहित्य वाचले. ते महात्मा गांधींच्या विचारांपेक्षा त्यांना प्रेरक वाटलं. मित्रांच्या साहाय्याने त्यांनी क्रांतिकारी कार्य सुरु करून हिंदुस्थानातील 'सोशालिस्ट रिपब्लिकन आर्मी' स्थापन केली. त्याद्वारे त्यांनी ब्रिटिश सत्तेस खुले आव्हान दिले. त्याचा रोमहर्षक वृत्तांत यशपालांच्या 'सिंहावलोकन' या चार भागांत लिहिलेल्या आत्मकथेत वाचण्यास मिळतो. भगतसिंह, सुखदेव, राजगुरु यांच्या फाशीनंतर आर्मी चीफ झालेल्या यशपालांनी रोहतकमध्ये भूमिगत राहून बॉम्ब कारखाना चालवला होता. भगतसिंगांनी असेंब्लीत टाकलेला बॉंब यशपाल व अज्ञेयांनी मिळून तयार केला होता. तो दिल्लीला पोहोचविण्याचं कार्य बच्चन यांनी केलं होतं, हे फार कमी जणांना माहीत असावं. हा बॉंब पोहोचवणाऱ्या तरुणीशी — प्रकाशवती पालशी पुढे यशपालांचं लग्न झाले. या धक्क्यातून सावरत बच्चन यांनी 'मधुशाला', 'मधुबाला', 'मधुकलश' ही प्रेमकाव्ये, विरहकाव्ये रुबायांच्या रूपात रचली. हा सारा रोमान्स, त्याची कथा मुळातूनच समजून घ्यायला हवी.

याच काळात यशपालांनी साहित्य लेखन सुरू केले. महाविद्यालयात शिकत असतानाच त्यांची 'मक्रील' कथा 'भ्रमर' मासिकात प्रकाशित झाली होती. 'प्रभा', 'प्रताप' सारख्या नियतकालिक, दैनिकांतून त्यांचे साहित्य पुढे नियमित प्रकाशित होत राहिले. यशपाल यांनी कथा, कादंबरी, निबंध, प्रवासवर्णन, आठवणी, आत्मकथा, पत्रलेखन, संपादन, पत्रकारिता, नाटक, अभिनय अशा प्रकारचे लेखन व कार्य केले.

त्यांचं प्रकाशित झालेलं पहिलं पुस्तक म्हणजे एक कादंबरी होती. सन १९४१ साली प्रकाशित 'दादा कॉम्रेड' ही कादंबरी स्वानुभवावर आधारित होती. या कादंबरीचा नायक हरीश हा क्रांतिकारी तरुण होता, यावरून याची प्रचिती येते. त्यानंतर यशपालांनी 'देशद्रोही', 'दिव्या', 'पार्टी कॉमरेड', 'मनुष्य के रूप', 'अमिता', 'झूठा सच', 'बारह घंटे', 'अप्सरा का श्राप', 'क्यों फँसे?', आणि 'मेरी तेरी, उसकी बात'सारख्या एकापेक्षा एक सरस कादंबऱ्यांचं लेखन करून हिंदीमध्ये मार्क्सवादी कादंबऱ्यांचं युग नि स्वतंत्र प्रवाह निर्माण केला. ज्या काळात त्यांनी कादंबरी लेखनास प्रारंभ केला, त्यावेळी ते 'विप्लव' नावाचे मासिक चालवत होते. ते हिंदी व उर्दू दोन्ही

भाषांत प्रकाशित होत असे. त्यांचा स्वत:चा प्रेस होता. त्यांच्या लेखनात असलेले क्रांतिकारी विचार (मार्क्सवादी) तत्कालीन प्रकाशकांना झेपत नसत. सरकारचा रोष ओढवेल म्हणून ते नाखूश असत. यशापालांनी लेखन, मुद्रण, प्रकाशन, मुखपृष्ठ , वितरण सारं स्वत: करून आपल्या साहित्य विचारांवरील आपली दृढ श्रद्धा सिद्ध केली. प्रसंगोपात यशपाल आपल्या साहित्य विक्रीचे प्रदर्शन (स्टॉल) मांडत. अन्य प्रकाशकही असायचे. प्रारंभीच्या काळात त्यांच्या साहित्य कृतीवरील लाल रंग पाहून त्यांच्या स्टॉलकडे येणे वाचक, प्रेक्षक टाळत; पण पुढे समाजाला त्यांच्या साहित्याचे महत्त्व पटले. घरोघरी त्यांच्या नायिकांची नावे दिव्या, अमिता दिसू लागली, ती कादंबऱ्यांच्या वाढत्या लोकप्रियतेमुळेच! यशपालांनी आपल्या कादंबरीतून शिल्प, शैली, भाषा अशा विविधांगांनी प्रयोग केले. विदेशी विचारधारेचं हिंदीमध्ये प्रथम समर्थन झालं ते यशपाल यांच्याच कादंबऱ्यांतून. ते 'जीवनासाठी कला' पक्षाचे समर्थक होते. वाचकांच्या अभिरूची विकासात व पुरोगामी विचार प्रसारात यशपालांच्या हिंदी कादंबऱ्यांचं योगदान ऐतिहासिक तद्वतच अविस्मरणीय! 'झूठा सच' ही त्यांची राष्ट्रीय स्वातंत्र्य लढ्यावरील सर्वाधिक चर्चित कादंबरी; पण त्यांना सन १९७६ चा साहित्य अकादमी पुरस्कार लाभला मात्र शेवटच्या 'मेरी, तेरी, उसकी बात' कादंबरीस. त्यांच्या आरंभिक कादंबऱ्या विचारप्रधान व मार्क्सवादी असल्या तरी नंतरच्या कादंबऱ्यांतून आपणास बौद्ध विचार, लोकशाही अशी मूल्य आढळतात. यशपाल हे मनोरंजनाऐवजी प्रबोधन करण्यावर भर देत. परिवर्तनासाठी त्यांनी लेखन केले.

कादंबरीप्रमाणेच त्यांच्या कथांमधून... विशेषत: सुरुवातीच्या कथांतून मार्क्सवादी विचारधारा आढळून येत असली, तरी नंतर मात्र त्यांनी जीवनातील विविध प्रश्न व समस्यांचं चित्रण आपल्या कथांतून केले. यशपाल कथाकार म्हणून प्रेमचंदांप्रमाणेच बहुप्रसव राहिले. त्यांनी आपल्या हयातीत सुमारे सव्वा दोनशे कथा लिहिल्या. त्यांचे १७ कथासंग्रह प्रकाशित आहेत. तरुण वयात त्यांनी कथालेखनानेच आपल्या साहित्यिक कारकिर्दीचा प्रारंभ केला. 'पिंजरे की उड़ान' (१९३६) हा पहिला कथासंग्रह तर शेवटचा 'लैम्पशेड' (१९७६). सतत चाळीस वर्ष कथालेखन करून त्यांनी हिंदी कथेवर आपली छाप टाकली. 'वो दुनिया', 'तर्क का तूफान', 'अभिशप्त', 'भस्मावृत चिनगारी', 'फूलों का कुरता', 'धर्मयुद्ध', 'उत्तराधिकारी', 'चित्र का शीर्षक', 'तुमने क्यों कहा था मैं सुंदर हूँ', 'उत्तमी की माँ', 'ओ भैरवी', 'सच बोलने की भूल', 'खच्चर और आदमी', 'भूख के तीन दिन' आणि 'लैम्प शेड' या संग्रहांत यशपालांच्या 'दु:ख का अधिकार', 'फूलों का कुरता', 'चित्र का शीर्षक', 'आदमी का बच्चा', 'परदा', 'शम्बूक' इत्यादी श्रेष्ठ कथा वाचावयास मिळतात. यशपालांच्या कथा, कादंबऱ्यांची मराठीत भाषांतरे व्हायला हवीत. 'माणसाची रूपे' मराठीत आहे; पण 'दिव्या' यायला हवी. यशपालांनी आपल्या

कथांमधून सामाजिक विषमता, धार्मिक अंधश्रद्धा, दुष्ट प्रथा व चालीरीती, राजनैतिक विसंगती इत्यादींचं मार्मिक चित्रण केलं असल्याने आजच्या जागतिकीकरणाच्या काळात या कथांचे अनन्यसाधारण महत्त्व व आवश्यकता वाटते. 'स्वान्त:सुखाय' असं लेखन हा यशपालांच्या लेखणीचा पिंड व वृत्ती कधीच राहिली नाही. समाज उत्कर्षासाठी व परिवर्तनासाठीच त्यांनी कथालेखन केले. हिंदी वाचकांना जीवन वास्तवाचं प्रखर दर्शन घडवणारा हा कथाकार भारतीय समाजास नवी दृष्टी देणारा कलाकार होय.

यशपाल एक साहित्यिक म्हणून वैचारिक बांधिलकी मानणारे होते. या बांधिलकीची मोठी किंमत त्यांनी मोजली; पण दुसरीकडे भारत-रशिया मैत्रीचं प्रतीक असलेला 'सोविएत लँड नेहरू पुरस्कार' (१९६९) मिळून त्याची भरपाई झाल्याचंही दिसतं. यशपालांनी राजनैतिक, विनोदी व कथात्मक असे विविध निबंध लिहिले. 'मार्क्सवाद', 'न्याय का संघर्ष', 'गांधीवाद की शवपरीक्षा', 'चक्कर क्लब', 'बात बात में', 'रामराज्य की कथा', 'देखा, सोचा, समझा', 'बीबीजी कहती है मेरा चेहरा रोबीला है', 'जग का मुजरा' इत्यादीं मधील निबंध वाचत असताना यशपालांचं चतुरस्त्र वाचन लक्षात येते. गांधीवाद व मार्क्सवाद दोन्ही विचारधारांचा त्यांचा व्यासंग मोठा होता. यातील काही निबंध ते 'विप्लव' मासिक चालवित असतानाच्या स्तंभलेखनाचे संग्रह होत. उदा. 'चक्कर क्लब' या निबंध संग्रहातून वरील वादांशिवाय स्वातंत्र्य, क्रांती, सत्याग्रह, जेल, हरताळ इत्यादींबाबतचे विचार वाचावयास मिळतात. 'गांधीवाद की शवपरीक्षा' हा निबंध संग्रह त्या काळात (१९४१) बहुचर्चित ठरला होता.

'विप्लव' आणि 'विप्लवी ट्रॅक' या अनुक्रमे हिंदी व उर्दू मधील मासिकांचं यशपालांनी केलेले संपादन त्यांच्या साहित्य लेखनाइतकेच महत्त्वाचे आहे. ऑक्टोबर, १९३८ मध्ये 'विप्लव'चं प्रकाशन सुरू झालं. त्यातील सरकारविरोधी लेखनामुळे त्यांना जप्ती, जामीन, दंड अशा दिव्यांतून जावे लागले. तरी यशपाल डगमगले नाहीत. त्यांची आपल्या विचारांवर अविचल श्रद्धा होती व आपण माणूस विकासाचं अंतिम कार्य करतोय यावर त्यांचा विश्वास होता. लेखन, प्रूफे पाहाणे, छापणे, बाइंडिंग, पार्सल, तिकीट लावणे सारे एकहाती करत यशपाल थकून प्रेसमध्येच झोपून जात. या काळात पत्नीने त्यांना मोठी साथ दिली. अनेक मान्यवर त्याकाळी 'विप्लव'मध्ये लिहित असत. शचिंद्रनाथ संन्याल, शिव वर्मा, जैनेंद्रकुमार, प्रभाकर माचवे, आचार्य नरेंद्र देव ही काही नावे या संदर्भात लक्षात येतात. 'जो काम पहले 'बुलेट' से करने का इरादा था, उसे अब मैं 'बुलेटिन' से करूँगा' असे स्पष्ट आश्वासन देत चालवलेले मासिक वाचत असताना मराठी वाचकांना लोकमान्य टिळकांच्या 'केसरी', 'मराठा'

दैनिकांची आठवण झाल्याशिवाय राहाणार नाही. निर्भय पत्रकार म्हणून हिंदी पत्रसृष्टीत यशपालांचा होणारा गौरव त्यांच्या देशप्रेमाचाच सन्मान होय. या मासिकांत वैचारिक चर्चाही झडायची. अनुकूल, प्रतिकूल असे खंडनमंडन करणारे लेख प्रकशित करून यशपालांनी 'विप्लव'ला वैचारिक मुक्तपीठ बनवलं होतं; पण ते मार्क्सवादी मासिक राहील याचीही ते काळजी घेत.

जीवन, साहित्य व कार्य अशा विविध अंगांनी यशपालांचं मूल्यमापन करताना आपल्या लक्षात येतं की, क्रांती हा त्यांच्या जीवनाचा स्थायीभाव होता. आई त्यांना आर्यसमाजी बनवू इच्छित असताना त्यांनी शिक्षण सोडून स्वत:ला भारतीय स्वातंत्र्य चळवळीत झोकून दिले. तिथेही सर्वसामान्य भारतीय महात्मा गांधींच्या अहिंसक मार्गाचं अनुकरण करत असताना त्यांनी 'बुलेट' व 'बुलेटिन' चा शस्त्र व साधन म्हणून वापर करून आपलं वेगळेपण सिद्ध केलं. साहित्याच्या क्षेत्रात सारे समाजवादी लेखन करत असताना त्यांनी मार्क्सवादाचा एक नवा विचारप्रवाह हिंदी भाषा, साहित्य, समीक्षेत निर्माण केला. जेलमध्ये विवाह करून क्रांती कीर्तिमान केली. पत्रकारितेत जप्ती, जामीन, दंड यांस न जुमानता मासिक चालू ठेवून आपल्या झुंझार व लढाऊ बाण्याचा परिचय करून दिला. स्वातंत्र्यलढ्यातील त्यांचे धाडस भगतसिंगांपेक्षा कमी नव्हतं.

यशपालांनी आपल्या आयुष्यात कधी कुणाची करुणा भाकली नाही की कधी कुणाकडे हात पसरले नाहीत. त्यांच्या जीवन यशाचं रहस्य बांधिलकीत जसे आहे तसं कष्ट व संघर्ष सातत्यातही आहे. ते शिस्तीचे मोठे भोक्ते होते... वेळेचं पालन व व्यवस्थापनाचे आदर्श म्हणून लोक त्यांचा आदर करायचे नि अनुकरणही! घरातल्या अभ्यासिकेतही ते ठीक नऊ वाजता कोट, टाय, बूट घालून बसत. यावरून त्यांच्या कर्मठ जीवनशैलीची कल्पना येण्यास हरकत नाही. कधीकाळी बूट पॉलिश, लैप शेड्स विकून जगणारा हा माणूस आपल्या घराला रशियन बनावटीच्या आयात केलेल्या टाईल्स घालण्याचा आग्रह धरेल याची कुणी त्यावेळी कल्पनाही केली नसेल. तेच यशपाल रशियाने चेकोस्लोवाकियावर आक्रमण केल्याचं समर्थन करणं नाकारतात. यावरून त्यांच्या स्वतंत्र वृत्ती व विचारांची कल्पना येते. प्रतिबद्ध परंतु स्वतंत्र असं त्यांचं व्यक्तिमत्त्व होते. तत्कालीन सुमित्रानंदन पंत, निराला, बच्चन, जैनेंद्र, भगवतीचरण वर्मा इत्यादींपेक्षा यशपाल अनेक अंगांनी वेगळे होते. आत्मसन्मान गहाण ठेवून काही मिळवावे हे त्यांना मान्य नव्हतं. कोणत्याच प्रकारची पारंपरिकता त्यांना मान्य नव्हती. उन्मुक्त यौनसंबंध असं जरी म्हणता आले नाही तरी व्यक्तिस्वातंत्र्याचे ते समर्थक होते असे 'क्यों फँसे?' सारखी कादंबरी वाचताना लक्षात येते. टीका करताना ते कठोर असायचे; पण त्यांनी कधी कुणाचा व्यक्तिगत उपमर्द केला नाही. अगदी महात्मा गांधींचाही!

मताग्रह व मतभिन्नतेच्या सीमारेषा मानणारे यशपाल इतरांच्या मतादराबाबतही तितकेच मोकळे असत.

एक कवितेचा अपवाद सोडला तर त्यांनी साहित्याच्या सर्व प्रांतांत मुशाफिरी केली. प्रवासवर्णनात रशिया, मॉरिशसचं वर्णन वाचलं की परस्पर दोन टोके असलेले देश ते कोणत्या नि कशा नजरेने पाहायचे ते वाचलं की त्यांच्या व्यापक आकलनक्षमतेची कल्पना येते. 'लोहे की दिवार के दोनों ओर' आणि 'बिना साँप मॉरिशस यात्रा' ही पुस्तकं जिज्ञासूंनी जरूर वाचावीत. मधुरेश यांनी त्यांच्या पत्रलेखनाचा एक संग्रह प्रकाशित केला आहे. तोही यशपाल समजण्यास उपयुक्त आहे; पण त्यापेक्षा 'सिंहावलोकन' या आत्मकथेचे चार खंड अधिक रोमहर्षक वाटतात.

माणूस म्हटला की 'कथनी' आणि 'करणी' यांत सर्रास अंतर दिसते; पण यशपालाचे जीवन व साहित्य अद्वैताचं उदाहरण म्हणून पुढं येते. शरत्चंद्र चटर्जी, प्रेमचंद, महादेवी वर्मा यांच्या पठडीतले यशपालांचे जीवन. उत्तरायुष्यात यशपालांना सुखवस्तु जीवन लाभलं. लोक त्यांचा हेवा करत; पण त्याची यशपालांनी कधी फिकीर केली नाही. शोषित समृद्ध झाला पाहिजे; पण त्याने कधी शोषक होता कामा नये हा दंडक त्यांनी पाळला. ही गोष्ट सन १९७८ ची असेल. मी यशपालांच्या घरी महिनाभर होतो. पाहुणा अभ्यासक म्हणून. यशपाल नुकतेच निवर्तलेले होते. भारतात दूरदर्शनाचा तो प्रारंभिक काळ होता. टेलिफोन, दूरदर्शन संच, वॉशिंग मशिन, मोटर ही त्या काळी श्रीमंतीची लक्षणे होती. त्या काळात मी पाहिले आहे की, त्यांच्या घरी माळी, मोलकरीण यांना 'घरचं माणूस' म्हणून वागवले जायचे. प्रकाशवतीशेजारी बसून मोलकरीण तास न् तास टी.व्ही. पहात बसायची. माळ्याची मुलेही! तीच गोष्ट प्रेसमधील कामगारांची. एक बाइंडर होता. तो घरचाच असायचा. तो नोकर आहे हे मला निघताना कळाले.

लखनऊच्या महानगरामधील यशपालांच्या घरातील वास्तव्य मला अनेक गोष्टी शिकवून गेलं. 'माणसानं उतू नये, मातू नये, घेतला वसा टाकू नये' हे मी तिथे शिकलो. वैचारिक बांधिलकी ही दाखवण्याची, प्रदर्शनाची गोष्ट नसून व्यवहाराची ती संहिता आहे हे मी तिथं अंगिकारले. विदेशी संपर्क, अनुकरण, साहचर्य या पलीकडे जाऊन आपण ज्या समाजात रहातो त्याच्याशी प्रतारणा होईल असे आपले घर असणार नाही याची यशपाल कुटुंबीय जी काळजी घेते ते एकाच उदाहरणातून माझ्या लक्षात आलं. मी लखनऊहून निघून मुंबईमार्गे कोल्हापूरला जाणार म्हटल्यावर प्रकाशवतींनी रेशनची साठवलेली दुर्मीळ साखर मुंबईतील आपल्या वृद्ध मित्र कुटुंबास ज्या आत्मीयतेने मजकडे दिली होती, ती हे सांगत की 'सुनील, मैंने उस

परिवार के लिए बिना चीनी की चाय पीने की आदत डाल रखी है।' आपल्याकडे प्रिय माणूस मेल्यावर त्याचे स्मरण म्हणून त्याच्या आवडीचा पदार्थ खाण्याचे सोडलं जाते. इथे तर ते जिवंतपणी!

◆

समीक्षक, कवी : गजानन माधव मुक्तिबोध

हिंदीतील प्रख्यात कवी, विचारवंत व साहित्यिक गजानन माधव मुक्तिबोध आणि मराठीतील कवी व कादंबरीकार शरच्चंद्र मुक्तिबोध हे दोघं सख्खे भाऊ. दोघांनी अनुक्रमे हिंदी व मराठी साहित्यात मोलाची भर घातली आहे. हिंदीतील प्रेमचंदांसह अनेक मान्यवर साहित्यिकांना आयुष्यभर जगण्यासाठी संघर्ष करावा लागला. तो तसा करावा लागला नसता तर त्यांनी हिंदीला आणखी काही शुभ्र देणं दिले असते, असं त्यांचं आत्मपर लेखन वाचत असताना वाटत रहातं. या चुटपुटीत एक सामाजिक अपराधबोध सार्वजनिकरित्या आढळतो. गजानन माधव मुक्तिबोधांची पत्रं वाचत असताना, नोकरीचे त्यांचे अनेक प्रयत्न पाहात असताना हे लक्षात येतं. हरिशंकर परसाई, संजीव हे या पुस्तकातील समकालीन लेखक यापेक्षा वेगळे नाहीत.

गजानन माधव मुक्तिबोध हिंदी साहित्यात कवी म्हणून प्रकर्षाने लक्षात राहात असले तरी त्यांच्या कथा, समीक्षा व निबंध आदी साहित्यातूनही त्यांची असाधारण प्रतिभा व अस्वस्थपण ध्यानी येते. मुक्तिबोध हे विचारधारेच्या अंगानी मार्क्सवादी असले तरी खरे ते स्वतंत्रतावादी. त्यांचा संघर्ष स्वत:शीच असतो, तीच त्यांच्या स्वतंत्रपणाची खूण असते. मुक्तिबोधांचे साहित्य म्हणजे एका व्यापक सत्याचा शोध आहे. 'माझ्या निरंतर विकासात माझ्या सततच्या असंतोषाचा वाटा आहे' म्हणणाऱ्या मुक्तिबोधांच्या व्यक्तिमत्त्वात द्वंद्व हे बद्धमूल असते. त्यांच्या सुप्त मनात सतत नि सर्वत्र अशांतता पसरलेली असते.

मुक्तिबोध यांचा जन्म १३ नोव्हेंबर, १९१७ रोजी श्योपूर जि. मुरैना (मध्यप्रदेश) मध्ये झाला. त्यांचे घराणे मूळचे ग्वाल्हेरचं. वडील माधवराव उज्जैनमध्ये फौजदार होते. त्यांच्या आईचं नाव पार्वती होते. वडील प्रामाणिक, धर्मानुरागी गृहस्थ होते. निवृत्त झाले तेव्हाही त्यांचा खिसा रिकामाच होता. ही वडिलोपार्जित निर्धनता

मुक्तिबोधांचा आयुष्यभर पाठलाग करत राहिली. मुक्तिबोधांचे प्राथमिक शिक्षण उज्जैनमध्ये झाले. सन १९३८ मध्ये ते बी.ए. झाल्यानंतर उज्जैनच्या मॉडर्न स्कूलमध्ये शिक्षक झाले. अनेक ठिकाणी त्यांनी शिकवण्याचं काम केलं. सन १९५३-५४ मध्ये त्यांनी मित्रांच्या सांगण्यावरून नागपूर विद्यापीठातून हिंदीमध्ये एम.ए. केले. शांताबाईंशी त्यांचा प्रेमविवाह झाला होता. नंतर ते दिग्विजय कॉलेज, राजनंदगावमध्ये हिंदीचे प्राध्यापक झाले. मधल्या काळात नोकरीच्या निमित्ताने भटकत राहिले. बडानगर, शुजालपूर, उज्जैन, कोलकाता, इंदूर, मुंबई, बेंगलोर, बनारस, जबलपूर इत्यादी ठिकाणी त्यांनी शिक्षक, पत्रकार, आकाशवाणीचे प्रोग्रॅमर म्हणून काम केले. उत्तरायुष्यात मग ते राजनंदगावमध्ये स्थायिक झाले. ११ सप्टेंबर, १९६४ रोजी त्यांचं दिल्लीत निधन झालं.

मुक्तिबोध यांनी उमेदीपासून उत्तरायणापर्यंत विपुल व वैविध्यपूर्ण लेखन करूनही त्यांच्या हयातीत 'कामायनी : एक पुनर्विचार' (१९६१) या पुस्तकाचा अपवाद वगळता अन्य लेखन ग्रंथरूप घेऊ शकले नाही. त्यांचं साहित्य सर्वत्र प्रकाशित होत राहाणे व त्यांचं संग्रहण, संपादन ज्या त्या वेळी न होणे, त्याबद्दल लेखकाची अनास्था, निरिच्छताही कारण असावी; पण मग मृत्यूनंतर त्यांचा मुलगा रमेश, मित्र श्रीकांत वर्मा इत्यादींनी प्रयत्न करून काही साहित्य वेळोवेळी प्रकाशित केलं. 'नई कविता का आत्मसंघर्ष तथा अन्य निबंध' (१९६४), 'नये साहित्य का सौंदर्यशास्त्र' (१९६४ - समीक्षा), 'चांद का मुँह टेढा है' (१९६४ - काव्य), 'एक साहित्यिक की डायरी' (१९६४ - निबंध), 'काठ का सपना' (कथासंग्रह), 'विपात्र' (कादंबरी), 'सतह से उठता आदमी' (कथासंग्रह), 'भूरी-भूरी खाक धूल' (काव्यसंग्रह) या प्रकाशित पुस्तकांनंतरही मुक्तिबोध यांचं विपुल लेखन असंग्रहित, अप्रकाशित राहिलं होतं. सन १९८० साली राजकमल प्रकाशन, नई दिल्लीच्या पुढाकारानं व नेमीचंद्र जैन यांच्या अपरिमित कष्टानं संपादित झालेली 'मुक्तिबोध रचनावली' प्रकाशित झाली. दुसऱ्या आवृत्तीत शेष लेखन प्रकाशित झालं. त्यामुळे हिंदी वाचकांना समग्र मुक्तिबोध एकत्र, एकाजागी वाचावयास उपलब्ध झाले आहेत. त्यात समग्र कविता, कथा, कादंबरी, निबंध, समीक्षा, आत्मपरलेखन, इतिहास इत्यादींचा अंतर्भाव आहे. त्यात मुक्तिबोधांची काही छायाचित्रं, हस्ताक्षरही जिज्ञासूंना पहाण्यास मिळते.

मुक्तिबोधांनी सन १९३५ च्या दरम्यान काव्यलेखन सुरू केले. आरंभीच्या काळात माखनलाल चतुर्वेदी यांचं त्यांना प्रोत्साहन लाभलं. त्यामुळे त्यांच्या कविता 'कर्मवीर', 'वाणी', 'कल्पना' इत्यादी दैनिक नि मासिकांतून प्रकाशित होत राहिल्या; पण कवी म्हणून त्यांना मान्यता मिळाली ती सन १९४३ ला अज्ञेय संपादित 'तारसप्तक' या संग्रहामुळे. त्यात त्यांच्या सन १९३९ ते १९४२ या

कालखंडातील प्रयोगशील कविता प्रकाशित आहेत. मुक्तिबोधांच्या प्रारंभिक कविता प्रेमकविता होत्या. त्या कॉलेज मॅगेझिनमधून प्रथम प्रकाशित होत होत्या. 'हृदय की प्यास', 'तू और मैं', 'मेरी प्रेयसी' अशा नावांतूनही ते स्पष्ट होते. दुसरे महायुद्ध व भारत छोडो आंदोलनानंतर त्यांच्या कवितेनी वैचारिक रूप धारण केलं. प्रारंभीच्या प्रयोगवादी कवितांनंतर सन १९४९ च्या दरम्यान ते नागपूरला आले. इथं त्यांनी मनसोक्त कवितालेखन केलं. हिंदी कवितेत मुक्तिबोधांची ओळख त्यांच्या 'जमाने का चेहरा', 'भविष्य-धारा', 'विक्षुब्ध बुद्धि के मारक स्वर' सारख्या दीर्घ वैचारिक कवितांमुळे एक गंभीर कवी म्हणून आहे. पुढे तर असे झाले की ते प्रदीर्घ कविता लिहित राहिले. नवकाव्याचा काळ आला अन् मुक्तिबोध मागे पडले. मुक्तिबोधांची उत्तरकालीन कविता बुद्धिजीवींपुरतीच मर्यादित राहिली, तरी त्या वर्गास पुरोगामी दृष्टी देऊन स्वतंत्र विचार करण्याची सवय लावली ती मात्र मुक्तिबोधांनीच, हे मान्य करावं लागतं. त्यांनी आपल्या काव्य रचनेबद्दल मनोगत व्यक्त करताना लिहिले आहे की, ''संघर्षशील मनुष्य की अनगिनत परिस्थितियाँ, मन:स्थितियाँ और वस्तुस्थितियाँ थी। उन्हें कुछ व्यापक सामान्यीकरणों में ढालकर काव्यरूप देने की आवश्यकता थी । मैंने उस दिशा में शक्तिभर कोशिश की है । प्रदीर्घ कविताएँ उसी की उपज है ।'' त्यांच्या कवितांतून आधुनिक काळातील विषमता व विसंगती ठळकपणे पुढे येते.

मुक्तिबोधांनी लिहिलेल्या कथा त्यांच्या 'काठ का सपना' संग्रहात संकलित आहेत. त्यातली 'ब्रह्मराक्षस का शिष्य' ही कथा उल्लेखनीय म्हणून सांगता येईल. या २०-२२ कथांशिवाय काही अपूर्ण कथांचे खर्डे 'रचनावली'च्या तिसऱ्या खंडात वाचण्यास मिळतात. कवितेप्रमाणेच ते प्रारंभापासून शेवटपर्यंत (१९३६ ते १९६४) समानांतर कथा लिहीत राहिल्याचं दिसून येतं. कवितेप्रमाणेच त्यांच्या कथाही जीवन अनुभवांवर आधारित आहेत. त्यांनी एकच कथा अनेकदा लिहिली. त्यामुळे कवितेच्या तुलनेनं त्यांचे कथालेखन सायास आढळतं. त्यांच्या कथांत समकालीन व्यथा, वेदना आहेत, तसे प्रश्नही; परंतु ते विधानांपेक्षा प्रसंगांतून व्यक्त होतात. कथालेखनात मुक्तिबोध अनेक शैलींनी लिहितात. 'मैं फिलॉसफर नहीं हूँ'ची शैली आत्मकथात्मक आहे तर 'ब्रह्मराक्षस का शिष्य'ची रहस्यमय. 'आखेट' त्यांची वर्णनशैलीत लिहिलेली कथा. कथांची भाषा सुबोध आहे. कथाशीर्षकं मुक्तिबोधंनी अल्पाक्षरीच ठेवलीत. उदा. 'वह', 'प्रश्न', 'चाबुक', 'जंक्शन' इत्यादी.

'विपात्र' ही मुक्तिबोधांची लघुकादंबरी. खरे तर तिचं मूळ रूप दीर्घ कथेचेच आहे. आणखी एक विखंडित कादंबरिका लिहिल्याचे संकेत रचनावलीतून मिळतात. मुक्तिबोधांचा पिंड वैचारिक असल्याने कथा, कादंबरी अशा साहित्यप्रकारात न ते रंगले न रमले, असंच म्हणावं लागेल. या कादंबरीचं कथासार मुक्तिबोधांनी शेवटी

अजाणतेपणी स्पष्ट केलं आहे. त्यानुसार, "बाहर से जब तक संवेदनाएँ या प्रेरणाएँ प्राप्त नहीं होती तब तक जिंदगी में जान नहीं आती। संपूर्णत: आत्मनिर्भर व्यक्ति संपूर्ण शून्य होता है । आध्यात्मिक साधना का ध्येय भलेही संपूर्ण शून्य की प्राप्ती हो, कला का ध्येय तो यह नहीं है, न उसका यह स्वभावही । अंतर और बाह्य की परस्पर क्रिया से जनित जो भी जीवन है, वह कला का इष्ट है । इसके बिना वह शून्य है । मैं शून्यता की साधना से इन्कार करता हूँ ।"

एखाद्या लेखकाचे जीवन व त्याचे विचार समजून घ्यायचे तर आत्मकथेसारखं अस्सल साधन नाही; पण ते जेव्हा हाती येत नाही अथवा लेखक आत्मकथा लिहीत नाही तेव्हा त्याची भाषणं, मनोगतं, प्रस्तावना, मुलाखती, पत्रं, दैनंदिनीसारखी साधनं ती उणीव भरून काढत असतात. मुक्तिबोधांनी सरळ आत्मकथा लिहिली नसली तरी आत्मपर लेख लिहिलेत. ते 'साहित्यिक की डायरी'मध्ये संकलित केले गेले आहेत. सन १९५० ते १९६० या दशकात वेळोवेळी लिहिलेले लेख डायरीसदृश होत. यात मुक्तिबोध यांनी साहित्य सृजन, सांस्कृतिक स्वातंत्र्य, लेखन कामाठी (कलम की हम्माली), कला, व्यक्तिगत प्रामाणिकपणा, जीवन व साहित्य संबंध अशा अंगांनी आपलं जीवन मनोगत, साहित्य भूमिका, लेखनप्रक्रिया अशा प्रकारे ते साहित्यिक आत्मकथन बनून गेले आहे असे म्हटले आहे. व्यक्तिगत जीवनात मूल्यांना मुक्तिबोधांनी महत्त्व दिले. त्याची त्यांनी किंमतही मोजली. गरज असताना अनेक लोभ प्रसंग त्यांनी मूल्यनिष्ठेसाठी गमावले व साधी राहणी पसंत केली. मुंबई, कोलकत्ता, अलाहाबाद, बनारस, दिल्ली, लखनऊसारख्या शहरांतलं लेखक, समीक्षक, संपादक, पत्रकार, अधिकारी यांचं जगणं व जीवनमान त्यांनी पाहिलं. तेव्हा त्यांच्या लक्षात आले की, या सर्वांनी बाह्य सुखासाठी विवेकाशी प्रतारणा केली होती. मुक्तिबोधांच्याच शब्दात सांगायचं तर त्यांनी 'भीतरी संन्यास' धारण केला होता. मुक्तिबोधांनी या डायरीतून दॉस्तोवस्की व टॉलस्टॉयचे उदाहरण देऊन स्पष्ट केलं आहे की, साहित्यात प्रभावाचं जितकं महत्त्व असतं त्यापेक्षा अधिक साहित्यिकाच्या व्यक्तिगत चारित्र्याचं असते. ज्यांना कुणाला मुक्तिबोधांच्या विचार व लालित्याने नटलेलं गद्य वाचायचे आहे, त्यांनी या डायरीतील 'सौंदर्य-प्रतीति की प्रक्रिया' लेख वाचावा. मराठी लघुनिबंधांसारखे हे लेखन होय.

गजानन माधव मुक्तिबोध हिंदीत प्रखर समीक्षक म्हणूनही परिचित आहेत. खरं सांगायचं तर तसा त्यांचा दबदबा आहे. 'कामायनी : एक पुनर्विचार', 'साहित्य और आलोचना' या दोन ग्रंथांतून ते सिद्ध होते. पैकी 'कामायनी : एक पुनर्विचार' मधील लेख सन १९५० चं लेखन होय. जयशंकर प्रसाद या हिंदीतील प्रख्यात छायावादी कवीचं हे महाकाव्य. माणसाच्या भाव-भावनांचे (चिंता, आशा, श्रद्धा, कामवासना, लज्जा, स्वप्न, संघर्ष, आनंद इ.) सुंदर चित्रण या काव्यात आहे. साहित्य

अकादमीनं त्याचा मराठी अनुवाद प्रकाशित केला असून, वि. वि. पटवर्धन त्याचे अनुवादक होत. या महाकाव्याचं अंतरंग सौंदर्य मुक्तिबोधांनी आपल्या या ग्रंथात ज्या पद्धतीने खुलवून सांगितलं आहे, त्यातून तो टीकाग्रंथ न होता आस्वादक समीक्षेचा व विचारगर्भ विश्लेषणाचा उत्कृष्ट नमुना ठरला आहे. शेवटी मुक्तिबोधांनी या ग्रंथात महाकाव्याच्या प्रत्येक सर्गाचा आशय देऊन आपल्या या ग्रंथाची उपयुक्तता उंचावली आहे. मुक्तिबोधांनी 'कामायनी' महाकाव्यावर 'आलोचना' आणि 'हंस' मासिकांतून समीक्षात्मक लिहिलेले लेखही या ग्रंथात आहेत. त्यातूनही मुक्तिबोधांचा 'कामायनी' बद्दलचा दृष्टिकोन स्पष्ट होतो. या महाकाव्यात स्त्री, पुरुष, व्यक्ती, समाज, सभ्यता, मुक्ती इत्यादींबद्दल विस्ताराने विवेचन केले असून मुक्तिबोधांनी त्यातील सौंदर्य स्थळे व विचार बिंदू अधोरेखित केले आहेत.

'साहित्य और आलोचना' हा मुक्तिबोधांचा समीक्षात्मक लेखसंग्रह आहे. त्यात मुक्तिबोधांनी साहित्याचा दृष्टिकोन, साहित्यातील समूह भावना, पुरोगामित्व, वस्तु आणि रूप, साहित्य सौंदर्य, काव्यात्मक अनुभव इत्यादी विविध विषयांवर आपली मतं मांडली आहेत. याशिवाय या ग्रंथात 'आत्म-वक्तव्य' शीर्षकाचे तीन निबंध आहेत. त्यातून मुक्तिबोधांचं लेखन विशेषत: काव्यविषयक भूमिका स्पष्ट होते. यात त्यांनी आपल्या रचना प्रक्रियेवरही प्रकाश टाकला आहे. हिंदी नवकाव्याबद्दलही मुक्तिबोधांनी या ग्रंथात सविस्तर विवेचन केले आहे. या ग्रंथातील लेखांबद्दल मत व्यक्त करत विष्णु खरे यांनी म्हटलं आहे की, "मुक्तिबोध की आलोचक दृष्टि केवल साहित्यिक मूल्यों और मानदंडों की नहीं, मानवजीवन के मूल्यों और पैमानों की पक्षधर है । वे प्रतिबद्ध आलोचक है किंतु रूढिग्रस्त, कठमुल्ला (केवळ अक्षर प्रमाण) और सिध्दांतवादी समीक्षा से होनेवाली हानि को जितना उन्होंने पहचाना था, उनके समकालीन किसी अन्य प्रतिबंधक (बांधील) साहित्यकार ने नहीं।" या ग्रंथाच्या उत्तरार्धात मुक्तिबोधांनी आपल्या समकालीन साहित्यिक व साहित्य कृतींविषयीही लिहिलं आहे.

या शिवाय वृत्तपत्रीय गरज म्हणून, स्तंभलेखनाचा भाग म्हणून मुक्तिबोधांनी राजकीय वैचारिक लेखन केलं. ते कधी स्वत:च्या नावावर, तर कधी 'अवंतीलाल गुप्त' सारख्या टोपणनावांनी. हे लेखन 'सारथी', 'नया खून' सारख्या नियतकालिकांतून सन १९५० ते १९५८ च्या दरम्यान प्रकाशित होत होतं. हे लेखन समकालीन घटना, प्रसंगांविषयीचं तात्कालिक, प्रतिक्रियात्मक असलं तरी त्यामागे असलेली एक विशिष्ट डावी विचारसरणी लपून राहात नाही व लेखक ती लपवत ही नाही हे विशेष. 'भारत : इतिहास और संस्कृती' हा त्यांचा आणखी एक वैचारिक ग्रंथ. त्यावर बंदीही आली होती. न्यायप्रविष्ट लेख सोडून अन्य मजकूर यात प्रकाशित आहे. हा इतिहास ग्रंथ असून त्यात भारतीय संस्कृतीबद्दल लिहिले आहे. अलिकडे

(२००५) मराठीत वसंत आबाजी डहाके यांनी लिहिलेल्या 'मराठी साहित्य: इतिहास आणि संस्कृती' मागे या ग्रंथाची प्रेरणा असावी असे वाटते.

मुक्तिबोधांनी आपल्या मित्र, समीक्षकांना लिहिलेली पत्रे हा देखील साहित्याइतकाच महत्त्वाचा समाजसंवाद होय. यात कॉम्रेड श्रीपाद अमृत डांगे यांना मुक्तिबोधांनी लिहिलेलं पत्र वा नेमिचंद्र जैन, श्रीकांत वर्मा, डॉ. नामवर सिंह प्रभृतींना लिहिलेली पत्रं म्हणजे हिंदी साहित्याची अक्षरलेणीच!

अशा मुक्तिबोधांचे समग्र साहित्य समजून घेणे म्हणजे एका तत्वानिष्ठ, मूल्य संरक्षक, संघर्षशील माणसाचं आयुष्य व विचार समजून घेणं होय. त्यांच्या विचारांचा दर्जा त्यांना वैचारिक ब्रह्मराक्षस, कर्मठ योगी व संन्यस्त साहित्यिक काय नाही बनवत? पण या सर्वांपलीकडे जग झाकाळलं तरी आपला विचार विझू न देणारी ही जीवन योगक्षेम ओंजळ म्हणजे वादळातून ज्योत जपत केलेला प्रवासच नव्हे का? वाचण्यास तो कितीही रोमहर्षक वाटला तरी अनुकरणासाठी मात्र अवघड, बिकट घाट खरा!

◆

संपादक, कवी :
डॉ. धर्मवीर भारती

हिंदीतील प्रख्यात कवी, कथाकार, संपादक डॉ. धर्मवीर भारती यांना मोहनलाल केडिया हिंदी साहित्य न्यासाचा (विश्वस्त निधी) एक लाख एक हजार रुपये व स्मृतिचिन्ह अशा स्वरूपात दिला जाणारा 'साधना सन्मान पुरस्कार' दि. २८ मार्च ९२ ला मुंबईच्या यशवंतराव चव्हाण सभागृहात मराठीतील ज्येष्ठ कवी विं. दा. करंदीकर यांच्या हस्ते देण्यात आला. तशी बातमी वाचली व एका प्रसंगाची आठवण झाली. जीवनात काही गोष्टींचे योगायोग कसे असतात पाहा.

गोष्ट १९४५ ची. धर्मवीर वर्मा नावाचा तरुण लेखक. ऐन विशीतला. बी.ए. करत होता. कथा, कविताही करायचा. प्रत्येक लेखकाला आपले छापलेले अक्षर/पुस्तक पाहाण्याचा सुरुवातीस जसा काही ध्यास लागलेला असतो, तसा यालाही लागलेला. त्या काळात काशी, अलाहाबाद, लखनऊ हे हिंदी प्रकाशकांचे गड. तिथून पुस्तक प्रकाशित होण्याची मनीषा प्रत्येक नवोदित साहित्यकार बाळगून असायचा. धर्मवीरचा परिचय अलाहाबादच्या भारती भांडारचे संचालक पंडित वाचस्पती पाठक यांच्याशी होता. त्यांच्याकडे जाऊन हा तरुण पुस्तक प्रकाशनासाठी गळ घालायचा. असाच तो एकदा पाठकांच्याकडे गेला असताना काशीचे प्रसिद्ध साहित्यप्रेमी व श्री. रामरतन पुस्तकालयाचे संचालक मुरारीलाल केडिया त्यांना भेटण्यासाठी म्हणून आलेले होते. स्थळ लीडर प्रेस. पाठकजींनी धर्मवीरांचा परिचय केडियांशी करून दिला व पुस्तक प्रकाशनाबद्दल विनंती केली. केडियांनी ती लगेच मान्य केली. आपलं पहिलेवहिले पुस्तक काशीसारख्या हिंदी प्रकाशनाच्या त्या काळच्या राजधानीतून होणार या कल्पनेने हुरळून जाऊन धर्मवीरांनी आपली पहिली कृती 'स्वर्ग और पृथ्वी' केडियांना दिली. योजनेबरहुकूम पुस्तकाचे प्रकाशन झाले. आपले छापलेले नाव पाहिलेल्या प्रत्येक लेखकास रॉयल्टीचा ध्यास आपसूकच

लागतो. रॉयल्टी ही नावाप्रमाणे रॉयल असतेच असे नाही, हे झपाटलेल्या नवोदितास दुर्दैवाने फार उशिरा लक्षात येतं. धर्मवीरांचंही तसेच झाले. पुस्तक प्रकाशित झाल्यावर काही दिवसांनी ते केडियांकडे गेले व घाबरतच रॉयल्टीचा विषय काढला. केडिया मुरब्बी प्रकाशक, नवोदित लेखकास ते काय रॉयल्टी देणार? त्यांनी सांगितलं, 'पुस्तकं अजून प्रेसमध्येच आहेत. खपली की देऊ रॉयल्टी, गडबड काय एवढी? पण पहिला हप्ता म्हणून हवं तर एक 'बनारसी शालू' देऊ शकेन.' बहुधा चोराच्या हातची लंगोटी तरी घ्यावी या विचाराने त्यांनी शालू घेणे पसंत केले. त्यांच्या पहिल्या पुस्तकास शालूशिवाय काही मिळालं नाही हे वेगळं सांगायची गरज नाही. त्याच प्रकाशकानं स्थापन केलेल्या न्यासाचा त्यांना आज एक लाखाचा पुरस्कार मिळतो हा कसला योगायोग म्हणायचा? पंचेचाळीस वर्षे दाखवलेल्या संयमाचा की डॉ. धर्मवीर भारतींनी केलेल्या साधनेचा हा पुरस्कार? हे सुज्ञपणेच ठरवावं लागेल.

धर्मवीर वर्मा हा तरुण लेखक त्या काळी 'धर्मवीर भारतीय' नावानं लेखन करायचा. त्याचंच प्रचलित रूप पुढे धर्मवीर भारती झालं. त्यांच्या दुसऱ्या रचनेच्या प्रकाशनाचीही अशीच परवड झाली. टाकीचे घाव सोसल्याशिवाय देवपण येत नाही हे खरं! भारतीजी बी.ए. झाले. पुढे एम.ए. करायचं ठरवलं. लेखन सुरूच होतं. एम.ए.ला प्रवेश घ्यायला पैसे नव्हते. एक गोष्ट झाली होती की, बी.ए.ला हिंदी सर्वाधिक गुण मिळवून उत्तीर्ण झाल्याने व त्याकाळी प्रयाग विद्यापीठातील मानाचं समजलं जाणारं 'चिंतामणी घोष मेडल' मिळवल्यानं अर्धी फी माफ होती; पण उरलेले अर्धे पैसेही त्यांच्याकडे फी भरण्यासाठी नव्हते. त्याकाळात किताब महलच्या श्रीनिवास अग्रवालांकडे त्यांचे जाणे-येणे असायचे, जुनी पुस्तके देण्या-घेण्यासाठी. त्यांनी आपली अडचण अग्रवालना सांगितली व 'मुर्दों का गाँव' हा कथासंग्रह घेण्याची विनंती केली. गरजवंताची किंमत पैशाच्या तेजीच्या बाजारात नेहमीच घसरती असते. अग्रवालांनी अवघ्या दोनशे रुपयांच्या रॉयल्टीच्या मोबदल्यात 'मुर्दों का गाँव' विकत घेतलं. नाव, प्रतिष्ठा, सन्मान, पुरस्कार इत्यादींची झळाळी नसताना प्रत्येक लेखकास उपेक्षेची ही बिकट वाट चालावीच लागते. तेच धर्मवीर भारती आज डॉ. पद्मश्री धर्मवीर भारती 'धर्मयुगा'सारख्या मान्यवर साप्ताहिकाचे तब्बल रौप्यमहोत्सवी कालखंडाचे संपादक, हिंदीतील प्रख्यात कवी, कादंबरीकार, निबंध लेखक म्हणून सर्वश्रुत आहेत, हे वाचून खरं वाटत नाही.

धर्मवीर भारती प्रयाग विद्यापीठातून एम.ए. झाले. पुढे तिथेच त्यांनी डॉ. धीरेंद्र वर्मांच्या मार्गदर्शनाखाली 'सिद्ध साहित्य' विषयावर संशोधनात्मक प्रबंध सादर केला व पीएच.डी. पदवी संपादली. योगायोगानं तिथेच ते हिंदीचे प्राध्यापक झाले. १९५० ते ६० या दशकात अध्यापनाबरोबर त्यांनी लेखन, संपादन कार्य केले.

त्यांनी आपल्या संपादकीय कार्याचा प्रारंभही विद्यार्थिदशेतच केला. १९४८ ते १९५० या काळात ते सिद्ध साहित्यावर संशोधन करत असायचे. याच काळात अलाहाबादहून प्रकाशित होणाऱ्या 'संगम' पत्रिकेचे सहसंपादक झाले. तेथून पुढे सतत त्यांचा पत्र-पत्रिकांशी संबंध येत राहिला. १९५० ते ६० या काळात त्यांनी 'आलोचना', 'नयी कविता', 'निष्कर्ष' इत्यादी मान्यवर साहित्यपत्रिकांचे संपादन केले. पत्रकारितेच्या क्षेत्रातील त्यांचा कार्यानुभव लक्षात घेऊन 'धर्मयुग' या त्यावेळच्या एकमेव सचित्र रंगीत साप्ताहिकाचे संपादक पं. सत्यकाम विद्यालंकार, कै. रमा जैन, कै. अमृतलाल नागर यांनी त्यांना 'धर्मयुग'ची धुरा सांभाळायला लावली व ते मुंबईत आले. त्यांनी 'धर्मयुग'ला प्रतिष्ठा दिलीच. शिवाय माझ्यासारख्या स्वातंत्र्योत्तर काळात जन्मलेल्या हिंदीप्रेमी वाचकांत साहित्य प्रेम निर्माण करण्यात त्यांचे असाधारण योगदान आहे, हे निर्विवादपणे मान्य करावे लागेल.

अधिकांश साहित्यिकांचा प्रथम उद्‌गार हा काव्यात्मक असतो. डॉ. धर्मवीर भारती त्यास अपवाद नाहीत. आपल्या साहित्यिक कारकीर्दीचा प्रारंभ त्यांनी कवी म्हणूनच केला. त्यांच्या प्रारंभीच्या कविता या प्रेम-प्रणयाने बहरलेल्या व भारलेल्या दिसून येतात -

मुझे तो वासना का
विष हमेशा बन गया अमृत
बशर्ते वासना भी हो
तुम्हारे रूप से आबाद
मेरी जिन्दगी बरबाद!

यासारख्या ओळींनी भावसिक्त झालेला त्यांचा पहिला कवितासंग्रह 'ठंडा लोहा' नावाने प्रकाशित झाला. त्यानंतर अज्ञेयांनी संपादिलेल्या दुसऱ्या 'तारसप्तका'त त्यांच्या रचना प्रकाशित झाल्या व ते हिंदीचे प्रयोगवादी कवी म्हणून सर्वत्र ओळखले जाऊ लागले. 'सात गीत वर्ष', 'अंधायुग', 'कनुप्रिया' या त्यांच्या उल्लेखनीय काव्यकृती होत. पैकी 'सात गीत वर्ष' हा त्यांच्या निवडक कवितांचा संग्रह. कवीच्या बहुढंगी काव्यकलेचा आस्वाद घ्यायचा, तर हा संग्रह वाचायलाच हवा. 'अंधायुग' हे त्यांचे काव्यात्मक नाटक. या नाटकाने हिंदीत काव्यात्मक नाटकांचं युगच निर्माण केले. 'अंधायुग'चे अनुकरण म्हणून हिंदीत 'एक कंठ विषपायी' (दुष्यन्तकुमार), 'संशय की एक रात' (नरेश मेहता), 'आत्मजयी' (कुंवर नारायण) सारखी एकामागून एक काव्य नाटके निर्माण झाली. 'कनुप्रिया'त त्यांनी राधा-कृष्णाचा प्रणय चित्रित केलाय. कवितेच्या प्रांतात त्यांनी अनुवादही केलेत. 'देशान्तर' नावच्या संकलनात त्यांनी अमेरिका व युरोप खंडातील एकतीस

देशांतील विविध कवींच्या १६१ कवितांचा हिंदी अनुवाद पेश करून आपली काव्य प्रतिभा देशान्तर व दिशान्तर करून सर्व जगभर पसरवली.

डॉ. धर्मवीर भारती हे मूलत: प्रयोगधर्मी सर्जक. ज्या प्रांतात जातील तिथे नवं, प्रयोगशील करण्याची त्यांची सतत धडपड असते. पत्रकारिता, काव्य या क्षेत्रांबरोबरच त्यांनी कथेच्या प्रांतातही शिल्प, शैली, कथांचे अनेक प्रयोग केले. 'गुनाहों का देवता', 'सूरज का सातवाँ घोडा', 'ग्यारह सपनों का देश' या त्यांच्या गाजलेल्या कादंबऱ्या. 'गुनाहों का देवता' ही त्यांची पहिली कादंबरी. मध्यमवर्गीय जीवनाचं चित्रण करणाऱ्या या कादंबरीत डॉक्टरांनी सुधा व चंदरच्या प्रेमाची कथा सांगितली आहे. निस्सीम प्रेम करणाऱ्या प्रेयसीस अर्ध्यावर सोडून दिल्यावर त्याच्या जीवनाची जी परवड होते, ती त्यास सतत गुन्हेगार ठरवत राहते, असं कथानक घेऊन येणारी ही कादंबरी वरकरणी सामान्य वाटली, तरी तिच्यातील आशयघन विचारसंपदा वाचकास जीवनभर अस्वस्थ करत राहते, हीच या कादंबरीची शक्ती. 'सूरज का सातवाँ घोडा' ही शिल्प व शैलीच्या दृष्टीने प्रयोगशील म्हणून सर्वाधिक चर्चिली गेलेली कादंबरी. या कादंबरीवर दोस्तोवस्कीचा जसा प्रभाव सांगितला जातो, तसाच ऑस्कर वाईल्ड, शरदचंद्र चटर्जी, जयशंकर प्रसाद यांच्या लेखनशैलीचा पण! कथाकार म्हणूनही डॉ. धर्मवीर भारती प्रख्यात आहेत. 'चाँद और टूटे हुए लोग', 'बंद गली का आखरी मकान' मधील 'कुल्हा', 'मुर्दों का गाँव', 'तारा और किरण' या कथा वाचकांनी विशेष पसंत केल्या.

डॉ. धर्मवीर भारतींनी वैचारिक लेखनही विपुल केलं. 'कहनी अनकहनी', 'ठेले पर हिमालय', 'पश्चंती'सारखे निबंधसंग्रह त्यांच्यातील गंभीर विचारवंताचा परिचय देऊन जातात. अगदी अलीकडे 'धर्मयुग'च्या संपादकपदाच्या जबाबदारीतून मुक्त झाल्यावर त्यांनी 'धर्मयुग' मध्ये 'शब्दिता' नावाच्या स्तंभात केलेलं लेखन वाचकास सतत अंतर्मुख करत राहिलं होतं. या निबंधांचं वैशिष्ट्य म्हणजे छोट्या आकारातही ते मोठा आशय देऊन जातात. 'मानवमूल्य और साहित्य' हा या पठडीतीलच लेखसंग्रह.

डॉ. धर्मवीर भारतींचे समग्र लेखन हे व्यथा, वेदनेच्या पायावर आधारलेले आढळतं. माणसाचे जीवन हे ज्या मुशीत आकारतं त्याचा प्रभाव साहित्यावर पडणे स्वाभाविकच म्हणावे लागेल. महाविद्यालयीन जीवनात प्रेमात आलेली खोट. पुढे पहिल्या पत्नीशी घटस्फोट. तिच्या मुलीला घेऊन पुष्पा शर्मा (आता भारती) बरोबर केलेला तडजोडीचा प्रवास या सर्वांची विषादयुक्त सावली त्यांच्या साहित्यावर सर्वत्र पसरलेली आढळते. आमच्या महाविद्यालयात आयोजित केलेल्या हिंदीतर हिंदी नवलेखक शिबिराचे उद्घाटक म्हणून बोलवायचा घाट घातला गेल्यावर मी त्यांना डॉ. चंद्रकांत बांदिवडेकरांच्या मध्यस्थीने साहित्य सहवासमधील त्यांच्या

'शाकुंतल'मध्ये भेटलो होतो. संस्कारशील साहित्यिक नकारही किती लाघवी व नम्रपणे देऊ शकतो हे मी अनुभवले आहे. मुळात ज्यानं साहित्यास भारतीय संस्काराचे साधन म्हणून स्वीकारले असा लेखक संस्कारहीन राहूच शकत नाही. ते नेहमी म्हणतात, 'माझ्या साहित्याची पाळेमुळे ही पूर्णत: भारतीय आहेत. विचारात पाश्चात्त्य प्रभाव दिसला तरी खोल गेल्यावर तुम्हाला भारतीयताच हाती लागेल.' 'भारती' हे टोपण नाव सार्थ झालं ते या वैचारिक बांधिलकीमुळे. मराठी, बंगाली माणसांच्या साहित्य प्रेमाची त्यांनी अनेकदा स्तुती केली. 'धर्मयुग' सर्वाधिक खपले तरी सर्वदूर वाचले जात नाही, याची खंत त्यांना निवृत्तीच्या वेळी होतीच, अशा कितीतरी चिंता हा त्यांच्या सध्याच्या चिंतनाचा विषय आहे. यातूनच त्यांचे लेखन दररोज नवे विचार घेऊन येते.

◆

विश्वहिंदी साहित्यिक : अनंत गोपाळ शेवडे

स्वातंत्र्यसैनिक, पत्रकार, वक्ता, संपादक, अनुवादक, बहुभाषिक साहित्यकार, संघटक, राष्ट्रभाषा प्रेमी व प्रचारक असं अष्टपैलू व्यक्तिमत्व लाभलेले अनंत गोपाळ शेवडे हे हिंदी भाषा व साहित्याच्या क्षेत्रांत आदरणीय ठरले ते हिंदीस विश्वभाषा बनविण्याच्या त्यांच्या प्रयत्नांमुळे. अशा माणसाचं जीवन, कार्य, कर्तृत्व समजून घेताना लक्षात येते की हे सारे आपोआप नाही घडत. त्यामागे माणसाची धडपड असते, तशीच तो ज्या कुटुंब, परिसर, परिस्थितीत घडला, वाढला तेही सारं त्यास कारणीभूत ठरत असते.

विसाव्या शतकाचं पहिलं दशक उलटलं होतं. त्यावेळी आजच्या कर्नाटक, महाराष्ट्र, गुजरात, मध्यप्रदेशातील थोड्या थोड्या प्रदेशाचा मिळून एक विशाल प्रांत होता. सी.पी.बेरार म्हणून तो ओळखला जायचा. ब्रिटिश कालखंडात त्यावेळी शिकलेले भारतीय इंग्रजी सेवेत भरती होत. त्यांना चांगली पदे मिळायची व प्रतिष्ठाही लाभायची. अशांपैकी एक होते गोपाळ लक्ष्मण शेवडे. ते ब्रिटिश सिव्हिल सर्व्हिसमध्ये नायब तहसीलदार म्हणून कार्य करायचे. त्यांची नियुक्ती या प्रांतातील छिंदवाडा जिल्ह्यातील सौंसर गावी झालेली होती. तिथे गोपाळ शेवडेंनी आपल्या पत्नी रमाबाई व दोन मुलांना घेऊन संसार थाटलेला होता. इथे त्यांना ८ सप्टेंबर, १९११ रोजी आणखी एक मुलगा झाला. गणेशोत्सव काळात झाला म्हणून त्यांनी मुलाचे नावे अनंत ठेवले. हाच मुलगा मोठा होऊन अनंत गोपाळ शेवडे या नावानं जगप्रसिद्ध झाला.

शेवडे यांचे वडील सुशिक्षित असले तरी आई मात्र अल्पशिक्षित होती. सन १९२८ ला शेवडे यांच्या वडिलांचं हृदयविकाराच्या झटक्यानं खांडव्याला निधन झाल्यानंतर साऱ्या कुटुंबाची जबाबदारी आईवर येऊन पडली. मोठ्या काटकसरीने त्या माऊलीने मुलांना सांभाळलं. लहान असताना अनंतला देवी आल्या होत्या.

त्याचं प्राथमिक शिक्षण हिंदी माध्यमाच्या शाळेत झालं. माध्यमिक शिक्षण पूर्ण करून अनंत एक रुबाबदार तरुण बनून नागपुरी आला.

बी.ए. साठी त्यांनी मॉरिस कॉलेजमध्ये प्रवेश घेतला. मग त्यांचं कुटुंबही मागोमाग नागपूरलाच येऊन स्थिरावले. हा काळ असहयोग आंदोलनाचा (१९३०)चा होता. महात्मा गांधींनी तरुणांना शिक्षण सोडायचं केलेले आव्हान शेवडेंना द्विधा मन:स्थितीत टाकत राहिलं. पण घरच्या बंधनामुळे ते तसे करू धजावले नाही. सन १९३३ ला ते इंग्रजी व तत्वज्ञान घेऊन बी.ए.झाले. लगेचच शेवडे यांनी इंग्रजीत एम्.ए. करायचं ठरवून नागपूर विद्यापीठात प्रवेश घेतला. या काळात ते विद्यार्थी संघटनेचे सक्रिय कार्यकर्ते व संचालक बनले होते. स्वातंत्र्य आंदोलन, सत्याग्रह, हिंदी प्रचार, गांधी जयंती असे अनेक उपक्रम ते करत असायचे. त्यावेळी ते करत असलेलं हिंदी प्रचार-प्रसाराचं कार्य पाहून महात्मा गांधींनी त्यांना पत्र लिहिलं होतं -

'भाई अनंत गोपाल शेवडे,

कैसा अच्छा हो यदि आपके प्रयत्नों से हिंदी का घर-घर में प्रचार हो जाए?

आपका,
मो. क. गांधी
वर्धा

या छोट्याशा पत्राला आयुष्यभराचा संदेश, आदेश मानून अनंत गोपाळ शेवडे हिंदी प्रचार, प्रसार, लेखन, भाषण, संघटन करत राहिले.

सन १९३५ ला एम.ए. झाल्यानंतर त्यांनी मनात आणलं असतं तर कलेक्टर होऊ शकले असते. पण शेवडे यांनी पत्रकार होणे पसंत केले. ते 'इंडिपेंडंट' या स्वतंत्र बाण्याचे ब्रिटिशविरोधी वर्तमानपत्र होते. त्याकाळी ब्रिटिशांनी या दैनिकास ठोठावलेला २०० रुपयांचा दंड शेवडे बंधुंनी घरातलं सारे सामान विकून व जमनालाल बजाज यांच्याकडून उसनवारी करून भरला. नंतर शेवडे यांनी बजाजांचे पैसे परत केले तेव्हा जमनालाल म्हणाले होते की 'मी दिलेल्या उसनवार रकमेपैकी परत आलेली ही पहिली रक्कम होय.' यातून शेवडे यांची नैतिकता, प्रामाणिकपणा, जीवनातलं मूल्यांचे महत्त्व स्पष्ट होतं. पुढे अन्य दैनिकांबरोबर इंग्रजांच्या जाचामुळे हे वृत्तपत्र बंद पडले.

देशाला स्वातंत्र्य मिळाल्यानंतर अनंत गोपाळ शेवडे यांनी 'नवसमाज संस्था' स्थापन करून विधायक कामं सुरू केली. त्यांचे काम पाहून ॲड. अभ्यंकर ट्रस्टनी त्यांना मदतीचा हात दिला. नागपुरातून मराठी, हिंदी दैनिके निघत. दूरदृष्टी ठेवून शेवडे यांनी 'नागपूर टाइम्स' या इंग्रजी दैनिकाची सुरुवात केली. (१९४७) ही पण

त्यांच्या वेगळेपणाची साक्ष देणारी ऐतिहासिक घटना ठरली. अवघ्या ८०० प्रतींनी सुरू झालेले हे इंग्रजी दैनिक १०,०००चा विक्रमी खप करणारे ठरले. 'टाइम्स ऑफ इंडिया' 'इंडियन एक्सप्रेस' शी टक्कर देत केलेला हा खप शेवडे यांच्या लेखणीचाच प्रताप म्हणावयाला हवा.

दरम्यानच्या काळात सन १९३५ ला एम.ए. होऊन ते राष्ट्रीय काँग्रेसची शिबिरं, मार्गदर्शन, संघटनकार्यही करत राहायचे. सागरच्या महिला विद्यालयात अशाच एका शिबिरात त्यांचा परिचय यमुना तांबेंशी झाला. झाशीची राणी लक्ष्मीबाई यांचे बंधु चिंतामणराव तांबे यांची ती नात. सन १९३०-३२ ला परिचय झालेला. पुढे नित्य भेटीने त्याचे प्रेमात रूपांतर झाले. पण लग्न व्हायला १९३९ साल उजाडावे लागले.

पती-पत्नी दोघेही सुशिक्षित असल्यानं त्यांचा संसार सुखानं होणं स्वाभाविक होतं. पत्नीने घर-मुली सांभाळायच्या व शेवडे यांनी पत्रकारिता, राजकारण, समाजकारण असं ठरून गेलं होतं. त्यांना दोन मुली झाल्या. साधना व अंजलीचा सांभाळ यमुनाबाईंनी केला तरी मुलींचा वडिलांवर मोठा जीव. ते 'मदरली फादर' होते. घरात वाचन-लेखनाचा संस्कार होता. यमुनाबाई मराठीतील लेखिका, तर शेवडे त्रैभाषिक साहित्यिक! यमुनाबाईंनी लिहिलेली 'जीवनसंगीत' कादंबरी त्यावेळी गाजली होती.

अनंत गोपाळ शेवडे साहित्यिक होण्याला त्यांना मिळालेला 'भारत छोडो' आंदोलनातील तुरुंगवास कारण ठरला. याकाळात त्यांनी भरपूर वाचलं आणि लिहिलंही! 'डायरी के पन्ने', 'तीन कंकड', 'प्रतिमा', 'संतरों की डाली', या कथा तुरुंगातल्याच. तुरुंगात असतानाच त्यांनी 'पूर्णिमा', 'मृगजल', आणि 'निशागीत' या तीन कादंबऱ्या लिहिल्या. या काळात काही निबंधही शेवडेंनी लिहिले होते. असं असलं तरी त्यांनी प्रत्यक्ष लेखनास प्रारंभ केला होता सन १९२५ च्या दरम्यान, म्हणजे कुमारवयातच. हायस्कूलमध्ये असताना सर्वप्रथम त्यांनी सातपुडा पर्वतावर एक ललित निबंध लिहिला होता. तो त्यांनी अलाहाबादच्या 'बालसखा' या मुलांच्या मासिकाला पाठवला होता. आश्चर्य म्हणजे तो लगेच प्रसिद्ध झाला. सन १९२८ ला ते खांडव्याला शिकत होते. तेव्हा 'शिशु' पत्रिकेत व हिंदीतील विख्यात कवी, पत्रकार, संपादक, स्वातंत्र्य सैनिक म्हणून प्रसिद्ध असलेल्या माखनलाल चतुर्वेदींच्या 'कर्मवीर' दैनिकात त्यांचं लेखन प्रकाशित होऊन ते प्रसिद्ध लेखक झाले. पुढे 'सुधा', 'माधुरी' अगदी प्रेमचंदांच्या 'हंस' मध्येही त्यांचे लेखन प्रकाशित होत राहिले. प्रेमचंदांनी तर त्यांची 'संदुक का मालिक' ही कथा 'हंस'मध्ये प्रकाशित तर केलीच शिवाय ५ रुपयांचा पुरस्कारही दिला. तो पाठवत प्रेमचंदांनी पत्रात लिहिले होते, 'लिखने का तरीका अच्छा है । लिखते जाइए ।'

महात्मा गांधींच्या पत्राप्रमाणेच त्यांनी हा संदेश आदेश मानून जीवनभर लेखन केले.

अनंत गोपाळ शेवडे बी.ए. करत असतानाच त्यांनी लिहिलेली पहिली कादंबरी 'ईसाइबाला' सन १९३२ ला चाँद प्रेस, अलाहाबादनं प्रकाशित करून त्यांना लौकिक अर्थानं साहित्यिक बनवलं. त्याला सन १९३३ चा सी. पी. बेरार लिटररी अकादमीचा पुरस्कारही मिळाला होता. ही एक प्रेमकथा आहे. शेवडे यांनी तरुणपणी लिहिलेली पहिली कादंबरी. यात नायक, नायिका विभिन्नधर्मी. प्रेम, परिणयामुळे ते समाजबहिष्कृत होतात. पण ते आपल्या मतावर ठाम राहतात. त्यांच्या निष्ठेमुळे कालांतराने समाज त्यांना स्वीकारतो, अशी ही सुखांत कादंबरी होय.

त्यानंतर जवळजवळ एक तपानंतर सन १९४८ मध्ये त्यांची दुसरी कादंबरी 'निशागीत' प्रकाशित झाली. पण ती लिहिली गेली होती सन १९४२ च्या दरम्यान व तीही तुरुंगात, हे वर सांगितले आहेच. 'सायलेंट साँग' ही शेवडेंची इंग्रजी कादंबरी बहुधा या कादंबरीचाच अनुवाद असावा. कारण त्यांनी आपल्या अनेक कादंबऱ्यांचे, निबंधसंग्रहांचे अनुवाद केल्याचे मी ऐकून आहे. त्याचे उल्लेखही सापडतात. उदाहरणार्थ, 'होलकॅनो' (ज्वालामुखी) 'डस्क बिफोर डॉन', 'स्टॉर्म अँड द रेनबो'(इंद्रधनुष्य)', 'ए डार्क हंगर' (तिसरी भूख). निशागीत ही एक काव्यात्मक कादंबरी (लिरिक नॉव्हेल) मानली जाते ती त्यातील लालित्यपूर्ण भाषा व भावनावश कथेमुळे, 'ईसाइबाला' प्रमाणेच ही आदर्श प्रेमकथा होय. हिंदी नाटककार उदयशंकर भट्ट यांनी या कादंबरीची प्रशंसा केली होती. लगेच पुढील वर्षी शेवडे यांनी 'मृगजळ' प्रकाशित केली. हे ही त्यांचे पूर्वलेखनच होते. वरील दोन कादंबऱ्यांच्या तुलनेत ही कादंबरी अधिक कलात्मक आहे. नीलकंठ नामक चित्रकाराची ही कथा. नागपूर, इटारसी, इगतपुरी परिसराची सफर घडवणारी ही कादंबरी. यावर नागपूर आकाशवाणीने एक श्रुतिकाही सादर केली होती. मग पाठोपाठ सन १९५० ला त्यांची कादंबरी 'पूर्णिमा' प्रकाशित झाली. शैक्षणिक जगत समजावणारी ही कादंबरी सामाजिक होय. ज्वालामुखी (१९५६) ची कथा स्वातंत्र्य आंदोलन जिवंत करते. तशी ही राजकीय कादंबरी. ही रसवैविध्य व्यक्त करणारी कथा असल्याने गाजली. वाचकांनी पसंत केली. सन १९७७ पर्यंत त्यांनी 'मंगला', 'भग्नमंदीर', 'अधुरा सपना', 'इंद्रधनुष्य', 'कोरा कागज', 'अमृतकुंभ' सारख्या अनेक कादंबऱ्या लिहिल्या. यातून त्यांनी अंध, विभिन्न मूल्ये, जीवनाचे प्रश्न इत्यादींची चर्चा केल्याचे आढळते. त्यांच्या अधिकांश कादंबऱ्या राजनैतिक, सामाजिक प्रश्नांवर आधारित आहेत. त्यांच्या कादंबरी लेखनामागे समाज प्रबोधनाचा हेतू स्पष्ट दिसून येतो. एक कार्यकर्ता म्हणून त्यांना जे जीवनदर्शन घडलं, त्याचं चित्रण त्यांनी आपल्या कादंबऱ्यांतून केलं. शेवडे यांच्या जीवनावर गांधीवादी विचार, आचाराचा प्रभाव शेवटपर्यंत होता. तो शेवटच्या कादंबरीपर्यंत दिसतो. शेवडे आपल्या

कादंबऱ्यातून विस्तृत असे विचार पात्रांच्याद्वारे व्यक्त करतात. त्यांची भाषा मराठी वाचकांना शब्दकोश न घेता वाचता येणारी सुबोध, संस्कृतप्रचुर व काहीशा मराठी वळणाचीच. अधिकांश कादंबऱ्यांतील प्रश्न सामाजिक व वातावरणात राजकीय असे सूत्र आढळते. सर्व कादंबऱ्यांची शीर्षकं छोटी पण समर्पक आहेत. शैलीमध्ये शेवडे यांनी वैविध्य दाखवलं असतं तर त्या कलात्मक झाल्या असत्या. त्यांची कादंबरीकार म्हणून जी प्रवृत्ती, वैशिष्ट्य दिसतं ते एका निरूपणकाराचं. वर्णन विस्तार व तोच तोपणामुळे बऱ्याच कादंबऱ्या एकसारख्या वाटतात. शेवडे हे बहुप्रसव साहित्यिक. लेखन, प्रकाशनाचा सोस आहे पण त्यात 'स्व' पेक्षा 'पर' भाव प्रबळ असल्याने त्यांचे सामाजिक महत्त्व अक्षय खरं. गांधीवादी पद्धतीने सामाजिक प्रश्नांची मांडणी करणारे ते राजकीय भाष्यकारी कादंबरीकार होत.

अनंत गोपाळ शेवडे यांनी कादंबऱ्यांबरोबर काही कथाही लिहिल्या 'संगम' (१९६२) आणि 'संतरों की डाली' (१९६४) या संग्रहात त्या संकलित आहेत. प्रेमचंदांच्या काळातील लिहिलेल्या या कथा प्रकाशित झाल्या मात्र साठोत्तर काळात. या कथा वाचत असताना लक्षात येतं की कथाकार शेवडे यांच्यावर मोंपासा, प्रेमचंद, शरत् यांच्या कथांचा प्रभाव आहे. प्रेम, जातीयता, मानसिक द्वंद्व, राजनीती अशा वैविध्यपूर्ण विषयांच्या या कथा होत. कादंबऱ्यांप्रमाणेच या कथा आदर्शवादी होत. 'नीला लिफाफा' ही त्यांची मानसिक द्वंद्व चित्रित करणारी कथा. 'तीन कंकड' मध्ये प्रेमसूत्र दिसतं. 'आकाशवाणी का प्रेम' याच पठडीतील कथा. आत्मकेंद्रित नायिकेद्वारे शेवडे यांनी प्रेमी मनाची मनोधारणा स्पष्ट केली आहे. या चित्रणातील भावावेग वाचताना ही लेखकाची स्वानुभूति असल्याचं जाणवावं इतकी तीव्रता नि आवेग या कथेत भरलेला आहे. शेवडे यांची 'चरित्रहीन' कथा म्हणजे राजनैतिक व्यंग! 'संगम' मधील सर्व कथा वास्तववादी आहेत. मुख्यत: प्रेम हे या कथांचं सूत्र असल्याने प्रेमाची प्रणय, विरह, आवेग, ओढ, हूरहूर, पश्चातापदग्धता, विवेक इत्यादी भावनांचं द्वंद्व त्यात सुरेख चित्रित केलं गेलं आहे.

'संतरों की डाली' या दुसऱ्या कथासंग्रहात शेवडेंच्या १५ कथा संग्रहित आहेत. संग्रह शीर्षक कथा प्रथमच असून ती एका प्राध्यापकाची व्यक्तिरेखा होय. हा कथासंग्रह 'संगम' चीच प्रतिकृती. सारांशत: शेवडेंच्या साऱ्या कथा या प्रेमचंदांच्या वळणाच्या दिसतात.

अनंत गोपाळ शेवडे यांची साहित्यिक म्हणून असलेली ही ओळख पण त्यात त्यांच्यातील विचारवंत सतत डोकं वर काढत असतो. त्यांच्या लेखन प्रवृत्तीस सरळ वाव देणारं साहित्यिक माध्यम म्हणजे निबंध. त्यांनी काही हिंदी निबंधही वेळोवेळी लिहिले. ते 'तिसरी भूख' (१९५५) या संग्रहात समाविष्ट आहेत. कथा, कादंबऱ्यांप्रमाणेच यातील अधिकांश निबंध तुरुंगवासात लिहिले गेले आहेत. संग्रह

प्रकाशनापूर्वी ते वेळोवेळी 'सरिता', 'राष्ट्रभारती', 'मानवता' सारख्या मासिकांतून व 'साप्ताहिक हिंदुस्तान' मधून पूर्वप्रकाशित झालेले आहेत. यांतील 'भाइयो और बहनो' निबंध भाषणरूप असून त्यात राजकीय व्यंग भरलेले आहे. 'क्या आपने वह पुस्तक पढी है?' हा त्यांचा लघुनिबंध होय. यात शेवडे यांनी पुस्तकी पांडित्यावर टीका केलेली दिसून येते. 'तिसरी भूख' हा संग्रह शीर्षक निबंध प्रगल्भ व प्रौढ वाटतो. माणूस भुकेला प्राणी. त्याला अनेक प्रकारची भूक असते-आत्म संरक्षण, वंश निर्माण, तशी तिसरी भूक प्रसिद्धीची सुद्धा असते माणसास. अन्य निबंधांतूनही विषय वैविध्य दिसतं. कथांप्रमाणे शेवडे यांचे निबंध जीवनवादी दिसून येतात. त्यांची शैली व्यंगात्मक आहे. या निबंधांचा उद्देश विसंगतीवर आघात करण्याचा दिसतो. हे प्रबोधनपर लेखन म्हणावे लागेल.

साहित्यिक लेखनाइतकीच महत्त्वाची आणखी दोन क्षेत्रं त्यांच्या कामगिरीची साक्ष देतात. एक आहे पत्रकारिता तर दुसरं आहे राष्ट्रभाषा प्रचार. 'नागपूर टाइम्स' व नंतर प्रकाशित 'नागपूर पत्रिका' या दोन इंग्रजी व हिंदी दैनिकांच्या माध्यमातून त्यांनी सतत सामाजिक, राजनैतिक जागृती व संघटनेचे कार्य केले. गांधीवादी प्रभावामुळे ते सतत काँग्रेसशी एकनिष्ठ राहिले. परिणामी सरकारी रसद त्यांना प्रत्यक्ष, अप्रत्यक्षपणे मिळत राहिली. वर्धा राष्ट्रभाषा समितीच्या माध्यमातून त्यांनी हिंदीस विश्वभाषा बनविण्याचं बाळगलेले स्वप्न त्यांच्या सततच्या चिकाटी व प्रयत्नांमुळे साकारले. एक म्हणजे विश्वहिंदी संमेलन. पहिले नागपूर इथेच झाले तर दुसरं दिल्लीला. त्याला मी उपस्थित होतो. इंद्रप्रस्थ स्टेडियमवर संपन्न हे संमेलन म्हणजे राष्ट्रभाषाप्रेमींचा कुंभमेळाच. हजारो हिंदीप्रेमी यात सामील होते. त्यातून शेवडे यांच्या संघटन कौशल्याची प्रचिती येत होती. ते एक नेटकं संयोजन होते. पुढे ही संमेलने मॉरिशस, त्रिनिदाद, न्यूयॉर्क, आफ्रिका इत्यादी ठिकाणी भरत आहेत. विशेष म्हणजे त्यात सातत्य आहे. दुसरी गोष्ट, स्वप्न म्हणजे वर्ध्यात उभारण्यात आलेलं महात्मा गांधी हिंदी विद्यापीठ. त्यास भारत सरकारने केंद्रीय विद्यापीठाचा दर्जा देऊन मोठे अनुदान दिले आहे.

समग्रत: अनंत गोपाळ शेवडे यांचे जीवन व कार्य म्हणजे देशप्रेमाने केलेले समर्पण होय. त्यांचा गौरव पोपनी 'पेपल मेडल' देऊन केला तसा भारत सरकारनी 'पद्मश्री' देऊन. त्यांच्या साहित्य कृतींना - 'भग्नमंदिर', 'इंद्रधनुष्य' ला — अनेक पुरस्कार लाभले. वयाच्या एक्याऐंशीव्या वर्षी १० जानेवारी,१९७९ रोजी हृदयविकारानं नि वृद्धत्वाने त्याचे निधन झाले. अहिंदी भाषी असून शेवडे यांनी जी हिंदी सेवा केली त्यामुळे हिंदीतर भाषींकडे पाहाण्याचा हिंदीभाषिकांचा दृष्टिकोण बदलला. भारत सरकारने शेवडे यांच्या पाठपुराव्यामुळे राष्ट्रभाषा म्हणून हिंदी विकसित करण्यासाठी अनेक धोरणात्मक निर्णय घेऊन आर्थिक तरतूद करून मोठे सहाय्य

केले. विदेशी दूतावासात व विद्यापीठात हिंदीचा प्रचार, प्रसार, अभ्यास, संशोधन इत्यादीमध्ये विकासाच्या ज्या पाऊलखुणा दिसतात. त्यामागे अनंत गोपाळ शेवडे यांची दूरदृष्टी दिसून येते. महात्मा गांधींच्या आचार विचाराची सावली म्हणून आपण या देशप्रेमीकडे पहातो, तेव्हा लक्षात येते की स्वत: पलीकडे सतत समूह कल्याणाच्या भावनेनं कार्य करायचे तर तुमच्यात उपजतच परहिताचा पाझर असावा लागतो. तो शेवडेंमध्ये जन्मजात होता. मराठी, हिंदी, इंग्रजी तिन्ही भाषांवर असलेल्या अधिकारामुळे ही शेवडे यांचे व्यक्तिमत्व वैश्विक बनून राहिलं. जगभर त्यांच्या कार्याचे दिसून येणारे ठसे हेच त्यांच्या कार्याचे जिवंत स्मारक!

◆

हिंदी व्यंगकार : हरिशंकर परसाई

समाजातील विसंगतींवर बोट ठेवून त्या दूर व्हाव्यात म्हणून तळमळीनं त्यावर तुटून पडून लिहिणारे टीकाकार म्हणून हिंदी साहित्यात हरिशंकर परसाई यांची ओळख आहे. त्यांच्या लेखनातील या गुणवैशिष्ट्यामुळेच त्यांना हिंदीत विसाव्या शतकातील कबीर मानले जाते. संत कबीरांनी पण आपल्या काव्यात समाजातील दोषांवर असेच व्यंग प्रहार केलेत. अशा हरिशंकर परसाईंचा जन्म २२ ऑगस्ट, १९२२ रोजी मध्यप्रदेशातील होशंगाबाद जिल्ह्यातील जमानी या गावी झाला. त्यांचे आई वडील मध्यमवर्गीय. वडिलांचं नाव झूमकलाल तर आईचं नाव चंपाबाई. वडील कोळशाचे ठेकेदार होते. जंगल खंडानं घेऊन, तोड करून, जंगलातच भट्टी लावून ते कोळसा बनवत. एका जंगलातली भट्टी संपली की दुसऱ्या जंगलात, असे फिरतीचे हे काम असायचं. जमानी, रहटगाव, टिमरनी अशी त्यांची भटकंती असायची. गावोगावी भाड्याचं घर घेऊन ते राहात पण कुटुंब गावीच म्हणजे जमानीला राहायचं.

हरिशंकर परसाईंचा सांभाळ वडिलांच्या या व्यावसायिक अडचणींमुळे आईच करायची. ती बापडी आपली दोन मुलं नि दोन मुली घेऊन एकटीच दिवस कंठायची. हरिशंकर परसाई बारा तेरा वर्षांचे असतील. आईला प्लेग झाला नि त्यातच ती दगावली. मग कुटुंबाची सारी जबाबदारी आपसूकच वडिलांवर येऊन पडली. पण ती ते अधिक दिवस पेलू शकले नाहीत आणि त्यांनीही जगाचा निरोप घेतला. घरात वयानी वडील म्हणून हरिशंकर परसाई यांनी दोन बहीणी व एक भाऊ यांचं कुटुंब आयुष्यभर वडील म्हणून सांभाळलं, पाहिलं.

परिस्थिती ओढग्रस्त असली तरी संस्कारास बांधील राहून कुटुंबाच्या सर्व जबाबदाऱ्या हरिशंकर परसाई यांनी स्वत: ब्रह्मचारी राहून पार पाडल्या. यातून त्यांची वात्सल्यवृत्ती तर दिसतेच पण वडीलकीचे भानही!

हरिशंकर परसाई यांचं प्राथमिक शिक्षण इटारसीला झालं. पुढे नागपूर विद्यापीठातून ते एम.ए. झाले.'डिप्लोमा इन टीचिंग' पूर्ण करून ते शिक्षक झाले असते पण अनुकंपा म्हणून जंगल खात्यात त्यांना नोकरी मिळाली. सन १९४१ ते १९४३ अशी दोन वर्षे ते शिक्षक प्रशिक्षण महाविद्यालयात शिक्षणशास्त्राचे प्राध्यापक झाले. १९४३ ला ते मॉडेल हायस्कूलमध्ये शिक्षक म्हणून गेले. दहा एक वर्ष नोकरी करून त्यांनी १९५२ ला तेथून राजीनामा दिला. १९५३ ते १९५७ आणखी एका शाळेत ते शिक्षक झाले, पण नंतर त्यांनी नोकरी न करण्याचे ठरवून नोकरीस कायमचा राम राम ठोकला.

नोकरीतून मुक्त होऊन त्यांनी पूर्णवेळ लेखन सुरू केलं. पण त्यांचं लेखन सुरू झालं होतं सुमारे एक दशकापूर्वी, म्हणजे १९४७ साली. देशाचं स्वातंत्र्य प्रेरक वाटून त्यांनी लेखन सुरू केलं. त्यांनी लिहिलेला पहिला लेख 'पैसे का खेल'. तो २३ नोव्हेंबर, १९४७ रोजी 'प्रहरी' नियतकालिकात प्रकाशित झाला व ते लौकिक अर्थाने लेखक झाले. पुढे 'प्रहरी' मधूनच त्यांचं लेखन प्रकाशित होत राहिलं. हिंदी साहित्यात ते स्थिरावले ते स्तंभलेखक म्हणून. ते अनेक टोपणनावांनी लिहित होते. सन १९६५ मध्ये 'जनयुग' मध्ये त्यांनी 'माजरा क्या है?' स्तंभ चालवला, तो 'आदम' नावाने. दै. 'नयी दुनिया'त ते 'सुनो भाई साधो' लिहित कबीर नावाने. याशिवाय त्यांनी 'नई कहानियाँ', 'कल्पना' मासिकांतून नियमित सदरं लिहीली. 'सारिका' पाक्षिकातून 'कबीरा खडा बाजार में','तुलसीदास चंदन घीसे' सारखे वाचलेले स्तंभ अजून माझ्या लक्षात आहेत नि संग्रही पण! 'करंट', 'परिवर्तन' मधून पण त्यांनी लिहिले. यांतून त्यांचा असा एक वाचकवर्ग उत्तर व मध्य भारतात तयार झाला. त्यांचं सदर सुरू झालं की त्या दैनिक साप्ताहिक, पाक्षिक, मासिकाचा खप वाढलाच म्हणून समजायचं. प्रेमचंदांनंतर सर्वाधिक लोकप्रिय लेखक म्हणून लौकिक मिळविणारे हरिशंकर परसाई होते. स्तंभलेखनाशिवाय त्यांनी 'वसुधा' या प्रतिष्ठित साहित्य पत्रिकेचे संपादक म्हणूनही काही काळ कार्य केलं. त्यांचं वरील सर्व लेखन आज 'परसाई रचनावली' च्या रूपात एकत्र उपलब्ध आहे. पण तत्पूर्वी ते कादंबरी, कथासंग्रह, निबंधसंग्रह अशा रूपांत आधी प्रकाशित झालं होतं.

व्यंगकथाकार म्हणून हरिशंकर परसाई यांना प्रसिध्दी मिळाली ती 'भोलाराम का जीव', 'सदाचार का तावीज', 'वैष्णव की फिसलन', 'मेनका का तपोभंग', 'एकलव्य ने गुरू को अँगूठा दिखाया', 'दो नाक वाले', 'राजनीति का बँटवारा', 'एक मध्यवर्गीय कुत्ता', 'आमरण अनशन', 'गांधीजी का शाल' सारख्या कथांमुळे. त्यांचे व्यंगात्मक निबंध ३०० च्या घरात आहेत. 'भूत के पाँव पीछे', 'निठल्ले की डायरी', 'ठिठुरता हुआ गणतंत्र', 'शिकायत मुझे भी है', 'विकलांग श्रद्धा का दौर',

'पाखंड का अध्यात्म' सारखे निबंध वाचकास अंतर्मुख करतात. हरिशंकर परसाई यांच्या निवडक कथा आणि निबंधांचे अनुवाद उज्वला केळकर यांनी मराठीत केले असून ते 'नॉट पेड' संग्रहात संकलित आहेत. अशाच काही रचनांचे अनुवाद डॉ. इरेश स्वामी यांनी दै. लोकमतमधून प्रकाशित केल्याचं आठवते. हरिशंकर परसाई यांनी 'तट की खोज', 'रानी नागफणी की कहानी', 'काग भगोडा' या कादंबऱ्या लिहिल्या. पण निबंध व कथांसारखे यश त्यांना लाभले नाही.

मराठी वाचक ज्याला स्थूल रूपानी 'विनोदी साहित्य' म्हणतो त्याला हिंदीत 'हास्य-व्यंग साहित्य' म्हणण्याचा प्रघात आहे. 'विनोद' आणि 'व्यंग' यांत मुळातच फरक आहे, हे आपण समजून घेतले पाहिजे. विनोद, उपहास, कोटी, विडंबन अशा विनोदाच्या अनेक परी आहेत. इसवी सनपूर्व कालखंडापासून विनोदी विचार प्लेटो, ॲरिस्टॉटलनी जसा केला, तसा आपल्याकडे भरतमुनींनी पण. आधुनिक काळात थॉमस हॉब्ज, जेम्स फीबलमन, ऑस्कर मँडेल, इमॅन्युअल कांट, सिग्मंड फ्रॅाइड, ऑर्थर कोसलर, मार्क ट्वेन प्रभृतींनी विनोदाची चिकित्सा केली आहे. मराठीत विनोदाचा प्रारंभ 'लीळाचरित्रा' पासून मानला जातो. एकनाथ, तुकारामांच्या काव्यात त्याच्या छटा दिसतात. आधुनिक गद्यात श्रीपाद कृष्ण कोल्हटकरांपासून ते मुकुंद टाकसाळेंपर्यंतच्या विकास प्रवासात चिं.वि.जोशी, प्र. के. अत्रे, पु. लं. देशपांडे, वि. आ. बुवा, द. मा. मिरासदार, गंगाधर गाडगीळ, जयवंत दळवी, सुभाष भेंडे, रामदास फुटाणे आपणास भेटतात नि भिडतातही. हिंदीत कबीरापासून विनोद आहे, पण तो व्यंगाच्या अंगाने जाणारा अधिक. मराठी विनोद कोटींच्या श्रेणीचा अधिक. विशुध्द विनोदाची परंपरा हिंदी व मराठी दोन्ही साहित्यांत क्षीण आहे.

हरिशंकर परसाई यांचे लेखन व्यंगात्मक विनोद शैलीनेच अधिकांशत: झालेय. ते टोमणा, टिचकी, फिरकी, वस्त्रहरण, प्रहार, टीका, उपहास, आक्षेप या अंगाने जाणारे असल्याने मराठी विनोद साहित्यापेक्षा अधिक आक्रमक, आघात करणारं नि म्हणून बोचरे आहे. मराठी व हिंदी विनोद साहित्याची स्थूल उद्दिष्टेच भिन्न आहेत. सर्वसाधारणपणे मराठीत विनोद रंजनासाठी लिहिला जातो. त्याला हिंदीमध्ये 'हास्य' म्हणतात. शाब्दिक कोटीचा विनोद हिंदीत क्षीण. समाजाच्या विसंगतीवर बोट ठेवायचे, त्याची रेवडी उडवायची व ती नष्ट झाली पाहिजे म्हणून त्यावर कठोर प्रहार करायचा असा प्रघात हिंदीत रूढ आहे. हिंदी काव्यातील विनोद मात्र रंजकतेकडे झुकणारा आहे. दुष्यंतकुमारांच्या काव्यात मात्र परसाईंसारखे गांभीर्य आढळतं.

हरिशंकर परसाईंचे निबंध नि कथा जीवनाच्या अनेक अंगांचे आणि प्रश्नांचे चित्रण करतात. माणसाची प्रसिद्धीची हाव, उच्च शिक्षणातील भ्रष्टाचार, प्रामाणिक

माणसाचं भूकबळी होऊन मरण येणं, निंदा वृत्ती, साहित्याचं वैयर्थ, उपोषणानं झालेलं अध:पतन, बुद्धिवाद्यांचं फोलपण, खासगी शिक्षणाची दुकानदारी अशा अनेक समकालीन प्रश्नांना हात घालत परसाई लिहित राहतात. हे पाहिले की लक्षात येते की वर्तमान प्रश्न हेरण्याचं मोठे कौशल्य या लेखकात दडलेल्या निरीक्षकात आहे. परसाई एक समाजशील लेखक होते. व्यक्तीपेक्षा समाजकेंद्री असलेली त्यांची दृष्टी, त्यांचे मन, आपणास सतत अस्वस्थ ठेवते. ही अस्वस्थता विसंगती हेरते. मग शब्दांची शस्त्र होतात. एकाच वेळी रंजक व गंभीर लिहिण्याची सरमिसळ परसाईंच करू जाणे. हिंदी समीक्षक व निबंधकार हजारीप्रसाद द्विवेदींनी व्यंग साहित्याचं वैशिष्ट्य स्पष्ट करताना म्हटलं आहे, की 'व्यंग करणारा दबल्या ओठात हसत असतो, तर ऐकणारा वा ज्याच्यावर व्यंग केले जाते त्याचा मात्र तीळपापड होत राहतो.' ही असते व्यंगाची शक्ती. एकीकडे त्यात व्यर्थ असलेलं नष्ट करण्याची, त्याच्या निर्दालनाची वृत्ती असते तर दुसरीकडे नवसर्जनाची ऊर्जाही! व्यंगलेखन पुरोगामी वृत्तीचं असतं. ते बौद्धिक खाद्य असते. हे लेखन शिळोप्याचा उद्योग असत नाहीत. असेलच तर तो सामाजिक बांधीलकीचा खटाटोप. म्हणून हरिशंकर परसाईचे निबंध नि कथा वाचून झाल्या... आपण हसलो नि विसरलो... असे होत नाही. परसाईंचं लेखन वाचकास हसवत-हसवत अंर्तमुख करतं, विचार करायला भाग पाडते; विसंगती, विषमतेचे भान देते, ते नष्ट करण्यास प्रवृत्त करते. कोटीच्या श्रेणीतलं विनोदी लेखन साबणाचे फुगे, बुडबुडे असतात. त्यात व्यापकतेचा भ्रम असतो नि अस्तित्त्वाचा फोलपणाही! उलटपक्षी व्यंग वस्तुनिष्ठ सर्जन असते.

अलिकडच्या काळात मराठी विनोदावर गंभीरपणे व खोलवर विचार करणारा एक ग्रंथ डॉ.गो.मा.पवार यांनी लिहिला आहे, विनोद : तत्व आणि स्वरूप. त्यात त्यांनी विनोदाची तत्त्वे व त्याचं स्वरूप स्पष्ट केले आहे. त्या विवेचनात मराठी साहित्यातील विनोदाची अनेक उदाहरणे दिली आहेत. ती वाचली तरी मराठी व हिंदी विनोदाची प्रकृती स्पष्ट होते. फरकही लक्षात येतो. यात कोणती भाषा श्रेष्ठ, कनिष्ठ असा भाव नाही. त्यातून प्रवृत्ती व प्रकृतीचा फरक अधोरेखित होतो हे मात्र खरं.

हरिशंकर परसाई एक विनोदी लेखक म्हणून समजून घ्यायचे तर त्यांचं समग्र साहित्य वाचायला हवं. त्यांनी नऊ कथासंग्रह, तीन कादंबऱ्या, नऊ निबंध संग्रह, दोन व्यंग लेखसंग्रह, चार स्तंभ लेखसंग्रह, एक शब्दचित्र संग्रह, आत्मचरित्र, संपादन, संकीर्ण असं विपुल व वैविध्यपूर्ण लेखन केलं आहे.

हरिशंकर परसाईंचं उपरोक्त वैविध्यपूर्ण लेखन वाचत असताना लक्षात येते, की विनोद, व्यंग, उपहास, कोटी या विनोदाच्या परी त्यांत सर्वत्र आढळतात. त्यात

सामाजिक विसंगतीचे वैविध्य दिसून येतं. त्यामुळे त्यांच्या साहित्यास सामाजिक विसंगतीच्या इतिहासाचे, अभिलेखाचं रूप प्राप्त होते. हिंदीत संत कबीरदासांनी ज्या पोटतिडिकीने विसंगतींवर आघात केले, परसाई तितक्याच तडफेने ते वर्तमानात करताना दिसतात. म्हणून तर त्यांना हिंदीचे 'आधुनिक कबीर' म्हणून ओळखले जातं. परसाईंचे लेखन हे समकालाचे 'रडार' असतं. समाज, काल कुठे होता, आज कुठे आहे नि उद्या कुठे जाईल याचा भविष्यवेध घेणारे हे लेखन सामाजिक अभ्यासकांना एक आव्हान असतं. त्यांचं लेखन येऊ घातलेल्या समाजाची 'ब्लू प्रिंट' मानली जाते.

आपणास हरिशंकर परसाईंच्या विनोददृष्टीचं भान येते ते त्यांनी वेळोवेळी आपल्या लेखनाबद्दल केलेली ही विधाने वाचत असताना -

- व्यंग गरिबांसाठी 'ॲलोपथी' नसते, न 'होमियोपथी', ती फक्त 'सिपंथी' असते.
- व्यंग 'स्ट्रक्चर' नसून एक 'स्पिरीट' आहे.
- पूर्वी व्यंगास लोक 'शूद्र' मानत. आता तो 'क्षत्रिय' झालाय. मात्र मला त्यास 'ब्राह्मण' नाही करायचं. नाही तर तो नुसतं कीर्तन करत राहील.
- जे हसतात, रडतात ती माणसं असतात. तीच माझी 'पात्रे' होऊ शकतात.
- मी एक 'हरवलेली वस्तू' आहे. तिचा 'पत्ता' तुम्हीच आहात.
- व्यंग वाचकाच्या संवेदनेस हादरून सोडतं. ते त्यास सामाजिक विद्रूपाचा साक्षात्कार घडवून आणते.
- व्यंग सहेतुक असतं नि प्रतिबद्धही!
- व्यंग सकारात्मक असतं नि रचनात्मकही!

हरिशंकर परसाई यांच्या साहित्याचा पट व्यापक आहे. त्यात राजकारण, अर्थकारण, समाजकारण सर्व आहे. राष्ट्रीय व आंतरराष्ट्रीय संदर्भ त्यांच्या साहित्यात आढळतात, ते वृत्तपत्रीय स्तंभलेखनामुळे. एकाच वेळी हसवण्याचं व हसवत अंतर्मुख करण्याचे कौशल्य त्यांच्या साहित्यास अभिजात बनवते व कालातीतही करते. ते केवळ मनोरंजक नसते. ते तुम्हास सुधारणेस, परिवर्तनास भाग पाडतं. काळाचे चित्र रेखाटण्याची विलक्षण ताकद त्यांच्या लेखन शैलीत आढळते. हरिशंकर परसाई पुरोगामी लेखक होत. आणीबाणीच्या काळात त्यांनी केलेल्या प्रक्षोभक टीकेमुळे ते प्रतिगाम्यांच्या भ्याड हल्ल्याचे बळी ठरले. तरी पण त्यांनी आपल्या भूमिकेत बदल केला नाही. विसाव्या शतकाच्या शेवटच्या दशकाच्या मध्यापर्यंत म्हणजे जिवंत असेपर्यंत त्यांनी आपली लेखणी चालू ठेवली (मृत्यू- १० ऑगस्ट, १९९५). त्यांचे अधिकांश लिखाण हे राजनीतीवर टीका करणारे

असले तरी त्यांच्या प्रत्येक लेखनाला सामाजिकतेचा स्पर्श असायचा. त्यांच्या लेखनातून प्रतिबिंबित होणारा भारत हा जगण्याशी झटापट करत संघर्षशीलतेतून विकासाची स्वप्न पाहाणारा! सर्वसामान्यांचं दु:ख जाणणारा साहित्यकार म्हणून त्यांना मिळालेले लोकमत हा त्यांच्या साहित्यिकाचा खरा जीवनगौरव! अंतर्विरोध व अडथळ्यांचं वर्णन हरिशंकर परसाई ज्या प्रभावीपणे करतात त्यामागे त्यांची सूक्ष्म निरीक्षण वृत्ती जशी दिसते, तशी भविष्यलक्ष्यी विकासनीतीही! समाजाची नाडी ओळखण्याचे कौशल्य वृत्तपत्रीय नित्य लिखाणातून त्यांच्या लेखणीत उतरलेलं असायचं. धर्मनिरपेक्ष, जातीयतानिरपेक्ष त्यांचे लेखन त्यांच्या पुरोगामी वृत्तीतून आलं होतं. भाव आणि कलेचा सुंदर समन्वय त्यांच्या साहित्यात आढळतो. त्यांच्या भाषेत वाचकास खिळवून ठेवायची जादू आहे. बोचऱ्या शैलीमागे प्रत्यक्ष जीवनानुभव असायचा. कल्पनेने त्यांनी फार कमी लिहिलं. वास्तव सुंदर व प्रभावी करण्यासाठी, व्यंग परिणामकारक होण्यासाठी ते फँटसीचा उपयोग करायचे, पण लक्ष हे फॅक्टचे असायचे. त्यापासून ते कधी विचलित झाले नाहीत. कालभान व समाजभानाचा सुंदर संगम परसाईंच्या लेखनात आहे. लेखनासाठी लेखन त्यांनी कधी केले नाही. वृत्तपत्रीय लिखाण रतीब असलं तरी त्यांच्या दुधात कधी कुणास पाणी आढळलं नाही. पाट्या टाकायचे काम म्हणून त्यांच्या स्तंभलेखनाची बोळवण करता येत नाही. तो असतो एखाद्या कलंदर गायकाचा रियाज! रोजचा रियाजही मैफल ठरावा अशी नजाकत घेऊन येणारे त्यांचे लेखन, वाचकांना रोज त्याची उत्कंठा असायची. परसाई नावाखालचं प्रत्येक लेखन वाचणारा हिंदी वाचक त्यांनी घडवला. हीच त्यांची खरी मिळकत होती.

◆

हिंदी नवकथाकार : कमलेश्वर

कमलेश्वर हिंदीतील बहुचर्चित साहित्यकार म्हणून ओळखले जातात. स्वातंत्र्योत्तर कालखंडात हिंदी कथेत नवी कथा रुजवण्यात त्यांचा सिंहाचा वाटा आहे. आपल्या विचारांवर ठाम राहणे हे त्यांचं वैशिष्ट्य होतं. त्यांचे विचार अनेकदा विवादास्पद ठरले. परंतु त्याबद्दल त्यांनी कधी ना माफी मागितली, ना दिलगिरी व्यक्त केली. पुरोगामी विचारवंत म्हणून त्यांचा लौकिक होता. प्रगतीशील लेखक संघाचे ते सक्रिय साहित्यिक सदस्य होते. आस्थेचे प्रश्न व जीवनमूल्यं यांबाबत ते आग्रही असत व आक्रमकही! वैचारिक संघर्षांना ते कधी घाबरले नाहीत. जिथे जातील तिथे त्यांनी आपल्या विचार व दृष्टीची छाप सोडली. दूरदर्शनचे महासंचालक म्हणून केलेले कमलेश्वरांचं कार्य, 'परिक्रमा' सारखा कार्यक्रम या संदर्भात ठळकपणे लक्षात येतो. अलीकडेच त्यांच्या 'कितने पाकिस्तान' ला साहित्य अकादमी पुरस्कार लाभला.

कमलेश्वरांचा जन्म ६ जानेवारी, १९२२ रोजी उत्तरप्रदेशातील मैनपुरीमध्ये झाला. जेव्हा त्यांचा जन्म झाला, तेव्हा त्यांच्या कुटुंबांची अवस्था मोठी बिकट होती. कमलेश्वरांच्या बालपणीच त्यांच्या वडिलांचे दु:खद निधन झाले. त्यांचे वडील जगदंबाप्रसाद यांनी दोन विवाह केले होते. कमलेश्वर आपल्या वडिलांच्या दुसऱ्या पत्नी शांतीदेवीचे पुत्र. कमलेश्वरांचे मोठे भाऊ रामेश्वरीप्रसाद अलाहाबादला नोकरी करत. त्यांना एक लहान भाऊ पण होता. सिद्धार्थ त्याचं नाव. आईने आपल्या या तीनही मुलांचा सांभाळ स्वत:च्या हिमतीवर केला. कमलेश्वरांच्यात संघर्षावर मात करण्याची जी शक्ती दिसते, ती त्यांना आईकडून वारशाच्या रूपाने मिळाली. त्यांच्या लहानपणी आई गोष्टी सांगायची. कमलेश्वर त्या मनापासून ऐकत. त्यांचा प्रभाव कमलेश्वरांवर होता म्हणूनच ते कथाकार झाले.

कमलेश्वरांचे बालपण व प्राथमिक शिक्षण मैनपुरीतलचं. पुढे ते इंटरपर्यंत

शिकले. ते प्रथम विज्ञान शाखेत गेले. मग त्यांनी आपला मोर्चा आर्टस्‌कडे वळवला. सन १९५४ मध्ये ते अलाहाबाद विद्यापीठातून एम.ए. झाले. त्यांना पीएच्.डी. करायची होती. संशोधन सुरूही केलं होत पण परिस्थितीमुळे ते पूर्ण करू शकले नाहीत. मग त्यांचा प्रेमविवाह झाला. पत्नी त्यांच्यापेक्षा मोठी होती. मी त्यांना यशपालवरील संशोधनाच्या कामाच्या अनुषंगाने मुंबईच्या जुहूमधील पृथ्वी थिएटर कंपांऊंडमध्ये, जानकी कुटीरमध्ये भेटलो होतो. कमलेश्वर प्रथम दर्शनी अत्यंत गंभीर गृहस्थ. पत्नी आतिथ्यशील. सिगरेट ओढत संथ लयीत ते बोलत. त्यातून त्यांचे प्रगल्भपण लक्षात यायचं.

कमलेश्वरांनी स्वातंत्र्योत्तर काळात लेखनास प्रारंभ केला. त्यांची पहिली कथा 'कॉमरेड'. ती एटा (उत्तरप्रदेश) मधून प्रकाशित होणाऱ्या 'अप्सरा' मासिकात १९४८ मध्ये प्रसिद्ध झाली. त्यांनी सुमारे ५० कथा लिहिल्या. त्या 'खोई हुई दिशाएँ' (१९६३), श्रेष्ठ कहानियाँ (१९६६), 'राजा निरबंसियाँ' (१९७२) मध्ये संग्रहित आहेत. या कथा प्रेमचंद कुळीच्या असल्या तरी स्वतंत्र होत्या. कमलेश्वरांनी एकाचवेळी ग्रामीण व महानगरीय कथा लिहून आपल्या प्रतिभेची चुणूक दाखवून दिली.

हिंदी कथासृष्टी प्रेमचंदांचे वैचारिक वारसदार म्हणून त्यांना ओळखायची. म्हणूनच की काय मध्यंतरीच्या भाजप सरकारने सीबीएसईच्या अभ्यासक्रमातून प्रेमचंदांची 'निर्मला' कादंबरी हटवून त्या जागी मृदुला सिन्हांची 'ज्यो मेहंदी को रंग' लावली तेव्हा प्रथम विरोधी आवाज उठवला असेल तर तो कमलेश्वरांनी. हिंदी विचार व साहित्याच्या प्रांतात कमलेश्वरांचा इतका आदरयुक्त दबदबा होता की, त्यांच्या नुसत्या एका प्रतिक्रियेनं शासनानं परत प्रेमचंद अभ्यासाला लावले. हे सारं होतं त्यांच्या अष्टपैलू व्यक्तिमत्त्वाचे महात्म्य! कमलेश्वर कोण नव्हते? कथाकार, संपादक, समीक्षक, भाषांतरकार, पत्रकार, पटकथांचा लेखक, सक्रिय कार्यकर्ता अशी त्यांच्या व्यक्तिमत्त्वाची अनेक क्षितीजे होती.

असं असलं तरी त्यांची खरी ओळख होती ती कथाकार म्हणूनच. त्यांनी हिंदी कथेस नवं रूप दिले. एकीकडे गावाकडची चरित्रं त्यांनी आपल्या कथांतून जिवंत केली तर दुसरीकडे महानगरीय मध्यमवर्गाच्या जीवनाचे सारे ताणतणाव त्यांनी शब्दबद्ध केले. त्यांच्या कथेत विचार नि व्यंगाचे सुंदर मिश्रण असायचे. 'जॉर्ज पंचम की नाक' वाचताना ते लक्षात येतं. कथेच्या शैलीची निवड ते कथेच्या विषयावरून करायचे. 'बयान' कथा याचं सुंदर उदाहरण आहे. प्रतीकात्मक कथा कमलेश्वरांनीच लिहावी. केवळ प्रतीकात्मक कथा असा शब्द आठवला की, हिंदी वाचकांना त्यांची 'एक रूकी हुई जिंदगी' कथा अस्वस्थ करते. 'खोई हुई दिशाएँ', 'साँस का दरिया' याही कमलेश्वरांच्या अशाच श्रेष्ठ कथा. हिंदी समीक्षक नामवर

सिंह हिंदी नवकथेचे जनक म्हणून निर्मल वर्मांकडे बोट दाखवत असले, तरी खरी हिंदी नवकथा, खरं नवकथा आंदोलन उभारलं ते मोहन राकेश, राजेंद्र यादव नि कमलेश्वरांनी. ते नुसती नवकथा लिहून थांबले नाहीत. त्यांनी 'नई कहानी की भूमिका'सारखा समीक्षा ग्रंथ लिहिला. 'नई कहानी' मासिकाचं कुशल संपादन केलं. कमलेश्वरांनी 'सारिका'सारख्या व्यावसायिक मासिकाला कथेचे मुखपत्र बनवले. 'कथायात्रा'चे संपादन करून त्यांनी समांतर कथेस बळ दिले. सर्वसामान्य माणसांचे जीवन चित्रण करून ते प्रेमचंदांचे वैचारिक वारसदार कसे होते ते पाहायचे तर 'कस्बे का आदमी' कथा वाचायलाच हवी.

कथेप्रमाणेच कादंबरी लिहिण्यातही त्यांचा हातखंडा होता. अलीकडेच साहित्य अकादमीनं त्यांच्या 'कितने पाकिस्तान' या देश विभाजन समजावणाऱ्या कादंबरीस गौरविलं होतं. हिंदीत 'झूठा सच', 'तमस', 'और इन्सान मर गया', 'ट्रेन टू पाकिस्तान', 'आधा गांव' अशा कादंबऱ्यांची मोठी परंपरा आहे, ज्या देशविभाजनाचं दुःख अधोरेखित करतात. कमलेश्वरांनी 'एक सडक, सत्तावन गलियाँ', 'डाक बंगला', 'समुंदर में खोया आदमी', 'काली आँधी', 'सुबह, दोपहर, शाम', 'तिसरा आदमी', 'रेगिस्तान', 'एक और चंद्रकांता'सारख्या डझनभर कादंबऱ्या लिहिल्या. अलीकडे ते 'कितने पाकिस्तान'चा दुसरा भाग लिहिण्यात व्यग्र होते.

कथा, कादंबऱ्यांप्रमाणेच त्यांनी गुलजार, बी. आर. चोप्रांसाठी 'आँधी', 'मौसम', 'बर्निंग ट्रेन', 'सौतन', 'लैला', 'ये देश', 'रंगबिरंगी', 'साजन की सहेली' चित्रपटांच्या पटकथा लिहिल्या. 'आँधी'तून इंदिरा गांधींचा राजनैतिक झंझावत चित्रित करून त्यांचं व्यक्तिमत्त्व लोकशाहीविरोधी कसं होतं हे दाखवून दिलं होतं. हिंदी चित्रपटसृष्टीत निर्माते लेखकास लेखनिक मानतात. पण कमलेश्वरांनी पटकथाकारास प्रतिष्ठा मिळवून दिली.

संपादन, पत्रकारिता, माध्यम हे कमलेश्वरांनी समाजपरिवर्तनाचं साधन, हत्यार म्हणून वापरलं. 'सारिका'मध्ये ते 'मेरा पन्ना' सदर लिहीत. त्यातून त्यांची लेखनविषयक भूमिका स्पष्ट होण्यास मोठं साह्य झालं. ते 'भास्कर', 'जागरण' दैनिकांशी संबंधित होते. 'विहान', 'गंगा', 'इंगित', 'श्रीवर्षा' इत्यादी मासिकांचं त्यांनी संपादन केलं होते. मराठी साहित्याची कमलेश्वरांना चांगली जाण होती. मराठी दलित कथेचा परिचय त्यांनी 'सारिका'च्या माध्यमातून हिंदी वाचकांना करून दिला. दया पवारांना त्यांचं पाठबळ लाभलं होते. उपेक्षित वर्गाबद्दल त्यांना विलक्षण आस्था होती. 'दूरदर्शन'चे महासंचालक असतानाच्या काळात त्यांनी 'परिक्रमा'तून चाकरमाने, 'टॅक्सी ड्रायव्हर, गाड्या धुणारी मुलं छोट्या पडद्यावर आणून हे माध्यम सामान्यांची दुःखे वेशीवर टांगण्याचे सशक्त साधन असल्याचे दाखवून दिले होते. हे पाहिलं की, आज हे माध्यम 'साँस भी कभी बहू थी'तून समाजास कोणत्या गर्तेत नेत आहे

हे जाणवतं. रंगीत दूरचित्रवाणीला ते 'गरिबी हटाओ'चं माध्यम मानून समर्थक झाले तेव्हा ते वादाच्या भोवऱ्यात फसल्याचं आठवते. वादग्रस्त होणं त्यांच्या जीवनाचा अविभाज्य भाग होता. कमलेश्वरांचे वाचन चतुरस्त्र होते; पण त्यांनी कधी कुणाचं अंधानुकरण केलं नाही. ते म्हणायचे, 'मैं जिंदगी को पढकर लिखता हूँ । जिंदगी में दर्शन खोजता हूँ ।' या भूमिकेमुळे ते केवळ मनोरंजनपर असं कधी लिहू शकले नाहीत. हिंदी प्रगतिशील लेखक संघाचे ते सक्रिय कार्यकर्ते होते. सन २००३ मध्ये हैदराबाद येथे भरलेल्या या संघाच्या वार्षिक अधिवेशनाचे ते अध्यक्ष होते. त्या वेळच्या भाषणात त्यांनी धार्मिक अंधतेविरोधी कडक शब्दांत आपली नाराजी व्यक्त केली होती. विचारांत आक्रमकता व धार हे कमलेश्वरांचं वेगळं वैशिष्ट्य होतं. गुळमुळीतपणा त्यांना भावायचा नाही.

भारत सरकारने त्यांना 'पद्मभूषण' देऊन गौरविलं होतं, हे फार कमी लोकांना ठाऊक आहे. ते अनेक सामाजिक संस्थांशी निगडित होते. ओमेक्स फाऊंडेशन त्यांपैकी एक होय. सर्व वाचायचे; पण लिहायचे स्वत:चे. वादावर स्वार व्हायचे त्यांनी निक्षून नाकारले. वाद ही क्षणिक प्रतिक्रिया असते, असं ते मानत. जात, धर्म, अंधश्रद्धा यांचा नेहमीच त्यांनी विरोध केला. समाजवाद, धर्मनिरपेक्षता, शोषणविरोध, विज्ञाननिष्ठा, स्त्री-पुरुष समानता ही त्यांची जीवनधारा म्हणून सांगता येईल. अलीकडेच प्रकाशित झालेल्या 'कितने पाकिस्तान' कादंबरीत त्यांनी व्यक्तिचरित्रास फाटा देऊन काळासच आपल्या कादंबरीचा नायक, खलनायक बनवून एक नवी वाट दाखवली. ती वाचताना धर्मांधतेविरोधी ते किती आक्रमक होते हे लक्षात येते. ते भारतात सर्वधर्मसमभाव नांदावा म्हणून प्रयत्नशील असायचे. त्यांच्याच शब्दांत सांगायचे तर ते 'साझा संस्कृती'चे समर्थक होते. सतत समाज व देशाचे भान असणारा साहित्यिकच काळापुढे नेणारी दृष्टी देऊ शकतो याची जाणीव त्यांचं साहित्य वाचत असताना आपणास नेहमी होते. सामाजिक बांधिलकीच्या भावनेनं कमलेश्वर सतत लिहित, बोलत, वागत राहिले. हे त्यांच्या जीवनाचं अनुकरणीय पाथेय होय.

◆

प्रयोगशील नाटककार : डॉ. शंकर शेष

मराठी व बंगाली या भारतीय भाषांना नाटकांच्या सादरीकरणाची समृध्द परंपरा आहे. तशी हिंदीस नाही. या तीनही भाषांत नाट्यलेखनाची जुनी परंपरा आहे. लोककाव्य, लोकनाट्य, लोकनृत्य अशा परंपरा आहेत. पण मराठीत संगीत नाटक सादर करणाऱ्या ललितकलादर्श, किर्लोस्कर मंडळींसारख्या संस्थांनी व्यवसायिक रंगभूमीचा विकास केला, तसा हिंदीत झाला नाही. या बाबत मी एकदा डॉ. लक्ष्मीनारायण लाल यांच्या घेतलेल्या मुलाखतीत प्रश्न विचारला होता. तेव्हा त्यांनी त्याचं मार्मिक उत्तर दिले होते. ते म्हणाले होते की, ''मध्य व उत्तर भारतातील सामाजिक मानसिकता ही सरंजामी आहे. तिथल्या लोकांना वाटते की सारे राजांनी, राजकर्त्यांनी दिलं पाहिजे. त्यामुळे तिथे पैसे देऊन, तिकीट काढून नाटक, नृत्य, भाषण ऐकण्याची मानसिकता नाही.'' या मानसिकतेतून मुक्त करून हिंदी साहित्य प्रेमींना रंगमंचाचे व नाटक पाहाण्याचे वेड लावणाऱ्या नाटककारांनी आधुनिक हिंदी नाटक परंपरा विकसित केली. हे कार्य सर्वस्वी मोहन राकेश, डॉ. लक्ष्मीनारायण लाल, डॉ. धर्मवीर भारती, सर्वेश्वर द्‌याल सक्सेना, मुद्राराक्षस, डॉ.जगदीशचंद्र माथूर, विनोद रस्तोगी, दया प्रकाश सिन्हा, ज्ञानदेव अग्निहोत्री इत्यादी नाटककारांनी केलं. याच परंपरेतले आणखी एक नाव आहे. ते म्हणजे डॉ. शंकर शेष. आकाशवाणी, दूरदर्शन, रंगभूमी, चित्रपट या नाटकाच्या आधुनिक माध्यमांचा उपयोग करून डॉ. शेष यांनी श्रुतिका, एकांतिका, नाटक, पटकथा, संवाद, अनुवाद अशा अनेक परींनी नाटक विकासाचे कार्य केलं.

डॉ. शंकर शेषांचा आणि माझा परिचय एका निमित्ताने झाला. ते परीक्षक नि मी विद्यार्थी. सन १९७९ मध्ये मी शिवाजी विद्यापीठाच्या पीएच्.डी साठी 'यशपाल: व्यक्तित्व एवं कृतित्व' विषयावर संशोधन प्रबंध सादर केला होता. विद्यापीठाने डॉ. शंकर शेष, डॉ. प्रताप नारायण टंडनसारख्या दिग्गजांना परीक्षक म्हणून

नियुक्त करून माझी सत्त्वपरीक्षाचे योजिली होती. पदवी हिंदीची पण डॉ. शेषांनी सारे प्रश्न इंग्रजीत विचारून व मला इंग्रजीत उत्तर देण्यास भाग पाडून माझी भंबेरी उडविली होती. मी त्यांच्या अपेक्षेला उतरलो होतो. त्यांनी पदवीची शिफारस केली व मी डॉक्टर झालो. ते त्यावेळी स्टेट बॅक ऑफ इंडियाचे राजभाषा आधिकारी होते. नंतर मला हे कळल्यावर की ते हिंदी भाषेचे विख्यात नाटककार आहेत, मी त्यांचे मिळेल ते साहित्य वाचलं व मला ते आवडलेही. मी त्यावेळी शिवाजी विद्यापीठाच्या हिंदी अभ्यास मंडळाचा स्वीकृत सदस्य होतो. नव्या अभ्यासक्रमात आम्ही 'विशेष लेखक' म्हणून शंकर शेष व त्यांची दोन नाटके लावली 'फंदी' आणि 'खजुराहो का शिल्पी'. नवं शैक्षणिक वर्ष सुरू होताच जूनमध्ये प्राध्यापकांनी एकच गहजब केला की त्यांच्यावर समीक्षा नाही तर आम्ही शिकवायचे कसे? समीक्षा ज्याची त्यानी करायची असते व शिकवायचं असते हे तयार समीक्षा घेऊन वर्षोनवर्ष शिकवणाऱ्या परोपजीवी प्राध्यापकांना कोण सांगणार? मग मी प्रायश्चित्त घ्यायचं ठरवलं. त्यांचं समग्र साहित्य अभ्यासलं. अवघ्या महिन्या, दोन महिन्यांत त्यांच्या हाती 'नाटककार-शंकर शेष' पुस्तक दिले.

या सव्यापसव्याचा एक फायदा झाला. मला एक नाटककार समग्र अभ्यासता आला. पुढे मग मी अनंत गोपाळ शेवडे यांवरही असचं मूलभूत लिहिल्याचं आठवतं. डॉ. शंकर शेष मूळचे मध्यप्रदेशातील. छत्तीसगढमधील बिलासपूरचे. हे गाव तसे ऐतिहासिक. गावात जुने, अमीर, उमराव, जमीनदारांची उठबस मोठी. शेषांचं घराणे यापैकीच. डॉ. शेषांचे वडील नागोराव शेष मोठे उमराव. वडील कला, क्रीडांचे शौकीन. घरात नोकर-चाकरांचा राबता. पत्नी सावित्रीदेवीची घडण ही अशाच परंपरेतली. अशा घराण्यात शंकर शेषांचा जन्म २ ऑक्टोबर, १९३३ ला झाला. त्यांचे बालपण व शिक्षण बिसालपूरलाच झालं. रामायण, महाभारत ऐकणं त्यांना आवडायचं. मग संगीत आवडू लागलं. मोठे झाल्यावर वाचनाचा छंद जडला. माध्यमिक शिक्षण पूर्ण करून ते नागपुरास आले.

सन १९५२ ते १९५६ मध्ये ते नागपूरच्या मॉरिस कॉलेजातून बी.ए. झाले. या काळात सांस्कृतिक उपक्रमांत ते आघाडीवर असत. याच काळात त्यांचं लेखन दैनिक, मासिकांतून प्रकाशित होऊ लागले, तसं त्यांचा लेखनाचा हुरूप वाढला. सुरुवातीस ते यमकप्रधान कविता लिहित. मग त्यांनी गद्याकडे आपला मोर्चा वळवला. छोटी एकांकी नाटकं लिहिण्याचा त्यांना छंद जडला, तो याच काळात. सन १९५६ ला लिहिलेलं 'मूर्तीकार' नाटक याच काळातलं. कॉलेजच्या स्नेहसंमेलनासाठी म्हणून लिहिलेले हे नाटक हौशी विद्यार्थी मित्रांनी रंगमंचावर सादरही केले होते. तोच त्यांच्या नाटकाचा पहिला जाहीर खेळ म्हणायचा. नंतर ते नाटकातच रमून राहिले. सन १९५५ ते १९८१ हा डॉ. शंकर शेषांचा

लेखनकाळ. या काळात त्यांनी २० नाटकं, ६ एकांकिका, २ बालनाट्य, ३ नाट्यानुवाद , ३ कादंबऱ्या, ३ शोध निबंध, ३ पटकथा-संवाद असं विपुल व वैविध्यपूर्ण लेखन केलं.

सन १९५६ मध्ये बी.ए. झाल्यानंतर शेषांनी शिक्षक होणं पसंत केलं. ते मध्यप्रदेश शिक्षण विभागात रुजू झाले. ही नोकरी बदलीची होती. रीवा, शहडोल, भोपाळ, मुंबई अशा बदल्या होत राहिल्या व शेवटी ते मुंबईला स्टेट बँक ऑफ इंडियात राजभाषा अधिकारी झाले. मधल्या काळात मध्यप्रदेश सरकारच्या संशोधन विभागात अधिकारी, ग्रंथालय विभागप्रमुख अशी पदे डॉ. शेषांनी भूषविली. हे सारे करत ते शिकत राहिले. एम.ए. झाले. 'हिंदी-मराठी कथा साहित्याचा तुलनात्मक अभ्यास' या विषयात यांनी संशोधन करून नागपूर विद्यापीठाची पीएच्.डी. मिळविली. मध्यप्रदेश शासनाचे संशोधन अधिकारी असताना त्यांनी 'छत्तीसगढी बोलीभाषेचा शास्त्रीय अभ्यास' करून प्रबंध लिहिला. पण त्यांची आंतरिक इच्छा ही नोकरी सोडून पूर्णवेळ लेखक होण्याचीच होती व तसे ते अनेकदा बोलूनही दाखवत.

त्यांच्या पत्नी सुधा शेष अत्यंत सुस्वभावी, मितभाषी गृहिणी होत्या. त्यांना वाचनाची आवड होती. फिल्मी मासिकं वाचून पत्नीनी वेळेचा अपव्यय करू नये असं डॉ. शेषांना नेहमी वाटायचे. मुंबईला येऊन स्थायिक होताच त्यांनी मुंबई पीठाच्या डॉ. प्रभातांशी संपर्क साधून त्यांना पीएच्.डी. करण्यास प्रवृत्त केले. आपली मुलं राजू, संजू व बिंदुमाधव यांना शिकविलं. मुलांबरोबर ते मित्रांसारखे वागतं. कार्यालयात नवे उपक्रम करण्यात ते सारखे गढलेले असायचे. वेळ मिळताच ते नाटक, लेखन, चित्रपट, टी.व्ही.त रमत.

सन १९८० च्या दिवाळीच्या सुट्टीत ते काश्मीरला गेले होते आणि अचानक हृदयविकाराचा झटका येऊन त्यांचं अनपेक्षित निधन झाले. मुलं शिकत होती. बँकेनं अनुकंपा म्हणून सुधा शेष यांना राजभाषा अधिकारी म्हणूनच सामावून घेतले. म्हणून त्या मुलांना उभे करू शकल्या व स्वत:ही उभारल्या... सावरल्या.

डॉ. शंकर शेष यांचं सगळ जीवन सुख-समृध्दीत गेले तरी ते विनम्र होते. जीवनभर संघर्ष प्रयत्नांची त्यांनी शर्थ केली. कोणतीही जबाबदारी ते आनंदाने स्वीकारत व जबाबदारीने पूर्ण करत. प्रशासकाला आवश्यक असणारी तटस्थता व गांभीर्य त्यांच्यात उपजतच होते परंतु ते मन मिळावू होते. सर्व ज्ञान-विज्ञानांचं त्याचे वाचन चतुरस्त्र होतं. पुस्तके, ग्रंथांचे ते शौकीन होते. 'महाभारत' त्यांचे आवडते महाकाव्य. या महाकाव्यावर बेतणारी अनेक नाटके त्यांनी लिहिली. 'और एक द्रोणाचार्य', 'कोमल गांधार', 'धर्मक्षेत्रे कुरूक्षेत्रे' अशी त्यांची नाटकं सहज आठवतात. संसारात त्यांचं फारसं लक्ष नसायचे. नित्य ते आपल्या लेखन, वाचन, विचारात गढलेले असायचे. अधिकारी होण्यापेक्षा शिक्षक होऊन जगण्याचा त्यांचा स्वभाव

होता. त्या अर्थाने ते कधीही सरकारी बाबू झाले नाहीत. लिहिले की वाचून दाखवायची त्यांना सवय होती. यात प्रशंसा मिळवण्यापेक्षा सुधारणा करून लेखन निर्दोष करण्याची धडपड असायची. समरस होऊन लिहायचे. पात्रांशी एकरूप व्हायचे. त्यांचं हसणं सातमजली होते. एक प्रभावी वक्ता म्हणूनही लोक त्यांना ओळखत.

'मूर्तीकार' नंतर त्यांनी लिहिलेलं पूर्ण नाटक म्हणजे 'नई सभ्यता के नये नमूने' (१९५६). हे त्यांचं पहिलं मिथकीय नाटक. कृष्ण, उद्धव इत्यादी चित्रांद्वारे त्यांनी या नाटकात आधुनिक सभ्यतेवर भाष्य केले आहे. समाज विघातक गोष्टींवर प्रहार करण्याच्या हेतूनं त्यांनी हे नाटक लिहिलं होतं. याचं वर्षी त्यांनी आणखी एक नाटक लिहिले होते, 'रत्नगर्भा' त्याचे नाव. सुशिक्षित म्हणविल्या जाणाऱ्या व्यावसायिकांचं सत्यस्वरूप उघडे करणारे हे नाटक. यातला नायक सुनील विदेशात शिकून आलेला डॉक्टर. तो विदेशात असताना पत्नी जळून विद्रूप होते. मित्राच्या भडकवण्यातून तो आपली पत्नी ईलाला विष पाजतो. त्यातूनही ती बचावते, पण नवऱ्याशी वागण्यात थोडाही बदल करत नाही. सरतेशेवटी त्याचं हृदय परिवर्तन होतं. पत्नी पुरुषाच्या जीवनात रत्नगर्भा असते. तिचे मूल्य जे जाणतात त्यांच्या जीवनाचे सोने होते, अशी शिकवण देणारे हे बोधप्रद नाटक. वैचारिक नाटक म्हणून ते महत्त्वाचे. सन १९५८ मध्ये डॉ. शंकर शेष यांनी 'तील का ताड' लिहिले. हे इंजिनियरवर आधारित. माणूस जीवनात करायला जातो एक अन् होते दुसरे, असे समजावणारे हे नाटक शेवटपर्यंत जिज्ञासावर्धक बनवून प्रेक्षकांना खिळवून ठेवते. थोडं विनोदी, थोडं गंभीर असे हे नाटक कल्पना व वास्तवाचं मेतकूट. कलेच्या अंगानं पाहायचे झालं तर ते सर्वसाधारण नाटक होते. एका दशकाच्या विश्रांतीनंतर सन १९६८ मध्ये डॉ. शेष यांनी सहावं नाटके लिहिलं. 'बिन बाती के दीप'. प्रकाशित झालेले हेच त्यांचं पहिले नाटक. या नाटकाचं मंचनही झालं. विनायक चासकरांनी ते दिग्दर्शित करून भोपाळला रंगमंचावर सादर केलं होतं. विनायक चासकर हे शंकर शेषांचे स्नेही, सन्मित्र. पुढे त्यांनी 'शेष रचनावली' संपादित करण्यात मोठा पुढाकार घेतला होता. ते दूरदर्शनमध्ये निर्माता म्हणून कार्य करत असताना काही काळ मुंबईत होते. तेव्हा ते वरळीत राहात. त्यांना तिथे नि स्टुडिओत मी शेषांच्या रंगमंचीय आवृत्तीबद्दल भेटलो होतो. त्यांना डॉ. शेषांच्या नाट्यकलेच्या प्रवासाची इत्यंभूत माहिती होती. 'बिनबाती के दीप' या नाटकात डॉ. शंकर शेषांनी अनैतिक आचरण व परिस्थितीशरणतेचा संघर्ष चित्रित केला आहे. डॉ. शेष प्रत्येक नाटकात विषय, शैली, सादरीकरणाचे नवनवे प्रयोग करत. त्या अर्थाने ते प्रयोगशील नाटककार म्हणून हिंदी नाट्यसृष्टीत सर्वपरिचित आहेत. डॉ. शेष आपल्या मित्रांना घेऊन 'नाट्यसुधा' संस्था चालवत.

तिच्यासाठी त्यांनी सन १९६९ मध्ये 'बंधन अपने अपने' नाटक लिहिले. सन १९७१ मध्ये ते भोपाळच्या रवींद्र नाट्यगृहात सादर करण्यात आलं होतं. हे त्यांचं 'ड्रॉईंग रूम ड्रामा' होतं. यात उच्च शिक्षणातील भ्रष्टाचाराचा पर्दाफाश करण्यात आला होता.

विचारगर्भ आणि प्रगल्भ नाटक म्हणून त्यांच्या 'खजुराहो का शिल्पी' (१९७०) नाटकाकडे पाहायला हवं. माणसांचे सारे जीवन मोहाच्या एका क्षणाभोवती फिरत असते. माणसाचा विकास, पतन, ऱ्हास सारे या क्षणावर ते अवलंबून असते. खजुराहो मंदिराची कथा, त्यातील शिल्पांचे तत्त्वज्ञान, त्या मंदिर उभारणीची कथा असा सारा मेळ या नाटकात आहे. मराठीत याचा अनुवाद आला आहे. डॉ. शेष यांच्या अनेक लेखनात मोहाच्या क्षणांचे, महत्त्वाचे वर्णन आढळते. विसाव्या शतकाच्या सातव्या दशकातील श्रेष्ठ नाट्यकृती म्हणून प्रख्यात हिंदी नाट्यसमीक्षक डॉ.नरनारायण राय यांनी 'खजुराहो का शिल्पी' नाटकाची नोंद घेतली होती. हे नाटक अनेक विद्यापीठांत अभ्यासक्रमात समाविष्ट झालं होतं.

असंच गाजलेलं आणखी एक नाटक म्हणजे 'फंदी' (१९७१). 'नाट्यातील नाट्य' म्हणून यास मोठी प्रशंसा लाभली होती. फाशी झालेल्या कैद्यांचे भाव-विश्व, त्यांचा अंतर्संवाद हा या नाटकाचा विषय. यातही 'क्षणिक मोह' हेच विचारसूत्र आढळतं. हिंसा, अपराध, पश्चाताप, शिक्षा, कारागृह, कायदा, वास्तव अशा अनेक प्रश्नांचा यात ऊहापोह आहे. दीर्घ संवाद असलेले हे नाटक भाव, विचार, कला अशा सर्वांगांनी प्रभावी झाले आहे. अत्यंत कमी नेपथ्यासह हे नाटक करता येते. हे त्याचं बलस्थान व वैशिष्ट्य होय. नेपथ्याशिवाय नाटक असंच खरं म्हणजे त्याचे वर्णन करावे लागेल. 'फंदी' च्या सादरणीकरणात प्रतीक (गजाची खिडकी) वापरून नाटक निभावून जाते. कोर्ट ड्रामा, ट्रायल असेही त्याचं समीक्षक वर्णन करतात.

'फंदी' च्या यशानंतर डॉ. शंकर शेष यांनी मिथकीय नाटकांचे प्रयोग केले. त्यांचा प्रारंभ 'एक और द्रोणाचार्य' (१९७१) पासून त्यांनी केला. यात द्रोणाचार्य व एकलव्य ही प्रातिनिधिक चरित्रं, पात्रं होत. आधुनिक पक्षपाती शिक्षकांचे विश्लेषण करायला ते द्रोणाचार्य कल्पनेचा, पात्र वैशिष्ट्यांचा उपयोग करतात आणि आधुनिक शैक्षणिक भ्रष्टाचारावर आघात करतात. हे आणि 'बंधन अपने अपने' दोन्ही नाटकं एकच आशय व्यक्त करतात, मात्र भिन्न शैली, प्रयोग, चरित्रांद्वारे. याचाही मराठीत अनुवाद व मंचन झाल्याचं आठवते.

'शेष रचनावली' मध्ये डॉ.शंकर शेषांचं समग्र साहित्य आजमितीस प्रकाशित आहे पण शेषांच्या हयातीत त्यांच्या अनेक नाट्यकृती अप्रकाशित राहिल्या. त्याची त्यांना हळहळ वाटायची. अशा नाट्यकृतींपैकी एक म्हणजे सन १९७३ मध्ये

लिहिलेले 'कालजयी' हे एक ऐतिहासिक कथाबीज असलेले नाटक. यात कालजयी हा अत्याचारी राजा असतो. न्यायकेतू त्याची सत्ता उलथवून टाकण्याचा प्रयत्न करतो, पण तो असफल होतो. तरी राजा न्यायकेतूस प्राणदंड देत नाही, पण अत्याचारही कमी करत नाही. शेवटी त्याला आत्महत्या करावी लागते. या कथेत नाट्य भरपूर भरलेलं. डॉ. शेष हिंदीतील असे नाटककार होत की त्यांचे प्रत्येक नाटक रंगमंचावर सादर झाले. सादरीकरण हीच त्यांच्या नाटकाची कसोटी असायची. हिंदी रंगमंच विकासात मोहन राकेश, डॉ. लक्ष्मी नारायणलाल यांच्या नंतर डॉ. शेषांचं नाव घेतलं जायचं ते या गुणवैशिष्ट्यांमुळेच.

'घरौंदा' (१९७४), 'रक्तबीज' (१९७६), 'अरे मायावी सरोवर' (१९७४), 'पोस्टर' (१९७७), 'राक्षस' (१९७७) 'चेहरे' (१९७८), 'कोमल गांधार' (१९७९), 'आधी रात के बाद' (१९८१) इत्यादी नाटकांतून डॉ. शंकर शेष यांनी शैली, शिल्प, कथानक, संवाद, नेपथ्य, भाषा इत्यादींचे अनेकविध प्रयोग केले. प्रेक्षकांना सतत नवे देण्याच्या अट्टाहासातूनच त्यांच्यातील नाटककाराचा निरंतर विकास होत राहिला.

डॉ. शंकर शेषांच्या 'पोस्टर' नाटकाचा प्रयोग आविष्कार नाट्यसंस्थेनं छबीलदास थिएटर मुंबईमध्ये केला होता. तो मी पाहिला होता. त्यात कीर्तन शैलीचा केलेला उपयोग अजून माझ्या लक्षात आहे. त्यातून डॉ. शेषांची प्रगल्भ नाटक संवेदनाही दिसून आली.

उपरोक्त नाटकांशिवाय डॉ. शेष यांनी एकांकी नाटकं लिहिली. अशा एकांकिकांत 'विवाह मंडप', 'हिंदी का भूत', 'त्रिभूज का चौथा कोन', 'एक प्याला काफी था', 'पुलिया', 'अजायबघर' इत्यादींचा समावेश असला तरी यांपैकी केवळ 'अजायबघर' (१९८१) च माझ्या हाती लागली. त्यांच्या काही एकांकिका 'धर्मयुग' साप्ताहिकात प्रकाशित झाल्या होत्या.

मराठी-हिंदी भाषांमध्ये सेतु बांधण्याचे कार्य डॉ. शेषांनी करून या दोन्ही भाषांवर उपकार केले आहेत व प्रेमही व्यक्त केले आहे. महेश एलकुंचवार यांच्या मराठी नाटकाचा हिंदी अनुवाद 'और एक गार्बो' या नावाने केला. तसाच अच्युत वझेच्या 'चल रे भोपळ्या टुणूक टुणूक'चाही केला होता. ॲबसर्ड नाटक म्हणून त्याचं अभिजातपण आजही टिकून आहे.

त्यांनी हिंदीत तीन कादंबऱ्या लिहिल्या 'तेंदु के पत्ते' (१९५६), 'चेतना' (१९७१) आणि 'धर्मक्षेत्रे कुरुक्षेत्रे' (१९८०) (अपूर्ण). याशिवाय त्यांनी बालनाटकं लिहिली. अनुवाद केले. पटकथा लिहिल्या. 'घरौंदा' आणि 'दूरियाँ' हे त्यांच्या पटकथेवर आधारित चित्रपट त्यावेळच्या 'अर्थ', 'मंथन', 'निशांत', 'अंकुर', 'आक्रोश' श्रेणीतील मानले गेले होते. हिंदी चित्रपटांना अभिजातपण देण्यात

डॉ. शेषांचा लागलेला हातभार विसरता येणार नाही. याशिवाय त्यांनी 'सोलहवाँ सावन' चित्रपटाचे संवाद लिहिल्याचे मला आठवतं.

संख्या आणि गुणवत्ता दोन्ही अंगांनी जेव्हा आपण डॉ. शेष यांच्या जीवन, साहित्य, कार्य, विचारांचा धांडोळा घेऊ लागतो तेव्हा लक्षात येतं की, नाटक हे त्यांच्या जीवनाचे प्राणतत्व होते. नाटकाद्वारे समाजास पुरोगामी, प्रगल्भ, नवविचारसंवाहक बनवण्याची धडपड एका पिढी घडवणाऱ्या शिक्षकाच्या तळमळीपेक्षा कमी नव्हती. आपली प्रत्येक साहित्यकृती अभिजात व्हावी म्हणून स्वाध्याय व सुधारणा करणारा हा कलाकार विकासाच्या बाबतीत स्वागतशील होता. डॉ. शंकर शेष नाटक जगले. ते जगत असताना प्रयोग करत ते तंत्र व मंत्र दोन्ही अंगांनी अत्याधुनिक बनवण्याचा त्यांनी प्रयत्न केला. त्यांचे मराठी, हिंदी, इंग्रजी तिन्ही भाषांचे वाचन होते. ते सकस होतं. नाटक केवळ मनोरंजन, खेळ म्हणून त्यांनी लिहिलं नाही. प्रत्येक नाटकानं प्रेक्षकाला अस्वस्थता दिली पाहिजे असा त्यांचा आग्रह असायचा. नाटकाच्या तालमींना ते हजर राहून आपले मनातले नाट्य खुलवत. त्यामुळे त्यांच्या प्रत्येक नाटकाचं सादरीकरण प्रभावी झालं नि संवादीही झाले. एक नाटक संपते, तिथे नवे नाटक सुरू होते, नवा संवाद सुरू होतो याचे चांगले भान डॉ. शंकर शेष यांना होते.

◆

साहित्यिक योद्धा : राजेंद्र यादव

हिंदी नवकथा, कादंबरी, समीक्षा, निबंध, आठवणी, मुलाखती, आत्मकथा, भाषांतर, संपादन अशा विविधांगी लेखनातून आपली वेगळी ओळख देणारे राजेंद्र यादव. हिंदी नवकथेचे जनक. 'हंस' मासिकाचे संपादक. वादग्रस्त समीक्षक व निबंधकार. स्त्री विमर्श आणि दलित विमर्शाचे खंदे पुरस्कर्ते. लोकशाही जीवनशैलीचा समर्थक. नवोदित साहित्यिकांचा प्रोत्साहक. पारदर्शी जगणं, बोलणं, लिहिणे — अशा अनेक कारणांनी ते सतत चर्चेत राहिले. बालपणापासून आलेलं अपंगत्व. अधु दृष्टी पण कुशाग्र बुद्धीचं वरदान लाभलेले राजेंद्र यादव यांचं परंपरेशी वैर होतं खरं!

राजेंद्र यादवांचा जन्म २८ ऑगस्ट, १९२९ रोजी आग्र्यात झाला. बालपण, शिक्षण मवाना, मेरठमधून झालं. सन १९४४ ला ते मेरठमधूनच मॅट्रिक झाले. आग्रा कॉलेजातून सन १९४९ ला यादव हिंदी पदवीधर झाले. आग्रा विद्यापीठातून ते सन १९५१ ला हिंदीत एम्.ए. झाले तेव्हा विद्यापीठात प्रथम श्रेणीत प्रथम येऊन त्यांनी आपल्या कुशाग्र बुद्धीची चुणूक दाखवली. १९५४ ला दिल्लीत येऊन त्यांनी अक्षर प्रकाशन प्रा.लि. ही आपली प्रकाशन संस्था सुरू केली.

हिंदी साहित्यात त्यांचं पदार्पण झालं ते 'प्रतिहिंसा' कथेनं. ती 'कर्मयोगी'मध्ये प्रकाशित झाली होती. पण राजेंद्र यादव यांना हिंदी वाचक ओळखू लागला तो दोन कारणांनी. एक त्यांनी मोहन राकेश व कमलेश्वर या दोन कथाकार मित्रांच्या खांद्याला खांदा लावून चालवलेल्या 'नई कहानी' आंदोलनामुळे आणि नंतर 'सारा आकाश' या कादंबरीच्या लक्षावधी प्रतींच्या तडाखेबंद विक्रीमुळे. बासू चतर्जी यांनी समांतर फिल्म चळवळीच्या काळात या कादंबरीवर, याच नावाने चित्रपट काढला नि ही कादंबरी जगातल्या अनेक भाषांत भाषांतरित झाली. राजेंद्र यादव हिंदी कथा साहित्याचे प्रवक्ते बनले ते 'हंस' मासिकाच्या यशस्वी संपादनामुळे. 'दलित

विमर्श' आणि 'स्त्री विमर्श' या दोन विचारप्रवाहांना हिंदीत स्थिर करण्याचं श्रेय जातं ते राजेंद्र यादव यांच्या भविष्यलक्ष्यी कथा प्रकाशनांमुळे.

प्रेमचंद, जैनेंद्र, यशपाल यांच्या काळातली हिंदी कथा विकसित होत असली, तरी ती शिल्पाच्या बंदिस्त चौकटीत अडकून राहिली होती. हिंदी नवकाव्यामुळे हिंदी कविता छंदातून मुक्त झाली तशी हिंदी कथा शिल्प, शैलीच्या पारंपरिक काचांतून मुक्त करणे काळाची गरज होती. हे काम मोहन राकेश, कमलेश्वर व राजेंद्र यादव या कथाकार त्रिकुटानी केले. त्यांचे हे प्रयत्न नई कहानी आंदोलन नावानं हिंदी साहित्य इतिहासात नोंदलं गेलं. सारिका, कादम्बिनी, धर्मयुग, साप्ताहिक हिंदुस्तान, ज्ञानोदय, मनोहर कहानियाँसारख्या कथा समर्पित नियतकालिकांनी यात मोलाची भूमिका बजावली. नई कहानीनं कथेत अबोध मनास महत्त्व दिले. त्यामुळे हिंदी कथा अंतर्मनाचे द्वंद्व चित्रित करू लागली. तिने नव्या नागरी जीवनाचे प्रश्न मांडले. समाज चित्रणात वैविध्य आणलं. वैयक्तिकतेस कथेत प्राधान्य मिळाले. कथा बौद्धिक आवाहन करू लागली. या कथेने जात, धर्म, राष्ट्र अशा भिंती पाडत ती वैश्विक अनुभवसंपन्न व आधुनिक बनवली. कल्पना व वास्तवाचे सुंदर मिश्रण या कथेत झाले. हे सारे राजेंद्र यादवांसारख्या बिनीच्या कथाकारामुळे शक्य झालं.

पुढे राजेंद्र यादव यांनी १९८६ ला प्रेमचंदांनी स्थापन केलेल्या व सन १९३० ते १९५३ पर्यंत चालून बंद पडलेल्या 'हंस' मासिकाचं पुनर्प्रकाशन सुरू केलं. या मासिकात राजेंद्र यादव यांची कथा सन १९४८ ला प्रकाशित झाली होती. प्रेमचंदांचे चिरंजीव अमृतराय तेव्हा तिचं संपादन करीत. विद्यार्थिदशेत यादव 'हंस'चे नियमित वाचन करीत. त्यांचा कथाकार 'हंस' आणि प्रेमचंदांच्या कथेवर पोसरलेला. या 'हंस' मासिकाचं हिंदीत मोठे वलय होते नि आहे. ते अनेक कारणांनी. प्रेमचंदांनी 'हंस' स्थापन केले तेव्हा त्याच्या संपादक मंडळात महात्मा गांधी, कन्हैयालाल मुंशींसारखे दिग्गज होते. महाराष्ट्रापुरते बोलायचे झाले तर या मासिकाच्या मराठी विभागाचे संपादक, सल्लागार वि.स. खांडेकर होते. पहिल्या अंकांवर तशी नोंद आढळते. या मासिकानं हिंदी कथा प्रागतिक केली. तोच वसा आणि वारसा राजेंद्र यादव यांनी जपला. त्यांनी 'हंस'च्या माध्यमातून दलित कथा विशेषत्वाने प्रकाशित करून एक नवा कथाप्रवाह विकसित केला. तीच गोष्ट स्त्रीवादी कथेची. अनेक महिला कथाकारांना राजेंद्र यादव यांच्या 'हंस'नं प्रकाशात आणले. 'स्त्री मुक्ती ही तिच्या देहमुक्तीनेच शक्य आहे' या राजेंद्र यादवांच्या क्रांतिकारी विचारांमुळे ते प्रस्थापितांच्या टीकेचे लक्ष्य बनले. पण राजेंद्र यादव यांनी त्याची कधी पर्वा केली नाही. ते आतून, बाहेरून नवविचार, संस्कृतीचे खुले समर्थक होते. पाईप सिगरेट पिणं, दारू पिणं, उंची पाश्चात्त्य पोषाख घालणं, स्त्री मैत्री, नवोदित लेखकांशी सहज संवाद, व्यवहार यामुळे नव्या पिढीचे आकर्षण व

जुन्या पिढीचे दूषण ठरले. स्त्रीलंपट म्हणून त्यांची संभावना झाली तरी त्याची त्यांनी कधी फिकीर केली नाही. अलीकडच्या काळात त्यांच्या उदारवादी व्यवहार, विचारांमुळेही ते पुरोगाम्यांच्या रडारवर होते. एकेकाळी प्रस्थापित, उजव्यांविरोधी विशेषत: हिंदुत्ववादी भगव्या ब्रिगेडवर हल्ला करणारे राजेंद्र यादव गेले काही दिवस आपल्या कार्यक्रमांना डाव्यांबरोबर उजव्यांनाही आमंत्रित करीत. राजेंद्र यादव म्हणत की, खरी लोकशाही विचारांच्या बंदिस्त विभाजनाने कधीच विकसित होणार नाही. विरोधकांबद्दल ऐकण्या, समजण्याच्या उदारतेतूनच ती शक्य आहे असं त्यांचं मत होतं.

हिंदी साहित्यात 'देवताओं की मूर्तियाँ' (१९५१) ते 'है यह जो आतिश गालिब' (२००८) पर्यंतच्या आपल्या सुमारे पंधरा कथासंग्रहांतून त्यांनी वैविध्यपूर्ण कथा लिहिल्या. या कथा शहरी मध्यवर्गाच्या. महानगरीय चित्रण त्यांचं केंद्र. पण महत्त्व व्यक्ती चिकित्सेस. 'अभिमन्यु की आत्मकथा'सारखी कथा वाचली की परंपरा-नवता, कल्पना-वास्तव, शिल्प-शैली यांचं आश्चर्य वाटल्यावाचून राहात नाही. राजेंद्र यादवांनी असेच प्रयोग आपल्या कादंबरी लेखनातून केले. 'प्रेत बोलते हैं' (१९५१) च्या लेखनानं सुरू झालेला कादंबरी प्रवास 'एक था शैलेंद्र' (२००७) पर्यंत चालू होता. पैकी 'सारा आकाश' बहुचर्चित राहिली. पण 'कुलटा' (१९५८), 'अनदेखे अनजान पूल' (१९६३), 'मंत्र-विद्ध' (१९६७) या कादंबऱ्याही वाचनीय ठरल्या. विशेषत: तरुण व नववाचकांची त्यांना विशेष प्रसिद्धी, समर्थन लाभलं ते त्यातील खुल्या. यौन चित्रणाने व दृष्टीने. कथाकार मन्नू भंडारी या हिंदीतील प्रसिद्ध सोज्वळ महिला कथाकार त्यांच्या पत्नी. त्यांच्या बरोबरीनं यादवांनी 'एक इंच मुस्कान' कादंबरी लिहून संयुक्त लेखनाचा आगळा प्रयोग केला. पण त्यांचं संयुक्त जीवन फार काळ टिकले नाही. मुलीच्या जन्मानंतर यादव यांच्या जीवन 'परस्त्री वादळं' अनेकदा घोंघावत राहिली. त्यातून ते शेवटपर्यंत सावरू शकले नाहीत. या दोघा पति-पत्नींनी आपापल्या आत्मकथा लिहून आपल्या भूमिका स्पष्ट केल्या तरी समेट घडून न आल्याचं दु:ख उभयपक्षी होतं.

राजेंद्र यादव कविताही लिहीत हे फार कमी लोक जाणतात. 'आवाज तेरी है' (१९६०) काव्यसंग्रहात त्या वाचावयास मिळतात. राजेंद्र यादवांनी विपुल कथालेखन केलं तसं कथा समीक्षाही विपुल केली. 'कहानी : स्वरूप और संवेदना' (१९६८) आणि 'कहानी : अनुभव और अभिव्यक्ति' (१९८६) वाचले की त्यांचा विचक्षण चिकित्सक लक्षात येतो. त्यांनी अनेक आठवणी, निबंधही लिहिलेत. 'मुड-मुड के देखता हूँ' या त्यांच्या आत्मकथेकडे हिंदी वाचक डोळे लावून होता. पण त्यात त्यांनी बचावाचीच भूमिका घेतल्याने चविष्ट वाचायची सवय लागलेल्यांची घोर निराशा झाली तरी ती राजेंद्र यादव यांच्या प्रगल्भतेची खूण, साक्ष ठरली. ही

आत्मकथाही वादग्रस्त, बहुचर्चित झाली ती अनेक प्रसंग, घटना वर्णन, उल्लेखांमुळे पण यादव यांची आत्मकथा म्हणून ते गृहीतच होतं. त्यांच्या लेखनाप्रमाणे यादवांच्या मुलाखती गाजल्या, वादग्रस्त ठरल्या. त्या आपणास 'मेरे साक्षात्कार' (१९९४) व 'जबाब दो विक्रमादित्य' (२००७) मध्ये वाचावयास मिळतात. 'हंस'च्या संपादनाशिवाय राजेंद्र यादव यांनी अनेक ग्रंथांचं संपादन केलं. 'एक दुनिया समांतर' (१९६७), 'कथादशक : हिंदी कहानियाँ (१९८१-१९९०), 'आत्मतर्पण' (१९९४), 'कथायात्रा' (१९६७) आठवतात. 'वह सुबह कभी तो आयेगी' (२००८) हे अलीकडचे त्यांचे वैचारिक लेखांचे संपादन. यात त्यांनी जातीयता, धर्मांधता, संकुचितता यावर ओढलेले कोरडे कबीर, हरिशंकर परसाई यांची आठवण करून देतात.

हिंदी कथात्मक साहित्यास लाभलेली त्यांची अनमोल देणगी म्हणजे त्यांनी केलेली विश्वविख्यात कादंबऱ्यांची हिंदी भाषांतरे इहान तुर्गनेद रशियन कादंबरीकार त्यांचा आवडता. त्यांच्या 'टक्कर', 'प्रथम प्रेम', 'वसंत प्लावन' ही कादंबरी भाषांतरे त्यांच्या प्रेमाबद्दलच्या आस्थेची प्रतीके होत. त्यांनी लर्मन्तोवनच्या 'हमारे युग का एक नायक' आणि अल्बेयर कामूच्या 'अजनबी' व स्टाइन बेकच्या 'एक मछुआ, एक मोती' ही केलेली भाषांतरे अशीच वाचनीय. ही भाषांतरे वाचताना लक्षात येते की, राजेंद्र यादव यांनी आपल्यातील साहित्यिक, विचारक, समीक्षक, संपादक, व्यासंगी वाचनातून घडवला होता. त्यांच्या लेखनाचे अनेक पैलू होते. नित्य नवे शोधणे, बोलणे, लिहिणे यातून ते स्वत:स नित्य आधुनिक, अद्यतन (अपडेट व अपटुडेट) ठेवण्याची दक्षता बाळगत.

दिल्लीत गेल्यानंतर राजेंद्र यादव यांना मी त्यांच्या २/३५, अंसारी मार्ग या 'हंस', 'अक्षर' च्या कार्यालयात भेटण्याचा गेल्या अनेक वर्षांचा प्रघात. ते नित्य नव लेखकांच्या गराड्यात असत. भेटण्या, बोलण्यात कोणतीच औपचारिकता नसायची. खोलीत सिगारचा धूर, वास यादव असल्याचे घोषित करीत स्वागत करत. खुल्या मनाचा दिलदार इन्सान. जेवताना चतकोर खाऊन भागीदारी नाही केली की चिडायचे. 'क्या मैं जहर खिला रहा हूँ?' पृच्छा करत स्वत:च सात मजली हसायचे. चर्चेत आपपरभेद नसायचा. वादात वार ठरलेले. दोन द्यायचे तसेच दोन घेण्याची पण तयारी असायची. अलीकडे कटकटी कमी करायच्या नादात ते होते. दैनिक भास्करच्या नॉएडा प्रेसमधून हल्ली 'हंस' निघायचे. कथाकार संजीवच बरचंसे पाहायचे. त्यांच्या बरोबरीचा टपरीवरचा चहा पीत हिंदी साहित्यातले नवे वर्तमान समजायचे. आता संजीवनी 'हंस' सोडलं नि राजेंद्र यादवांनी जगच. अंसारी मार्ग आता परत गेलो की ओकाबोकाच भासणार.

राजेंद्र यादव यांचा साहित्य कृतींमागील विचारधारा शोधण्याचा व्यासंग

उपजत होता. साहित्यातील 'वाद-विचार' हे यादवांचं अभ्यासक्षेत्र होते. प्रेमचंदांपासून संजीव, मैत्रेयी पुष्पापर्यंतची हिंदी कथा... तिचा वैचारिक आलेख (ग्राफ) त्यांच्या चिंतनाचा मुख्य विषय होता. वास्तववाद, प्रगतीवाद, प्रयोगवाद, अस्तित्ववाद, आधुनिक वाद इतकेच काय उत्तर आधुनिकतावादावरही त्यांची मतं परखड होती. 'दुनिया में कोई विचार अंतिम नहीं होता' हे तर यादव पूर्वीपासूनच सांगत आलेत. जागतिकीकरणात बाजार व तंत्रज्ञान माणसास खिंडीत गाठत आहे याबद्दल ते सचिंत होते. 'मेरी तेरी उसकी बात' या 'हंस'च्या अलीकडच्या संपादकीयातून ही काळजी त्यांनी वेळोवेळी व्यक्त केली असली तरी घड्याळाचे काटे उलटे फिरवू पाहाणाऱ्या 'नमो नम:' प्रवृत्तीचे ते कट्टर विरोधकच होते. विचार व विकास रोखणाऱ्या कोणत्याही मूलतत्त्ववादी विचारसरणीचा नि:पात हे त्याचं अघोषित धोरण. धर्मनिरपेक्ष, विज्ञानवादी, वंचित उद्धारक, परंपराविरोधी वाचक वर्ग उत्तर भारतात निर्माण करण्याचे पुरोगामी कार्य करणारे संपादक म्हणून त्यांचा असलेला लौकिक, धाडस साऱ्यांच्याच कौतुक, आदराचा विषय असायचा. त्यास कधी-कधी व्यक्तिगतता, मान्य संकेतांचं उल्लंघन यामुळे गालबोट लागलं तरी पारदर्शी जीवनशैली ही एक अशी गोष्ट होती की त्यामुळे राजेंद्र यादव दोषांसह उठून दिसत.

◆

मार्क्सवादी समीक्षक :
डॉ. रामविलास शर्मा

"मार्क्सवाद मनुष्य के व्यक्तित्व के विकास का, उसकी स्वतंत्रता का विरोध नहीं है । इसके विपरीत पूँजीवाद समाज में, विशेषकर सामंती समाज में जो मनुष्य की स्थिति है — जैसे, छुआछूत है, जातिवाद है, स्त्रियों के साथ व्यवहार है, मुस्लिम समाज में स्त्रियों के साथ व्यवहार है, ऐसे समाज में व्यक्ति की स्वाधीनता की बात करना मनुष्य को गिराना है । इन सबके खिलाफ संघर्ष करते हुए व्यक्तित्व के विकास का रास्ता खोलना मेरी समझ में मार्क्सवाद का काम है । मार्क्सवाद या समाजवाद कोई ऐसा गढ़ा हुआ दर्शन नहीं है कि उसके सूत्रों का अनुसरण करके आप चले जाये और सही रास्ते पर पहुँच जाएँ ।'' डॉ. रामविलास शर्मा यांनी विश्वनाथप्रसाद तिवारी यांच्याशी एका मुलाखतीत बोलताना व्यक्त केलेले हे विचार त्यांच्या जीवन आणि साहित्यावर पुरेसा प्रकाश पाडणारे आहेत. डॉ. रामविलास शर्मा यांची जन्मशताब्दी नुकतीच साजरी झाली. सन २०१२-२०१३ साली. यावेळी हिंदी साहित्यात आणखी एक योग जुळून आला होता. मार्क्सवादापासून प्रेरणा घेऊन हिंदी साहित्यात प्रेमचंदांच्या नेतृत्वाखाली प्रगतिशील लेखक संघाची स्थापना सन १९३६ ला झाली. त्या घटनेस ७५ वर्षे पूर्ण झाली. म्हणून अमृत महोत्सव साजरा झाला. या दोन्ही निमित्ताने डॉ. रामविलास शर्मा यांच्या जीवन, कार्य आणि विचारांचा मागोवा घेणे अशासाठी आवश्यक आहे की, जागतिकीकरणाच्या आजच्या भौतिक समृद्धीच्या स्पर्धेत सामान्य माणसाचं जीवन जगणे ऐरणीवर येऊन बसले आहे. श्रीमंत-अतिश्रीमंत (Multy Millionaire) होत असताना गरीब मात्र कंगाल (Moneyless) होत जाऊन सामाजिक विषमतेची दरी मार्क्सने व्यक्त केलेल्या विचारांच्या काळापेक्षा — एकोणिसाव्या शतकापेक्षा उग्र रूप धारण करत आहे.

मार्क्सवाद आणि प्रगतिवाद या दोन्ही विचारधारांना प्रमाण मानून डॉ. रामविलास

शर्मा यांनी आयुष्यभर लेखन केले. ऑक्टोबर १९३४ च्या 'चाँद' मासिकात 'निराला जी की कविता' हा प्रसिद्ध झालेला त्यांचा पहिला समीक्षात्मक लेख आणि सन २००० साली प्रसिद्ध झालेले त्यांचं 'आज के सवाल और मार्क्सवाद' हे शेवटचं पुस्तक... (त्यांचं निधन ही याच वर्षी (३० मे २०००) झालं.) ६६ वर्षांच्या सुमारे सात दशकांच्या लेखन प्रवासात त्यांनी अविचलपणे मार्क्सवाद आणि प्रगतिवाद विचारधारांचं समर्थन केले. साहित्य, समीक्षा, इतिहास, संपादन, अनुवाद असा लेखन परीघ घेऊन ते लिहीत राहिले. त्यातून त्यांनी स्वत:ची स्वतंत्र अशी लेखनशैली व विचार परंपरा निर्माण केली. वैचारिक प्रतिबद्ध लेखक म्हणून साहित्य अकादमीने सन १९९९ साली त्यांना 'महदत्तर सदस्यत्व' (फेलोशिप) बहाल करून त्यांचा केलेला सन्मान म्हणजे त्यांच्या विचारनिष्ठा व साहित्य सेवेचाच सन्मान होय.

डॉ. रामविलास शर्मा समीक्षक होते तसेच भाषा वैज्ञानिकही. 'भाषा आणि समाज' (१९६१) सारखं त्यांचं पुस्तक हा त्याचा पुरावा. ते बहुभाषी विद्वान होते. संस्कृत, हिंदी, बंगाली, इंग्रजी, पारशी, रशियन, जर्मन, इटाली भाषांची त्यांना चांगली जाण होती. आणि त्या भाषांतील साहित्याचं त्यांचं वाचनही चतुरस्त्र होतं. ते हिंदीतील चांगले कवी होते. हिंदी काव्यात प्रगतिवादानंतर प्रयोगवादी कविता रूढ झाली ती ज्ञानपीठ विजेते हिंदी कवी अज्ञेय यांनी संपादित केलेल्या 'तारसप्तक' (१९४३) या काव्यसंग्रहामुळे. त्या पहिल्या सात कवींपैकी एक डॉ. रामविलास शर्मा होते. ते यशस्वी संपादक म्हणूनही प्रसिद्ध होते. 'समालोचक' नावाचं समीक्षेस वाहिलेलं मासिक त्यांनी यशस्वी चालविल्यामुळे हिंदीत प्रेमचंदांच्या 'हंस' नंतरही ते आजवर प्रसिद्ध होत राहिलंच आहे, शिवाय हिंदीत 'समकालीन भारतीय साहित्य', 'नया ज्ञानोदय' 'पहल', 'परख', 'वसुधा', 'आलोचना' सारखी कितीतरी मासिकं साहित्य, समीक्षेसाठी म्हणून समर्पितपणे प्रकाशित होत राहिली आहेत.

डॉ. रामविलास शर्मांचे सारे आयुष्य हिंदी भाषा, साहित्य, समीक्षा, विचारात गेलं असले, तरी ते इंग्रजीतून बी.ए., एम.ए., पीएच्.डी. झाले होते यावर कुणाचा विश्वास बसणार नाही. ते लखनऊ विद्यापीठाचे इंग्रजी विषयातील पहिले पीएच्.डी. धारक विद्यार्थी. सुवर्णपदक देऊन त्यावेळी त्यांचा सन्मान करण्यात आला होता. तिथेच ते इंग्रजीचे प्राध्यापक व नंतर विभाग प्रमुख झाले. काही काळ त्यांनी बलवंत राजपूत महाविद्यालय, आग्राचे इंग्रजी विभाग प्रमुखपद भूषविले व ते के.एम्. मुन्शी इन्स्टिट्यूट, आग्राचे संचालक झाले आणि निवृत्तही तेथूनच.

व्यवसायाने इंग्रजी प्राध्यापक असलेल्या या गृहस्थानं आयुष्यभर हिंदीची सेवा केली त्यामागे एक जीवन तत्त्वज्ञान होते. इंग्रजी पोट भरण्याची भाषा असली तरी हृदयस्थ होती हिंदी. हिंदीवर जेव्हा केव्हा घाला पडेल तेव्हा ते अजेय योद्धा बनून प्रतिकार करत. उर्दू कवी आणि प्राध्यापक फिराक गोरखपुरी यांनी एकदा हिंदी

विरोध करत घृणास्पद लेख लिहिला. त्याचा प्रतिवाद करत त्यांनी लिहिलेल्या बिनतोड, तर्कशुद्ध लेखाने त्यांची अशी प्रतिवाद शैली (Polemical Style) स्थापित केली. डॉ. रामविलास शर्मांचं सारं लेखन म्हणजे या शैलीचा विकासात्मक आलेख होय. तो पाहून डॉ. नामवर सिंह एकदा म्हणाले होते की, डॉ. शर्मांनी इंग्रजीत लिहिलं असतं तर ते विश्वविख्यात टीकाकार म्हणून गणले गेले असते. पण भारतीय भाषा, साहित्य, संस्कृती, इतिहास, तत्त्वज्ञान हे त्यांचे खरे आस्थेचे प्रदेश होते.

अभ्यासाचा विषय इंग्रजी असताना आपण हिंदीत का लिहिता असं त्यांना एकदा विचारल्यावर त्याचे त्यांनी दिलेले उत्तर मोठ्ठे मार्मिक होते. डॉ. रामविलास शर्मा म्हणाले की, "एखाद्या अहिंदी भाषी माणसानी हिंदी शिकायचं म्हटले तर हिंदीत पुस्तक कुठे आहे?" त्यांचं समग्र साहित्य हेच त्याचं उत्तर. तसेच त्यांना एकदा विचारलं होतं की, तुम्ही तुकड्या-तुकड्यानी हिंदी साहित्येतिहासाच्या विविध विषयांवर लिहिता. त्यापेक्षा समग्र इतिहासावर बृहदाकार ग्रंथ का लिहीत नाही? त्याचं डॉ. शर्मांनी दिललं उत्तर मार्मिक होतं, शिवाय तो त्यांच्या इंग्रजी भाषा व साहित्य व्यासंगाचा पुरावाही होता म्हणायचा. ते म्हटले की इंग्रजीत एकएकट्या साहित्यकारांवर किती पुस्तकं प्रकाशित होतात माहीत आहे का? त्यामानानं इंग्रजी साहित्य इतिहासावर अत्यल्प लिहिले गेले आहे. सूक्ष्मातून स्थूल आपोआप निर्माण होतं. सूक्ष्म लेखनास गरज असते संशोधन, अध्ययन, स्वतंत्र विचाराची. ती डॉ. रामविलास शर्मांकडे होती म्हणून ते विपुल ग्रंथ लेखन करू शकले. त्यांच्या ग्रंथांची संख्या शंभराच्या घरात जाईल इतकी आहे.

डॉ. रामविलास शर्मांनी हिंदी साहित्यिकांवर जे ग्रंथलेखन केलं त्यात 'प्रेमचंद' (१९४१), 'भारतेंदु युग' (१९४२), 'आचार्य रामचंद्र शुक्ल और हिंदी आलोचना' (१९५५), 'निराला की साहित्य साधना (तीन खंड) — (क्रमशः १९६९, १९७२ व १९७८). (त्यांच्या पहिल्या खंडासच सन १९७० चा साहित्य अकादमी पुरस्कार लाभला होता.) 'प्रेमचंद और उनका युग' (१९५२), 'भारतेंदु हरिश्चंद्र', महावीर प्रसाद द्विवेदी और हिंदी नवजागरण'सारख्या पुस्तकांचा समावेश करावा लागेल. प्रेमचंद पुस्तकाद्वारे डॉ. शर्मा यांनी सर्वप्रथम मार्क्सवादी दृष्टिकोनातून प्रेमचंद साहित्याची समीक्षा केली. त्यातून त्यांनी भारतीय स्वातंत्र्य संग्रामात शेतकऱ्यांचे योगदान अधोरेखित केले. प्रेमचंदांवरच लिहिलेल्या 'प्रेमचंद और उनका युग' या दुसऱ्या पुस्तकातून त्यांनी प्रेमचंदांच्या कादंबऱ्यांची प्रामुख्याने समीक्षा केली. त्यानंतर त्यांनी भारतेंदु हरिश्चंद्रांवर लिहिलं. हिंदीचे प्रारंभिक साहित्यिक आपल्या साहित्यातून राजकीय जागृती कशी करतात याचे विवेचन या पुस्तकातून त्यांनी केले. आचार्य रामचंद्र शुक्ल आणि महावीर प्रसाद द्विवेदी या समीक्षकांवर डॉ. शर्मांनी लेखन केले ते स्तुतिपाठक म्हणून नाही. उलटपक्षी प्रेमचंद, रामचंद्र

शुक्ल, महावीर प्रसाद द्विवेदी प्रभृतींवर तत्कालीन समीक्षक जो ब्राह्मणवादी, सामंतवादी होण्याचा आरोप करत त्यांचे खंडन करण्यासाठी त्यांनी लिहिले आणि दाखवून दिले की हे कसे प्रगतिवादी होते, त्यांचा सौंदर्यवादी दृष्टिकोन कसा भौतिकवादी होता.

सूर्यकांत त्रिपाठी 'निराला' या हिंदी कवीवर तर डॉ. रामविलास शर्मा यांनी त्रिखंडात्मक दीर्घलेखन केले. त्यांच्या दृष्टीने निरालांसारखा क्रांतदर्शी कवी हिंदीत दुसरा नाही. या लेखनाचा प्रारंभही त्यांनी निरालांवर, त्यांच्या काव्यावर होणाऱ्या आरोपांचा प्रतिवाद करण्यासाठी झाला होता. 'निराला की साहित्य साधना' म्हणून डॉ. शर्मांनी निरालांचं जीवन व काव्यावर विस्तृत भाष्य केले आहे. त्यांच्या दृष्टीनी निरालांचं जीवन हिंदी साहित्याचा आंतरिक संघर्ष स्पष्ट करणारं आहे. हिंदी भाषा आणि साहित्याची सारी शक्ती निरालांमध्ये केंद्रित व प्रतिबिंबित झालेली आहे. त्यावेळी स्त्री विकास विरोधक, हिंदु राष्ट्रवादी, मुस्लिम राष्ट्रवादी सर्व निरालाविरोधी होते. अशा परिस्थितीत डॉ. शर्मा यांनी निरालांच्या काव्य, विचारांचं वेगळेपण अधोरेखित करून त्यांना 'महाप्राण' बनवलं.

असं असलं तरी त्यांच्या लेखनाचा मुख्य स्वर होता तो प्रगतिवाद आणि मार्क्सवाद. 'प्रगतिशील साहित्य की समस्याएँ' (१९५५), 'भारत में अँग्रेजी राज और मार्क्सवाद' (१९८२), 'मार्क्सवाद और प्रगतिशील साहित्य' (१९८४), 'मार्क्स और पिछडे हुए समाज' (१९८५), 'आज के सवाल और मार्क्सवाद' (२०००) ही थेट विचारकेंद्री पुस्तके. अशी अन्य अनेक पुस्तके आहेत. त्यांचा प्रारंभ डॉ. शर्मांच्या 'मानव सभ्यता का विकास' या ग्रंथापासून खरेतर झालाय. तुलसीदास, वाल्मिकी यांच्यापासून सुरू झालेल्या भारतीय साहित्य परंपरेवर वेळोवेळी प्रहार झाले. त्यांनी आपल्या या पुस्तकांतून स्पष्ट केले आहे की, गुलाम प्रथा सामन्त काळापासून नाही तर औद्योगिक क्रांतीने जन्म घातलेल्या भांडवलशाहीतून खऱ्या अर्थाने निर्माण झाली. 'मार्क्स और पिछडे हुए समाज' पुस्तकातूनही त्यांनी औद्योगिक क्रांतिपूर्व समाज म्हणजे मागास समाज हे दाखवून दिले आहे. सतत नवं लिहायचं नि ते नव्या तर्कांनी पण पुराव्यांसह हा डॉ. रामविलास शर्मांच्या लेखनाचे व्यवच्छेदक लक्षण म्हणून सांगता येईल.

इतिहासावर डॉ. रामविलास शर्मांनी 'सन सत्तावन की राज्यक्रांति', 'इतिहास दर्शन' (१९९५), 'स्वाधीनता संग्राम और बदलते परिप्रेक्ष्य' (१९९२), 'गांधी, आंबेडकर, लोहिया और भारतीय समाज की समस्याएँ', 'परंपरा का मूल्यांकन' (१९८१) सारखे ग्रंथ लिहिले. युरो, आशिया आणि भारत अशी तुलना करत डॉ. शर्मा नेहमी भारतीय समाजाचा इतिहास मांडत आले. सतराव्या शतकात इंग्लंडमध्ये गृहयुद्ध झाले. हे गृहयुद्ध प्रामुख्यानं व्यापारी व जमीनदारांमधले होते. त्यानंतर फ्रेंच राज्यक्रांती झाली. ती भांडवलशाही क्रांती होती. तरी सामंतशाही मजबूतच राहिली.

भांडवलशाही हितसंबंधांना त्यातून इजा पोहोचली नाही. उलटपक्षी ते मजबूतच राहिले. भारतात याच परंपरेच्या ब्रिटिशांनी राज्य केले. इथे जनपद (लोकराज्य) नाही विकसित झाली. इथं राजांच्या छावण्या तयार झाल्या. आजही सर्व मोठ्या शहरांत असलेली कँटॉन्मेटस् दुसरे-तिसरे काही नसून, पूर्व अत्याचारांची ती स्मारकेच होत. ऑक्टोबर क्रांतीनंतरच खऱ्या अर्थाने जनसत्ताक राज्यपद्धती विकसित झाली. या मूलभूत समाज रचनांकडे आपण जोवर डोळसपणे पाहाणार नाही, हितसंबंध संपवणार नाही तोवर खरी समानता, मार्क्स अभिप्रेत समाजरचना निर्माण होणार नाही यावर डॉ. शर्मा ठाम होते.

डॉ. रामविलास शर्मा हिंदीतील श्रेष्ठ वैचारिक निबंधकार म्हणूनही गणले जातात. 'प्रगति और परंपरा' (१९५३), 'आस्था और सौंदर्य' (१९६०), 'भाषा और समाज' (१९६१), सारख्या निबंध संग्रहातून त्यांनी हिंदीच्या व्यावहारिक समस्यांवर आणि मार्क्सवादी समस्यांवर आपले विचार व्यक्त केले आहेत. डॉ. शर्मांच्या दृष्टीनी ''सौंदर्य ही वस्तुगत सत्ता असते. ही सत्ता निसर्गात असते. ती मानवास प्रेरित करते. सौंदर्यबोध हा केवळ इंद्रियबोध नसतो. त्याचा संबंध भावबोधाशीपण असतो. भावबोधातून विचार जन्मतात. त्यातूनच समाज निर्मिती झाली असल्याने सौंदर्याचा विचार केवळ व्यक्तिगत पातळीवर होऊन चालणार नाही. समाजसापेक्ष सौंदर्यावर विचार केल्याशिवाय समाजविकास संभवत नसतो. समाजविकास आर्थिक हितसंबंधांवर आधारित असतो. शुद्ध सौंदर्य अथवा कलेसाठी कला अशी गोष्ट नसतेच मुळी. सौंदर्याची वस्तुगत सत्ता ही समाजसापेक्षच असायला हवी.'' अशा मांडणीतूनही डॉ. रामविलास शर्मांचं समाजभान स्पष्ट होतं.

डॉ. रामविलास शर्मांचा एकच कविता संग्रह असून, 'रूपतरंग' असे त्याचे शीर्षक आहे. मार्क्सवादाचे वर्णन 'द्वंद्वात्मक भौतिकवाद' असं केलं जातं. तशीच डॉ. शर्मांची कविता ही द्वंद्वातून निर्माण होते. ते द्वंद्व वेगवेगळी रूपं घेऊन अवतरतं. कधी शोषक-शोषित, कधी प्राचीन-आधुनिक, तर कधी सुख-दुःख. डॉ. शर्मा साऱ्या साहित्यनिर्मितीचं कारण शोकांतिका मानतात. निरालांच्या काव्याबद्दल त्यांची आस्था त्यातील कारुण्यामुळेच. मार्क्सवाद हा विचार म्हणून जीवनातील कारुण्याचा ऱ्हास करणारा. या संग्रहात 'कवि', 'सिलहार', 'गुरुदेव की पुण्यभूमि', 'मूर्तियाँ', 'खजुराहो', 'बैसवाडा', 'डलमऊ में गंगा', 'बेकार' अशा कविता आहेत. त्यात द्वंद्वात्मक स्थिती नष्ट करण्याचं आव्हान आहे. मरण, अंधार, काळरात्र संपून जीवन, प्रकाश, नवयुग, नवजागरणाचं स्वप्न ते कवितांतून व्यक्त करतात. कवितेत विघातकतेवर आघात आहे. पण कविता सौंदर्याने भरलेली. 'केरल' कविता म्हणजे समाज और सौंदर्याचे अद्वैत म्हणून सांगता येईल. या कवितांवरील निरालांचा, छायावादाचा प्रभाव आहे. त्यांच्या काही कविता प्रयोगवादीपण विशेषत:

'तारसप्तक'मधील.

मला आठवते. सन १९८३ ला नवी दिल्लीत तृतीय विश्व हिंदी संमेलन भरलं होतं. मी अनेक विद्यार्थ्यांना घेऊन त्यात सहभागी झालो होतो. त्यात अनेक पत्र, पत्रिका, ग्रंथ इत्यादींचं स्वैर व मोफत वितरण चालू होतं. काहींची विक्रीही होती. त्या धबडग्यात एक पुस्तिका हाती पडली होती. 'रामविलास शर्मा का खोखला मार्क्सवाद'. लेखक हंसराज 'रहबर'. मी यशपाल या मार्क्सवादी हिंदी साहित्यिकांवर नुकतीच पीएच्.डी. पूर्ण केली होती. तेव्हा डॉ. रामविलास शर्मांचं मिळेल ते पुस्तक वाचलेले. त्या पुस्तिकेच्या शीर्षकानेच मी अस्वस्थ झालो होतो. ती पुस्तिका लेखकाची गरळ होती इतकेच. डॉ. रामविलास शर्मांनी वैचारिक बांधीलकीपोटी अशा टीका, प्रहार सतत सोसले. हिंदीत हरिशंकर परसाई, गजानन माधव मुक्तिबोध, यशपाल या साऱ्यांनाच आपल्या समाजहितैषी विचार समर्थनाची किंमत मोजावी लागली आहे. विरोध कालौघात लोक विसरून गेले. उरले ते योगदान.

डॉ. रामविलास शर्मा यांच्या जीवन, साहित्य व विचारांचं श्रेष्ठत्व त्यांच्या दूरदर्शी समाजहितात सामावले आहे. त्याचं सारं लेखन समाजहिताचा सातत्यपूर्ण ध्यास होता. समाजातील दलित, पीडित, वंचितांचे शोषण, त्यांच्यावर होणारे आघात, अत्याचार हा त्यांच्या चिंता आणि चिंतनाचा विषय होता. शोषणमुक्त समाजनिर्मिती व प्रगतिशील समाजधारणेशी प्रतिबद्ध राहून त्यांनी समाज, संस्कृती, भाषा, साहित्य, इतिहास यांची चिकित्सा केली. स्वामी विवेकानंदांच्या साहित्याचा त्यांनी केलेला अनुवाद म्हणजे डॉ. रामविलास शर्मा यांच्या भारतीयतेची साक्षच म्हणावी लागेल. मार्क्सवादाचा जन्म जर्मनीत असेल, पण त्याचं भारतीय समाज संदर्भातलं डॉ. शर्मांचं आकलन थक्क करणारे आहे. आंतरशाखीय विचारामुळे डॉ. शर्मा एक प्रौढ, प्रगल्भ टीका, टिप्पणी करू शकले. त्यांचे विचार म्हणजे 'ब्रह्मवाक्य' मानून हिंदी साहित्य समीक्षेची झालेली वाटचाल, तिने हिंदी साहित्यात मार्क्सवादी तत्त्वज्ञान, मार्क्सवादी समीक्षा, मार्क्सवादी सौंदर्यशास्त्र, मार्क्सवादी इतिहास लेखन पद्धती हिंदी साहित्यात निर्माणच केली नाही, तर ती दृढमूलही केली. म्हणून के.के. बिर्ला फाऊंडेशनने 'व्यास सन्मान' नावाचा साहित्यिक पुरस्कार द्यायचं ठरवले तेव्हा त्यांना डॉ. रामविलास शर्मांना प्रथम (१९९२) द्यावासा वाटला. अडीच लक्ष रुपयांचा पुरस्कार. डॉ. शर्मांनी आयुष्यातले सारे पुरस्कार रोख रकमा नाकारून स्वीकारले. पुरस्कारांच्या रकमा त्यांनी साहित्यिक कार्यासाठी समर्पित केल्या. धनसंचय ही गोष्ट मार्क्सवादी तत्त्वज्ञानविरोधी म्हणून त्यांनी स्वीकारलेला हा आचारधर्म. अशा साऱ्यातून जे डॉ. रामविलास शर्मा दिसून येतात ते म्हणजे आचार, विचार, उच्चाराचे सामाजिक प्रतिबद्ध एकत्व!

◆

चतुर्दिक साहित्यिक : डॉ. गोविंद मिश्र

सन १९७० नंतरचा काळ हा भारताच्या सामाजिक व राजकीय जीवनाच्या दृष्टीने मोहभंगाचा काळ म्हणावा लागेल. आणीबाणीच्या राजकीय परिस्थितीने लोकशाहीपुढे एक प्रश्नचिन्ह उभे केले होते. संपूर्ण क्रांतीच्या प्रयोगातून विरोधी पक्षांच्या ध्रुवीकरणामुळे भारतीय जनमानसात धर्मनिरपेक्ष, समताधिष्ठित वैज्ञानिक भारत निर्मिण्याचं स्वप्न जनता पक्षाच्या विभाजनानं लोप पावले. परिणामी मानवी मूल्येही रकान्यात गेल्यात जमा होती. याचं सर्वाधिक वैषम्य कुणाला वाटलं असेल तर ते संवेदनशील लेखकांना. त्यामुळे हिंदी साहित्यात सन १९७० नंतर मूल्य पतनाचे चित्रण ठळकपणे पुढे आलं. ते अधोरेखित करत लिहिणारे साहित्यकार म्हणून डॉ. गोविंद मिश्र यांच्याकडे विसाव्या शतकाच्या उत्तरार्धात पाहिलं जाते. कथा, कादंबरी, प्रवासवर्णन, निबंध अशा चतुर्दिक स्वरूपाचं लेखन करून डॉ. गोविंद मिश्र यांनी आपली बहुमुखी प्रतिभा सिद्ध केली आहे.

डॉ. गोविंद मिश्र यांचा जन्म १ ऑगस्ट, १९३५ रोजी अंतर्रा या छोट्या खेड्यात झाला. हे गाव उत्तर प्रदेशाच्या बांदा जिल्ह्यातलं. त्यांच्या वडिलांचं नाव माधव प्रसाद मिश्र, तर आईचं नाव सुमित्रा. त्यांना पाच अपत्ये होती. आई-वडील दोघेही शिक्षक होते, तरी परिस्थिती बेताचीच होती. गोविंद मिश्र यांचं प्राथमिक शिक्षण, हमीरपूर जिल्ह्यातील जुन्या चरखारीत झालं. माध्यमिक शिक्षण त्यांनी बांद्यात (उ.प्र.) घेतले. उच्च शिक्षणासाठी ते अलाहाबाद विद्यापीठात दाखल झाले. त्यावेळी हे विद्यापीठ 'पूर्वेचं ऑक्सफर्ड' मानलं जायचं. तिथून ते इंग्रजी विषय घेऊन एम.ए. झाले (१९५९). सुरुवातीपासून ते एक हुशार विद्यार्थी म्हणून पुढे आले. सन १९६१ मध्ये ते भारतीय राजस्व विभागात (आयकर, प्राप्तीकर) अधिकारी म्हणून दाखल झाले. मधे दोन वर्ष ते अंतर्रा, गोरखपूर येथे प्राध्यापक होते.

शालेय वयापासूनच त्यांना वाचन, लेखनाची आवड होती. वयाच्या १४ व्या

वर्षापासूनच ते लिहू लागले होते. १९वं वर्ष उलटलं नि त्यांचं लग्न भारतीय रीतीरिवाजांनी झालं. पत्नी त्यांची वर्गमैत्रीणच होती. वाचनात रामायण, महाभारतात त्यांचं मन रमायचं. तसे डॉ. मिश्र प्रथमपासून आस्तिक, धर्मश्रद्ध वृत्तीचे. त्यात घरचे संस्कार, परंपरा होतीच. महाविद्यालयीन काळात असताना त्यांनी लिहिलेल्या चार-पाच कथांमुळे त्यांना लेखनाची आवड निर्माण झाली. आजवर त्यांची ५३ पुस्तकं प्रकाशित असून त्यात ११ कादंबऱ्या, १० कथासंग्रह, ५ प्रवासवर्णनं, ४ निबंध संग्रहांचा समावेश आहे. शिवाय त्यांनी बालकथा व कविताही लिहिल्या आहेत. ग्रामीण आणि शहरी दोन्ही जीवनांस साद घालत त्यांनी लिहिले. कल्पना व वास्तवाचा मेळ त्यांच्या साहित्यात आढळतो. त्यांनी आपल्या साहित्यातून सुमारे २०० पात्रं रंगवली आहेत. त्यांच्या साहित्यावर १५० पीएच.डी. व १ लिट झाली.

'वह/अपना चेहरा' (१९७१), 'उतरती हुई धूप' (१९७३), 'लाल पीली जमीन' (१९७६), 'हुजूर दरबार' (१९८१), 'तुम्हारी रोशनी में' (१९८५), 'धीर समीरे' (१९८८), 'पाँच आँगनोंवाला घर' (१९९८), 'कोहरे में कैद रंग' (२००८) या त्यांच्या काही उल्लेखनीय कादंबऱ्या. पैकी 'पाँच आंगनोंवाला घर'साठी त्यांना 'व्याससन्मान' लाभला, तर २००८ मध्ये त्यांची कादंबरी 'कोहरे में कैद रंग'ला साहित्य अकादमी पुरस्कार मिळाला. 'वह अपना चेहरा' खरंतर 'आप' आणि 'पर'चा संघर्ष अथवा द्वंद्व होय. ही एक कादंबरिका होय. अपमानित 'स्व'चं चित्रण यात आहे. ते ज्या शासकीय सेवेत कार्यरत होते, तेथील अनुभवावर आधारित हे कथानक असून यातील पात्रं, अधिकारी इत्यादी अनुभवावर बेतलेले होते. केशव, शुक्ला ही पात्रे या संदर्भात लक्षात येतात. 'उतरती हुई धूप' पण त्यांची लघु कादंबरीच. या कादंबरीचा पूर्वार्ध एक कथा असून उत्तरार्ध जीवन संघर्ष. अरविंद एक संवेदनशील, प्रेमिक, आत्मकेंद्रित चरित्र असलं तरी ते बहुधा लेखकाचंच प्रतिबिंब वाटावे असं. नायिका 'वह' (तिचं नाव नाही)... एक अमूर्त, काल्पनिक पात्र. या कादंबरीचं वातावरण विद्यापीठीय. ही कादंबरी लेखकाच्या पदव्युत्तर/विद्यापीठ अनुभवावर आधारित आहे. 'लाल पीली जमीन' ही गोविंद मिश्र यांची सामाजिक कादंबरी आहे. शहर आणि खेडं अशा दोन्ही पार्श्वभूमींवर विकसित या कादंबरीच्या कथेतील केशव आपणास श्रीलाल शुक्लांच्या 'राग दरबारी' मधील रंगनाथची आठवण करून देतो. 'हुजूर दरबार' ही गोविंद मिश्र यांची गाजलेली व बहुचर्चित झालेली कादंबरी. संथ लयीत लिहिलेली एक शोककथा म्हणून पुढे येते. याची पार्श्वभूमी ऐतिहासिक आहे आणीबाणीनंतर लिहिलेली ही कादंबरी म्हणजे मिथक, इतिहास इत्यादींच्या आधारे केलेली वर्तमानाची चिकित्सा होय. ते सरकारी सेवेत कार्यरत असल्याने त्यांना आडपडद्याने सत्य सांगण्याची नामुष्की पत्करावी लागली होती. हरीश व रुद्रप्रताप ही पात्रं तशा अर्थांनी इतिहास

(भूतकाळ) व वर्तमान (आधुनिक काळ) काळाचे प्रतिनिधी म्हणून चित्रित केलीत हे स्पष्ट आहे. 'पांच आँगनोंवाला घर' एकत्र कुटुंबाचं चित्रण करणारी कादंबरी. वर्तमान विभक्त कुटुंबाचा 'बॅक ड्रॉप' वर्णन करणारी ही कथा. तिचा इंग्रजी अनुवाद गाजला तो भारतीय कुटुंब व्यवस्थेच्या चित्रणामुळे. विदेशात या अनुवादाची चर्चा व वाचन अधिक झालं. 'तुम्हारी रोशनी में' उच्चविद्याभूषित वर्गाचे समाजजीवन चित्रित करणारी कादंबरी. 'सुवर्णा'चं चरित्र पाहिलं की हे लक्षात येते. 'धीर समीर'मध्ये गोविंद मिश्र यांनी मथुरा, वृंदावनच्या पार्श्वभूमीवर धर्म, श्रद्धा, इत्यादीची चिकित्सा केली आहे व आपले आस्तिक मनही व्यक्त केले आहे. या सर्व कादंबऱ्यांतून डॉ. गोविंद मिश्र प्रत्येक वेळी नवी कथा, नवे प्रश्न, विचार मांडत आपल्यातल्या कादंबरीकाराचे व्यापक अनुभव व निरीक्षणविश्व उलगडत जातात.

कादंबऱ्यांना तोडीस तोड अशा कथाही डॉ. गोविंद मिश्र यांनी लिहिल्या. 'रगड़ खाती आत्महत्यायें' (१९७८), 'नये पुराने माँ-बाप' (१९७०, 'अंत:पुर' (१९७६), 'धाँसू' (१९७८), 'खुद के खिलाफ' (१९८०), 'खाक इतिहास' (१९८५), 'पगला बाबा' (१९८८), 'आसमान कितना नीला' (१९९२) या सारख्या कथासंग्रहांत त्या अंतर्भूत आहेत. 'पर मेरे आराध्य न आये', 'पूर्णमासी का भोग', 'चंदनिया अरज करें' सारख्या कथा त्यांनी महाविद्यालयात शिकत असतानाच लिहिल्या होत्या. त्या काळात ते महाविद्यालयाच्या वसतिगृहात राहात. वसतिगृहाची एक पत्रिका प्रकाशित होत असायची. सर्वप्रथम त्यातून गोविंद मिश्र यांच्या कथा प्रसिद्ध झाल्या होत्या. नंतरही ते वेळोवेळी कथा लिहित राहिले; पण त्यांना कथेचा सूर सापडला तो १९६५ च्या दरम्यान. तेव्हा ते धनबादला प्राप्तीकर अधिकारी होते. 'माध्यम' मासिकात त्यांची 'नये पुराने माँ-बाप' कथा प्रसिद्ध झाली. ती वाचकांनी डोक्यावर घेतली. गेली चार दशकं ते कथा लिहित आहेत. १९९७ ला शासकीय सेवेतून निवृत्त झाल्यापासून तर ते पूर्णवेळ लेखनच करतात.

काशीनाथ सिंह, गिरीराज किशोर, रमेश उपाध्याय, रवींद्र कालिया या आपल्या समकालीन कथाकारांपेक्षा डॉ. गोविंद मिश्र यांच्या कथा वेगळ्या वळणाच्या आहेत. विचारापेक्षा अनुभव व संवेदनेस साद घालणाऱ्या या कथा तशा समस्याप्रधान. त्या समकालीन प्रश्न चित्रित करतात. मूल्यांचे अध:पतन त्यांच्या चिंतेचा विषय बनून सतत कथा, कादंबऱ्यांतून पुढे येत असतो. ईर्ष्या, द्वेष, भ्रष्टाचार, खोटेपणा, लाचलुचपत, साऱ्यांवर या कथा हळूवार बिनटाक्याची शस्त्रक्रिया करत रोजच्या जगण्यातील माणसाचा गुंता सोडवत राहातात. गोविंद मिश्र यांची भाषा तशी साधी, सोपी, सरळ असली तरी गाव संस्काराची कूस सोडत नाही. म्हणून कथांत संयुक्त प्रांतातील बोलींचा वापर आधेमधे आढळतोच. 'पगला बाबा' ही त्यांची व्यवच्छेदक कथा. नि:स्वार्थ सेवा करणं आजच्या या स्वार्थांध काळात माणसास वेडं ठरवणारं कसं आहे

याचं मार्मिक वर्णन या कथेत आहे. 'चौखटे' कथेत डॉ. गोविंद मिश्रांनी आजच्या सुशिक्षित बेरोजगार तरुण पिढीचं वैफल्य मांडलं आहे. 'गिरफ्त' कथेत दत्तक कन्येच्या चित्रणातून निपुत्रिक बापाचे शल्य चित्रित केले आहे. 'ज्वालामुखी'त सावित्री नामक ससहाय्य स्त्रीचं अरण्यरुदन हृदयद्रावक ठरलं आहे, तर 'खाक इतिहास' एक प्रेमकथा म्हणून वाचनीय आहे. डॉ. गोविंद मिश्र यांच्या अधिकांश कथा या सत्य, न्याय, प्रामाणिकपणासारखी जीवनमूल्ये अधोरेखित करत राहातात. रंजनाबरोबर या कथा तुम्हास अधिक अस्वस्थताच देतात. यातच त्यांच्या कथेचे पाथेय व सार्थक्य आहे. ती कथा वाचून सोडता येत नाही. ती आयुष्यभर तुमचा पाठलाग करत राहाते.

डॉ. गोविंद मिश्र निबंधकार म्हणून आपण त्यांना जेव्हा पाहू लागतो तेव्हा लक्षात येतं की, जग पायी तुडवलेला हा साहित्यकार एक चिंतनशील सर्जक आहे. त्यांच्या लेखात, बोलण्यात जी एक खानदानी सभ्यता मी अनुभवली आहे त्यामागे त्यांचं चिंतनशील मन सतत अस्वस्थ असते. 'साहित्य का संदर्भ' (१९८५), 'कथाभूमी' (१९८७) आणि 'संवाद अनायास' (१९९३) या निबंधसंग्रहांतून दिसून येणारे डॉ. गोविंद मिश्र आत्मालोचक वाटतात. 'साहित्य संदर्भ' मध्ये त्यांचे १५ निबंध संग्रहित आहेत. त्यात त्यांनी लेखनाद्वारे समाज परिवर्तनाचे महत्त्व विशद केलं आहे. 'लेखक की जमीन' सारख्या निबंधात ते प्रेमचंद, जैनेंद्र, यशपाल यांच्यासारख्या पूर्वसूरी हिंदी कथाकारांची थोरवी गात, कृतज्ञता व्यक्त करत स्वतःतील कथाकाराचा शोध घेतात. प्रेमचंदांपुढे आपण किती खुजे आहोत. स्वतः व पिढी, काळ ही जेव्हा गोविंद मिश्र व्यक्त करतात तेव्हा त्यांच्यातल्या लेखकाचे प्रांजळपण ठळक होतं, अधोरेखित होते. कथा, कादंबरीचं समकालीन विश्व ते सतत वाचतात, विचार करतात. हे सारे या संग्रहातील निबंधांतून व्यक्त होत असतं. 'लेखक का होना' हा त्यांचा अस्वस्थ करणारा निबंध. यातील डॉ. मिश्र स्वतःला उसवू पहात आहेत असं वाटतं. मराठी वाचकांनी हे सारे मुळातून वाचायला हवं. यात लेखकाचे दुःख नि दुर्दशा वाचकास अंतर्मुख करते.

'कथाभूमी'तील निबंध हे आत्मपर होत. खरं तर निबंध एका अर्थानी लेखकाचा आत्मसंवादच असतो. यात त्यांनी बांद्यात आपली कथा कशी फुलली, ते स्वतः कसे लिहितात, त्यांची पात्रं कशी जन्माला येतात हे सारं अत्यंत मनःपूर्वक लिहिलेलं आहे. वि. स. खांडेकरांनी पण मराठीत स्वतःबद्दल विपुल लिहिले आहे. 'एका पानाची कहाणी' या आत्मकथेशिवाय लिहिलेल्या खांडेकरांच्या आत्मपर निबंधांची मी दोन संकलने संपादित केली आहेत. त्यांपैकी एक आहे 'पहिली पावलं'. ते मराठीतील पहिले साहित्यिक आत्मकथन होय. त्यात खांडेकरांनी आपल्या पहिल्या कथा, कादंबरी, लघुनिबंध, भाषण, समीक्षा, अनुवाद, पटकथा इत्यादींबद्दल लिहिलं आहे. 'कथाभूमी' दृष्टिकोण स्पष्ट करणारा संग्रह होय. खांडेकरांनी पण असे लेख, निबंध

लिहिलेत. मी त्यांचंही संपादन करून 'सशाचे सिंहावलोकन' प्रसिद्ध केलं आहे. डॉ. गोविंद मिश्रांना रवींद्रनाथ टागोर, मैथिलीशरण गुप्त, लोठार लुत्से इत्यादींबद्दल असणारा असाधारण आदर या निबंधांतून जागोजागी व्यक्त होतो. भाषा व शैलीचं विषयांप्रमाणेच असलेलं वैविध्य या निबंधांचे सौंदर्य खुलवतं. डॉ. गोविंद मिश्र या निबंधांतून वर्तमान काळातील साहित्य व साहित्यकार यांची दशा व दिशा इत्यादींबद्दल जे विचार व्यक्त करतात त्यातून त्यांची साहित्यविषयक आस्थाच प्रगट होते.

डॉ. गोविंद मिश्र वृत्तीने प्रवासी आहेत. त्यांनी नोकरीच्या नि अन्य निमित्ताने वेळोवेळी भारतभ्रमण केलं आहे. तसेच त्यांनी आंतर्देशीय सांस्कृतिक देवाणघेवाणांच्या निमित्ताने जर्मनी, चेकोस्लोवाकिया, हंगेरी, ऑस्ट्रेलिया या देशांच्या केलेल्या दौऱ्यांच्या निमित्ताने तेथील निसर्ग, माणसं, शहरं, पर्यटन स्थळं यांचं वर्णन आपल्या प्रवासवर्णनातून केले आहे. या प्रवासवर्णनाचं स्वरूप केवळ स्थल, काळ वर्णन नसून त्यानिमित्तानं केलेले सामाजिक, राजकीय, आर्थिक, धार्मिक, ऐतिहासिक विश्लेषण म्हणूनही त्यांचं साहित्यिक व सामाजिक महत्त्व आहे. 'धुंद-भरी सुर्खी' (१९७९), 'दरख्तों के पार...शाम' (१९८३) आणि 'झूलती झड़े' (१९८९) या प्रवासवर्णनांचा अभ्यास, वाचन करताना हे लक्षात येते. पैकी 'धुंद-भरी सुर्खी' इंडियन कौन्सिल ऑफ कल्चरल रिलेशन्सच्या विद्यमाने केलेल्या वरील चार राष्ट्रांच्या दौऱ्यांचं वर्णन होय; पण यात या देशांशिवाय डॉ. गोविंद मिश्र यांनी पाहिलेल्या फ्रान्स, बेल्जियमच्या वर्णनाचाही अंतर्भाव आहे. हिंदीत या पूर्वी अशा दौऱ्यांतून लिहिलेली राहुल सांकृत्यायन, देवेंद्र सत्यार्थी, अज्ञेय, यशपाल, डॉ. नगेंद्र, मोहन राकेश, निर्मल वर्मा यांची प्रवासवर्णने आहेत. ही सारी मंडळी पट्टीचे फिरस्ते (यायावर) होते, तसे डॉ. गोविंद मिश्रही! या प्रवासवर्णनाच्या अनुषंगाने डॉ. गोविंद मिश्र यांनी जागोजागी जी टीका-टिप्पणी केली आहे त्यातून देश-विदेशाबद्दलचा त्यांचा तुलनाभाव व लेखनामागील उद्देश स्पष्ट होतो. स्त्री, न्याय, निसर्ग, युद्ध, विवेक, नैतिकता, इतिहास, संस्कृती इत्यादी विषयींचा डॉ. गोविंद मिश्र यांचा दृष्टिकोण या प्रवासवर्णनांतून ध्यानी येतो. त्यांच्या 'झूलती झड़े'मधील महाराष्ट्र, मध्यप्रदेश, अंदमान-निकोबार, राजस्थान, केरळ, पूर्वांचल इत्यादी प्रदेशांचे वर्णन व आकलन थक्क करून सोडते. प्रतिभावंताची प्रतिभा म्हणजे 'तिसरा डोळा' का म्हटलं जाते त्याची ही वर्णने वाचताना प्रचिती येते. बस्तर, बंगालचा उपसागर, मेवाड़, सातपुडा पर्वत, त्रिवेंद्रम, सेव्हन सिस्टर्स इत्यादी वर्णने म्हणजे भारताची निसर्ग समृद्धी! यातलं तामिया रेस्ट हाऊसचे वर्णन वाचलं तरी लेखकाच्या निरीक्षण व वर्णनाची हातोटी लक्षात येते. या तीनही प्रवासवर्णनांची भाषा रसाळ असल्यानं आपण लेखकाबरोबर सारं जग पाहाण्यात दंग होऊन जातो. लेखक गाइड व आपण पर्यटक असा लेखक-वाचक संबंध निर्माण करणारी ही प्रवासवर्णनं रोचक खरी! मी यातले देश, प्रदेश, स्थळे पाहिली आहेत. ती डॉ. गोविंद

मिश्र यांना जशी दिसली तशी मला अर्थातच दिसली नव्हती हे मान्यच करायला हवं! 'प्रवासवर्णनाचे वाचन म्हणजे वाचकाचा अनुभव विस्तार असतो' हे विधान या प्रवासवर्णनांना चपखलपणे लागू पडतं.

माणूस नावाची गोष्ट कधी शिळी होत नाही असे सांगणारे हिंदी साहित्यिक डॉ. गोविंद मिश्र यांना भेटण्या-बोलण्याचा योग त्यांची 'पाँच आँगनोंवाला घर' कादंबरी आम्ही शिवाजी विद्यापीठाच्या अभ्यासक्रमात लावल्यानंतर आला होता. त्या निमित्ताने मी त्यांचं हाती लागेल ते साहित्य वाचले, अभ्यासले होते. कुठंही गेलं की आसपास भटकणारा हा माणूस कोल्हापूरला आल्यावर न विसरता पन्हाळगड पाहायला गेल्याचं आठवते. ही असते लेखकाची तहान व अस्वस्थता. एखादा लेखक सतत लिहितो, ते या निरंतर अस्वस्थतेतून. पाक्षिक 'सारिका' नी १९८२ साली प्रकाशित केलेली व अवधनारायण मुद्गल व प्रियंवद यांनी डॉ. गोविंद मिश्र यांची घेतलेली मुलाखत या निमित्ताने मला आठवते. त्यांची 'हुजूर दरबार' कादंबरी नुकतीच प्रकाशित झालेली होती. त्या पार्श्वभूमीवरची ही मुलाखत म्हणजे डॉ. गोविंद मिश्र यांचं मुक्तचिंतनच होतं, असं आजही आठवतं. त्यात त्यांनी सांगितलं होतं की, ''माणूस स्वप्न घेऊन जगत असतो. भारत स्वतंत्र झाला आणि देशात लोकशाही नांदू लागली. प्रत्येक भारतीय रामराज्याचं स्वप्न पाहू लागला. स्वातंत्र्याच्या ३५ वर्षांच्या प्रवास, विकासानंतर पदरी काय आलं तर भ्रमभंगाचे दुःख.. माणसाला इतिहास प्रिय असतो. तो काळाचे रवंथ करत गतकाळ कुरवाळत राहातो. त्याला गतकाळात नसतं जायचे; पण वर्तमानाचं वैषम्य भूतकाळाच्या वैभवाच्या पार्श्वभूमीवर सतत त्याला सलत राहाते.'' लेखक अशी सल आपल्या साहित्यातून व्यक्त करत असतो... मनुष्य रोज नवा होत राहातो. त्याला रोज नवे हवे असते. लेखकाचं काम नवे देणे असते... नवे निर्माण करणे असते. लोक म्हणून तर साहित्य वाचतात ना!

डॉ. गोविंद मिश्र एक साहित्यकार, चिंतक, वक्ता, विचारवंत म्हणून स्वतंत्रतावादी आहेत. एक विशिष्ट विचारप्रवाह त्यांना बांधत नसला तरी साऱ्या वाद, प्रवाहांचा त्यांचा अभ्यास लक्षात येतो. डॉ. मिश्र पूर्वनियोजित लिहित नाहीत. लिखाण करतानाच त्यांचे कथानक, पात्रं, विचार आकार घेतात. त्यांचे लेखन समाधीसारखं तादात्म्यानं घडत असते. म्हणून ते नेहमीच आशयगर्भ राहिले आहे. त्याचं लेखन प्रश्नांनी संपते. त्यांचे लेखन वाचकांपुढे प्रश्न ठेवून त्यासही विचार करायला भाग पाडतं. म्हणून असं म्हटले जाते की ''गोविंद मिश्र लेखक म्हणून वाचकास आपलेसे करतात व आपला दृष्टिकोण, विचार वाचकात प्रभावीपणे संक्रमित करतात.'' मग वाचक त्यांच्या दुसऱ्या रचनेचा शोध घेतो... मग तिसऱ्या आणि नंतर या लेखक शोधाचा एक न संपणारा प्रवास सुरू राहातो.

◆

स्त्रीवादी साहित्यकार : मैत्रेयी पुष्पा

प्रेमचंदांची कथापरंपरा विकसित करण्याचं कार्य विसाव्या शतकाच्या उत्तरार्धात कमलेश्वरांनी सशक्तपणे केलं. तेच कार्य एकविसाव्या शतकाच्या प्रथम दशकात जर कोणी केलं असेल तर ते मैत्रेयी पुष्पा यांनी. स्त्रीवादी साहित्याचा प्रखर स्वर म्हणजे त्यांच्या कथा, कादंबऱ्या, आत्मकथा, वैचारिक लेख व भाषणंही. बंगालीमध्ये तसलीमा नसरीन जशी पुरुषी अत्याचारांचं वर्णन अत्यंत निर्भयपणे करते तसेच हिंदीमध्ये मैत्रेयी पुष्पा करतात. साहित्यकाराच्या घडणीत अनुवांशिकता असते तशी परिस्थितीही. हे जरी खरं असलं तरी परिस्थितीशरण न होता आपल्या विवेकाच्या कसोटीवर माणूस मोठा होतो, याचे जिवंत उदाहरण म्हणून मैत्रेयी पुष्पांच्या जीवनकार्याकडे पहावे लागते.

मैत्रेयी पुष्पांचा जन्म ३० नोव्हेंबर, १९४४ रोजी अलीगढ जिल्ह्यातील सिकुर्रा गावी झाला. त्यांच्या वडिलांचं नाव हिरालाल तर आईचं नाव कस्तुरी होतं. मैत्रेयी पुष्पा दीड वर्षांच्या असतानाच वडील वारले. नंतर आईनं त्यांचा सांभाळ केला. वडिलांच्या मृत्यूनंतर मुलीसाठी म्हणून आईने ग्रामसेविकेची नोकरी पत्करली. आईच्या नोकरीमुळे मैत्रेयीचं बालपण नि शिक्षण खिल्ली, मोठ अशा ठिकाणी झालं. मैत्रेयीचे घराणे तसे शेतकरी. त्यांची सुमारे वीस एकर शेती होती. वडिलांच्या मृत्यूनंतर ती काकांनी बळकावल्यामुळे आई, आजोबांनी मैत्रेयीला शिकवलं, वाढवलं. पाचवीपासून ती कन्या गुरुकुलमध्ये शिकली. खिल्लीला हायस्कूल नसल्याने मोठला जाऊन येऊन मैत्रेयी शिकली. त्या काळात पायी चालत जाऊन शिकणारी ती एकमेव मुलगी. तिचे शिकणे हा साऱ्या गावाचा कुतूहल व चर्चेचा विषय असायचा. मैत्रेयी सुस्वरूप असल्याने हायस्कूल, कॉलेजमध्ये तिला लैंगिक छळाला सामोरं जावं लागलं; पण ती हटली नाही. डी. वी. इंटर कॉलेज, मोठ मधून ती सन १९६० मध्ये इंटर झाली. बुंदेलखंड कॉलेज, झाशीमधून मैत्रेयी

पुष्पांनी बी.ए.ची पदवी पूर्ण केली. पुढे तिथूनच त्या १९६४ मध्ये एम.ए. झाल्या. आईची इच्छा होती की तिनं पीएच.डी. करावी; पण गावचं वातावरण अनुकूल नव्हतं. मुलीची असुरक्षा आईस झोपू द्यायची नाही. हुंडा द्यायचा नाही, पत्रिका पाहायची नाही, अशा नव्या विचारांची मैत्रेयीची आई कस्तुरी मुलीला स्थळ पाहायला जायची ते डिग्री व मार्क्सलिस्ट घेऊन. आईच्या या पुरोगामीपणाचा मोठा प्रभाव मैत्रेयीच्या जीवन आणि साहित्यावर दिसतो. आईनं डॉ. रमेशचंद्र शर्मांचं स्थळ पक्कं केलं, ते केवळ गुणवत्तेवर. नवऱ्याला दिल्लीच्या एम्स या प्रख्यात संस्थेत नोकरी मिळाली व मैत्रेयी पुष्पा दिल्लीत आल्या. त्यांचा संसार सुखाचा झाला. नम्रता, मोहिता, सुजाता या तिन्ही मुलींना डॉक्टर केले. त्यांना स्वतंत्र बुद्धीने वाढू दिले. जीवनाचा जोडीदार निवडीचं स्वातंत्र्य देऊन त्यांनी आपलं स्त्रीवादी व्यक्तिमत्व सिद्ध केलं.

मैत्रेयी पुष्पांच्या साहित्य लेखनाचा प्रारंभ विवाहानंतर झाला. महाविद्यालयातील जीवनात त्यांनी आपली पहिली कविता 'बाडे की औरतों के लिए' लिहिली होती. विवाहानंतर मुलगी नम्रताच्या आग्रहावरून लेखनास सुरुवात केली. सुरुवातीस त्यांनी कविताच लिहिल्या. या सुरुवातीच्या कविता 'लकिरें' या संग्रहात समाविष्ट आहेत. तेच त्यांचं पहिले प्रकाशित पुस्तक होय. त्यांची पहिली कथा 'आक्षेप' सन १९९० मध्ये 'साप्ताहिक हिंदुस्तान' मधून प्रकाशित झाली होती. कविता संग्रहानंतर सन १९९० मध्येच 'स्मृतिदंश' कादंबरी प्रकाशित झाली; पण त्या बहुचर्चित झाल्या ते 'हंस' मासिकात प्रकाशित त्यांच्या कथांमुळे. संपादक, कथाकार राजेंद्र यादव यांनी त्यांच्या साहित्याच्या वेगळेपणाकडे हिंदी वाचकांचं लक्ष वेधलं अन् त्यांच्या एकामागून एक साहित्य- रचना प्रकाशित होत राहिल्या. आजमितीस त्यांच्या ११ कादंबऱ्या, ४ कथासंग्रह, ३ वैचारिक स्त्रीवादी ग्रंथ, १ आत्मकथा, १ नाटक असं विपुल साहित्य प्रकाशित असून विद्यापीठ अभ्यासक्रमात अंतर्भाव, पुरस्कार अशांमुळे ते लोकादरास पात्र ठरलं आहे.

आज हिंदी साहित्यात त्यांची ओळख स्त्रीवादी कथाकार म्हणून रूढ आहे, ती कादंबऱ्यांमुळे. 'बेतवा बहती रही' (१९९५) या कादंबरीत मैत्रेयी पुष्पांनी फ्लॅशबॅक शैलीनं ग्रामीण विधवा युवतीचे दु:ख चित्रित केलं आहे. बुंदेलखंडमध्ये त्या शिकल्या, वाढल्या, त्या काळातील निरीक्षण, अनुभवांचं प्रतिबिंब या कादंबरीत आहे. बुंदेलखंडी बोलीची त्यांना चांगली जाण असल्याने तिचा वापर करून या कादंबरीत तिथलं लोकजीवन त्यांनी सजीव बनवले आहे. नंतरच्या 'इदन्नमम' (२०००) कादंबरीत त्यांनी विस्थापित मजुरांची समस्या मांडली आहे. मंदाकिनी ही या कादंबरीची नायिका आदर्शवादीच म्हणायला हवी. ती अविवाहित राहून समाज परिवर्तनात स्वत:ला गाडून घेते. ही कादंबरी वाचताना हिंदी वाचकांना प्रेमचंदांची,

तर मराठी वाचकांना वि. स. खांडेकरांची आठवण झाल्याशिवाय राहात नाही. 'चाक' (१९९७) कादंबरीत मैत्रेयी पुष्पांनी पंचायत राज्यव्यवस्था विकासात स्त्री नेतृत्वास संधी मिळाली तरी निर्णय अधिकार पुरुषांकडे कसे असतात याचं मार्मिक वर्णन करून या परिस्थितीत स्त्रियांनीच आपले हक्क बजावून परिवर्तन केलं पाहिजं असं त्या निक्षून सांगतात. याच विषयावरील त्यांची 'फैसला' कथा मात्र यापुढे जाणारी असून त्या कथेत पत्नी नवऱ्याचा निवडणुकीत पराभव करून स्त्रीमताचं महत्त्व अधोरेखित करताना दाखवलं आहे. ती त्यांची श्रेष्ठ कथा मानली जाते. 'झूला नट' (१९९९) कादंबरी परित्यक्त स्त्रीची वेदना व्यक्त करते. पती, सासूशी संघर्ष करणारी या कादंबरीची नायिका शीलो प्रेरक चरित्र म्हणून समोर येते. 'अल्मा कबूतरी' (२०००)त मैत्रेयी पुष्पा कबुतरा जनजातीचं चित्रण करताना दिसतात. आपल्या समाजात काही जाती अपराधी मानल्या जातात. पोलिसांचा ससेमिरा त्यांच्यामागे असतो. शिवाय समाज संशयाने ही जमात सदैव गाव परिघाबाहेर राहाते. आपल्याकडे बेरड, रामोशी जशा जाती तशी ही कबूतरी. म्हटलं तर ही दलित कादंबरी. मैत्रेयी पुष्पांनी लिहिलेल्या पहिल्या 'स्मृतिदंश' कादंबरीची सुधारित आवृत्ती म्हणजे 'अगनपाखी' (२००१). सरंजामी शोषणावर ही आधारित आहे तर 'विजन' (२००२) डॉक्टरी व्यवसायाचे अंतरंग स्पष्ट करते. नवरा व तीन मुलींच्या डॉक्टर असण्याने या व्यवसायाची घनिष्ठता व बित्तम्बातमी वर आधारित ही कादंबरी लिहिली गेली. 'कस्तुरी कुंण्डल बसै' (२००२) म्हटली तर कादंबरी व म्हटली तर आत्मकथा. या आत्मकथनात्मक कादंबरीत त्यांनी स्वचरित्र स्पष्ट केलं आहे. हेतू आत्मकथेचाच; पण काही निसटत्या प्रसंगांना वास्तव रूप देणे कठीण म्हणून कादंबरीचा बाज आणलेला. स्त्रीला एकविसाव्या शतकातही आपलं चरित्र खुलेपणानं लिहिता येत नाही. आपल्या समाजाचे मागासलेपण व स्त्रीकडे अजून काचेचंच भांडे म्हणून कसं पाहिले जाते याचा हा पुरावा. 'कही ईसुरी फाग' (२००४) बुंदेलखंडी प्रेमकथा म्हणून रोचक. लोककवी ईसुरी व त्याची प्रेयसी रजऊची ही प्रेमकहाणी त्या परिसरात आख्यायिका म्हणून प्रसिद्ध आहे. तिचा काल्पनिक विस्तार म्हणजे ही कादंबरी. मैत्रेयी पुष्पा यांनी ऋतुचं काल्पनिक चरित्र निर्माण करून आख्यायिकेस आधुनिक रूप दिले आहे. 'त्रिया हठ' (स्त्री हट्ट) (२००६) ही मैत्रेयी पुष्पांची आजमितीची शेवटची कादंबरी. 'बेतवा बहती है' या कादंबरीची ही उत्तर अथवा विकास कथा होय.

मैत्रेयी पुष्पा यांच्या कादंबऱ्या स्त्री जीवनाचा विचार करणाऱ्या असल्याने या सर्व कादंबऱ्यांचे केंद्र स्त्री समस्या राहिली आहे. त्यांची अधिकांश स्त्री पात्रं ही वास्तववादी असली तरी त्यांची मानसिकता पुरोगामी दिसून येते. मैत्रेयी पुष्पांची पात्रं संघर्षशील असतात. या कादंबऱ्यांमधून पुरुषसत्ताक व्यवस्थेस व पुरुषी

मानसिकतेस एक प्रकारचं आवाहन आढळते. यातील स्त्री गुलाम नाही. असेलच तर ती सहधर्मिणी. या त्यांच्या नव विचारांमुळे मैत्रेयी पुष्पांना तरुण व नवशिक्षित वाचकवर्गानं डोक्यावर घेतले. विचारांची स्पष्टता व आक्रमक वृत्ती यामुळे त्यांच्या कादंबऱ्या केवळ मनोरंजक वा वेळ काढायचं साधन बनून राहात नाहीत तर त्या समाजपरिवर्तन व स्त्रीविकासाच्या वाहक बनतात. त्यांच्या कादंबऱ्यांची शीर्षकं छोटी असली तरी प्रतीकात्मक, आशयगर्भ असल्याने आकर्षक असतात. शीर्षकातच कादंबरी वाचण्याची जिज्ञासा सामावलेली असते. त्यांच्या सर्व कादंबऱ्या मैत्रेयी पुष्पांच्या 'स्व' निरीक्षण व 'स्व' दृष्टी होऊन येतात.

कादंबऱ्यांबरोबर मैत्रेयी पुष्पांनी श्रेष्ठ अशा कथा हिंदीत लिहिल्या आहेत. त्यांच्या 'चिह्नार' (१९९१) कथा संग्रहातील गोष्टींमधून मैत्रेयी पुष्पांनी एकत्र कुटुंब, नागरीकरण, स्त्री शिक्षण, स्त्रियांचे समाज व घरातील स्थान, विजोड विवाह, जातीभेद, बदती जीवनमूल्यं इत्यादी प्रश्नांवर आवाज उठवत आपली मतं मांडली आहेत. 'ललमनियाँ' (१९९६) हा त्यांचा अत्यंत गाजलेला कथासंग्रह. याचा अनुवाद मराठीत येईल तर तो मराठी कथेस पुढे नेईल. या संग्रहात एकूण १० कथा आहेत. 'फैसला' ही राजनैतिक पटलावर स्त्रीशक्तीचा उदय चित्रित करणारी कथा याच संग्रहातली. ती मुळातूनच वाचल्याशिवाय वसुमतीची प्रज्ञा कळणार नाही. या कथेवर 'वसुमती की चिठ्ठी' ही टेलिफिल्मही तयार करण्यात आली असून ती कथेप्रमाणेच बहुचर्चित ठरली. यातल्या 'बोझ' कथेत शिक्षित, नोकरी करणाऱ्या स्त्रीची कसरत फार प्रभावीपणे मैत्रेयी पुष्पा यांनी चित्रित केली आहे. 'पगला गयी भागवती' व 'तुम किसकी हो बिन्नी' या कथाही मोठ्या प्रत्ययकारी होत. 'गोमा हँसती है' (२००६) कथासंग्रहही असाच आहे.

'गुड़िया भीतर गुड़िया' मैत्रेयी पुष्पा यांची आत्मकथा होय. यात प्रामुख्याने त्यांनी आपल्या साहित्यिक जीवनाची चर्चा केली आहे. ती करताना त्यात त्या कोणताच संकोच बाळगत नाहीत किंवा कुणाची भीडभाडही त्या ठेवत नाहीत. त्यांच्या अन्य लेखनाप्रमाणेच ही आत्मकथा एक निर्भय व निर्मळ स्वजीवन होय.

मैत्रेयी पुष्पा यांच्या या जीवन व साहित्याचं आकलन करताना लक्षात येते की, ग्रामीण जनजीवन, महिला सबलीकरण व जागृती आणि प्रदेश विशेषांचं चित्रण ही उद्दिष्टं डोळ्यांसमोर ठेवून त्यांनी लेखन केले नि करत आहेत. स्त्री विकास हे त्यांच्या लेखनाचं ध्येय आहे. व्यक्तिगत जीवनही आडपडदा न ठेवता प्रामाणिकपणे कथन करण्याचे त्यांचे धाडस हे त्यांच्या व्यक्तिमत्त्वाच्या पारदर्शीपणातून येताना दिसतं. प्रसंगी पतीसही आरोपीच्या पिंजऱ्यात उभं करण्याचे साहस त्याच करू जाणे. त्यांच्या लेखनावर प्रेमचंद व फणिश्वरनाथ रेणूंचा प्रभाव आढळतो; पण अनुकरण नाही. त्यांचं प्रत्येक लेखन चर्चित होत गेलंय. कारण प्रत्येक वेळी त्या

नवे सांगतात. जे सांगतात तेही नव्या शिल्प, शैली, भाषेतून. त्यामुळे मैत्रेयी पुष्पांचं लेखन, साहित्य आशयगर्भ असतं आणि कलात्मकही! त्यांचं तसं नाव पुष्पा रमेशचंद्र शहा; पण मैत्रेयी पुष्पा हे आई-वडील पुकारत असलेल्या नावाचे संयुक्त रूप. वडील तिला मैत्रेयी म्हणून हाक मारत तर आई पुष्पा. यातही त्या स्वातंत्र्य घेऊन आपला स्वतंत्रबाणा सिद्ध करतात. मैत्रेयी पुष्पांना मी भेटलो आहे. कठोर विचाराच्या परंतु सभ्य व्यवहार, साधी रहाणी यांतून त्यांचे सरळपणच ठळक होतं.

◆

अस्वस्थ कथाकार : संजीव

हिंदी कथा, कादंबरीच्या प्रांगणात वैविध्यपूर्ण लेखन प्रेमचंद, यशपालांच्या नंतर जर कोणी केलं असेल तर ते कथाकार संजीव यांनी. 'हंस' मासिकाचे संपादक राजेंद्र यादव एका मुलाखतीत म्हणाले होते की, 'संजीव का वैविध्य और रेंज चौकाता है।' आणि ते खरंही आहे. १० कादंबऱ्या, १० कथासंग्रह, २ बाल कादंबऱ्या, १ नाटक, १ प्रवासवर्णन, असं विपुल लिहिणारा हा साहित्यकार केवळ संख्या बळावर मोठा ठरत नाही, तर विचारगर्भ लेखन हा त्याचा पाया आहे. रंजनापेक्षा चिंतनक्षम लिहिण्याकडे त्यांचा कल आहे. त्यांनी जे लिहिले त्यात स्वानुभव कमी. संजीव उघड्या डोळ्यानं समाज पहातात नि डोळसपणे लिहितात. मार्क्सवादाचे ते समर्थक असल्याने समाजातील वंचित, उपेक्षितांबद्दल त्यांच्या मनात उपजत कळवळा आढळतो. त्यात गळा काढण्याचा भाग नाही. अगदी नक्षलवादींबद्दलही ते आस्थेने विचार करतात. अशी सहानुभूतीची व्यापकता संजीवमध्ये आढळते. मनाने हळवे असलेले संजीव कथांमध्ये कठोर दिसतात. त्यांच्या कथा, कादंबऱ्यांत पुरुष चरित्रे केंद्रीभूत असतात. पुरुष बदलल्याशिवाय स्त्रीस न्याय नाही यावर ते ठाम आहेत. विज्ञान की अध्यात्म यांत मनुष्य-हितवर्धक विज्ञानाच्या बाजूने त्यांचा कौल असतो. समग्र लेखनातून संजीव यांचे पुरोगामीपण अधोरेखित होत असते.

रामसंजीवन प्रसाद हे त्यांचं मूळ नाव. त्यांनी आपली पहिली कथा 'किस्सा एक बीमा कंपनी की एजैंसी का' ही 'सारिका' पाक्षिकास पाठवली. नवकथाकार कमलेश्वर त्यावेळी 'सारिका'चं संपादन करत. त्यांनी नावातले उपसर्ग व प्रत्यय काढून त्यांचं संक्षिप्त नाव 'संजीव' केले नि तीच त्यांची हिंदी साहित्यातली ओळख ठरून गेली. संजीव हे बांगरकला या छोट्या खेड्यात जन्मले. उत्तर प्रदेशातील अवध प्रांतातील सुलतानपूर जिल्ह्यातले हे छोटे गाव. त्या छोट्या गावातली एक छोटी वस्ती आहे पांडेयपुरा. तिथं ६ जुलै, १९४७ रोजी संजीव यांचा जन्म झाला.

वडिलांचे नाव शामशरण प्रसाद तर आईचं राजीदेवी. गरीब कुटुंब. संजीव यांचे बालपण इथंच गेलं. त्यांचे काका पश्चिम बंगालमधील कुलटी इथे कारखान्यात मजूर होते. ते आपल्याबरोबर संजीवला शिक्षणासाठी घेऊन गेले. संजीव आठ-नऊ वर्षांचेही झाले नसतील, एका सुट्टीत त्यांचं लग्न झाले. कळायच्या आधीच ते संसारी झाले. पुढे शिकत शिकत बी.एस्सी. झाले रसायनशास्त्रात. तेव्हा ते आसनसोलच्या बी.बी. कॉलेजमध्ये होते. काकांच्या ओळखीने आणि त्यांच्या स्वत:च्या प्रयत्नांनी इंडियन आयर्न अँड स्टील कंपनीत त्यांना केमिस्ट म्हणून नोकरी मिळाली. जीवनाचा अधिकांश काळ कुलटीतच गेला. इथेच ट्रेड युनियन, मार्क्सवाद, नक्षलवाद साऱ्याचं त्यांना दर्शन घडलं. प्रारंभिक वाचन, मनन, चिंतन, अनुभव इथलं. ते आयुष्यभर व्यापलेले नि साहित्यभर पसरलेले आढळते.

'तीस साल का सफरनामा' (१९८१), 'आप यहाँ है' (१९८४), 'भूमिका और अन्य कहानियाँ' (१९८७), 'दुनिया की सबसे हसीन औरत' (१९९०), 'प्रेतमुक्ति' (१९९१), 'प्रेरणास्रोत और अन्य कहानियाँ' (१९९६), 'ब्लैक होल' (१९९७), 'डायन और अन्य कहानियाँ' (१९९९), 'खोज' (२०००) हे त्यांचे काही कथासंग्रह. यांतून १०० च्या घरात कथा संग्रहित आहेत. पैकी 'तिरबेनी का तडबन्ना', 'ब्लैक होल', 'घर लौटो दुलरीबाई', 'अंतराल', 'भूखे रीछ', 'नेता', 'कन्फेशन', 'चूतिया बना रहे हो', 'प्रेतमुक्ति', 'डायन', 'दुनिया की सबसे हसीन औरत' या त्यांच्या गाजलेल्या कथा. या कथांतून संजीव आपल्यापुढे येतात ते लोकहितवादी संवेदनशील कथाकार म्हणून. संजीव आपणास कथा ऐकवतात. त्यांच्या प्रत्येक कथेमागे स्वाध्याय असतो. प्रत्येक कथा काहीतरी नवं सांगू पाहाते. चित्रित केले नि संपले असे त्यांच्या कथांचे असत नाही. खरं तर त्यांची कथा वाचून संपली की वाचकाचा आत्मसंवाद सुरू होतो. वाचून संजीव यांची कथा सोडता येत नाही. त्यातले विचार, घटना, पात्रे तुमचा पिच्छा पुरवतात. वेताळासारखे ते तुमच्या पाठकुळीवर बसून उत्तराचा उच्छाद मांडतात. परिस्थिती बदलाचा आग्रह धरणारी ही संजीव यांची कथासृष्टी. ती कधीच कागदी बाणांवर पोसली नाही. उलटपक्षी 'चक्षुर्वैसत्यम्'च तिचा आधार राहिला. टॉल्सटॉयनी आपल्या जीवनाच्या उत्तरायणात एकदा एक शल्य बोलून दाखवले होते, 'इतके लिहिले पण काहीच बदलले नाही', तोच प्रश्न संजीव यांचा कथाकार म्हणून आहे. 'यह दुनिया ऐसी क्यों है? कब तक बर्दाश्त करते रहे इसे?'

आज आपण जागतिकीकरण, भोगवादाच्या काळातून जात आहोत. या काळाचे प्रश्न संजीव यांनी 'नस्ल' आणि 'ब्लैक होल' सारख्या कथांतून मांडले आहेत. त्यांच्या कथांची भाषा ही कथारूप, पात्ररूप असते. भोजपुरीसारखी बोली त्यांना अवगत आहे. त्याची सहज अभिव्यक्ती काही कथांत आढळते. विषय वैविध्याबरोबरच

त्यांच्या कथांत शैलीवैविध्य दिसतं. महागाथात्मक शैली पाहायची असेल तर 'जीवन के पार' कथा वाचायला हवी, तर 'संतुलन'मध्ये मुलाखत शैली आहे. तिकडे 'नकाब', 'धुआँता आदमी' मध्ये फँटसी आहे. ग्रामीण व नागरी वातावरणाच्या अनेक कथा संजीवनी लिहिल्या आहेत. त्यांच्या कथांचा पट विस्तृत असतो. कथेत अनेक पात्रे असली तरी प्रत्येक कथा एक व्यवच्छेदक पात्र देऊन जाते. संजीव यांच्या कथेची नावं छोटी, सुटसुटीत पण चपखल असतात. त्यांच्या कथांचा घाट एकात्म असतो. ढिसाळ, सैल कथा सहसा सापडणार नाही. अधिकांश पात्रे वंचित, उपेक्षित. त्यांचं दु:ख हे कथेचे केंद्र असते. कथाकार संजीव यांना काहीतरी सांगायचे असतं म्हणूनच ते लिहितात. त्यामुळे कथा वाचली अन् हाती काही लागले नाही, असे सहसा घडत नाही.

'किसनगढ के अहेरी' (१९८४), 'सर्कस' (१९८४), 'सावधान! नीचे आग है' (१९८६), 'धार' (१९९०), 'पाँवतले की दूब' (१९९५), 'जंगल शुरु होता है' (२०००), 'सूत्रधार' (२००२) आणि नुकतीच प्रसिद्ध झालेली 'रह गई दिशाएँ इसी पार' (२०१३) या सर्वच कादंबऱ्यांतून संजीव यांनी विसाव्या शतकाचा उत्तरार्ध चित्रित केला असून आता ते एकविसाव्या शतकावर भाष्य करण्यासाठी सज्ज झाले आहेत. एका प्रदेशविशेषाचे चित्रण, एखादी समस्या, एक विचार, विध्वंसन असं कशानं तरी संजीवना बेचैन केल्याशिवाय त्यांची कादंबरी जन्माला येत नाही. कादंबरीचं कथाबीज रुजले की त्यावर ते सर्वांगी विचार करतात. त्या विषयाचं सर्वांगीण वाचतात. प्रवास करतात, भेटी देतात. माणसांना शोधून काढून भेटतात. त्यांच्याशी बोलतात. एकाच वेळी अनेक विषय त्यांच्या डोक्यात असतात. सतत विचारात अस्वस्थ संजीव मी जवळून अनुभवले आहे. 'साधी रहाणी आणि उच्च विचारसरणी' असे त्यांचे मला भावलेले व्यक्तिमत्व.

'किसनगढ का अहेरी' ही कादंबरी म्हणजे एका दीर्घ कथेचा विस्तार असं मानलं तरी कादंबरिकाच. समाजातील तळागाळाचे प्रश्न मांडण्यासाठी लिहिलेली ही कादंबरी प्रश्न विचारते की, 'आजादी किस के लिए? कैसी आजादी? उनके लिए जो महलों में रहते हैं या उनके लिए जो दोहित और शोषित है?' असा मार्क्सवादापासून सुरू झालेला त्यांचा कादंबरी विस्तार, विकास 'रह गई दिशाएँ इसी पार'पर्यंत येत व्हाया विज्ञान आध्यात्म आणि माणूस अशा नव्या शोधापर्यंत येतो; पण शोध थांबलेला नाही... लेखन थांबलेले नाही याची प्रचिती सदर कादंबरी देते. 'सर्कस' कादंबरीमध्ये प्रेमकथा असली तरी सर्कसीचे विश्व, दैन्य, शोषण चित्रित करून नवं जग दाखवायचा आग्रह स्पष्ट आहे. 'धार' कादंबरीचे विकसित रूप म्हणून 'सावधान! नीचे आग है' कादंबरीकडे पाहावे लागते. यातले चंदनपुर म्हणजे आपले चंद्रपूरच. कोळशाच्या खाणीवर उभे असलेलं शहर म्हणजे पोखरलेल्या

अंतरभूमीवर उभा डोलारा... केव्हा तो पृथ्वीच्या पोटात गडप होईल सांगता नाही येणार! त्यात पाणी शिरलं की खाणीतील सर्वांना जलसमाधी. हे सारं अंगावर येणारं जग वाचण्यासही धाडस लागते. 'जंगल जहाँ शुरु होता है' कादंबरी आदिवासींच्या हक्कांच्या लढाईची संघर्षगाथा व शासनाच्या दडपशाहीची क्रौर्यकथा म्हणून पुढे येते. या साऱ्या कादंबऱ्यांतून संजीव मौलिक विषय चित्रित करतात. प्रश्नांच्या सर्व पैलूंचा अभ्यास असतो; पण उद्देशानुसार चित्र प्राधान्य ठरल्यानं या कादंबऱ्या अपेक्षित प्रभाव निर्माण करतात. कादंबरी विस्ताराचा वापर संजीव साक्षेपी विचार स्पष्ट करण्यासाठी करतात. प्रेमचंद, रेणू या हिंदी कादंबरींची परंपरा विकसित करणारे संजीव अनुकरण मात्र कधी करत नाहीत. त्यांची स्वत:ची वाट-वहिवाट असते नि विचार, व्यवस्थाही!

संजीव यांचे सारे साहित्य म्हणजे भोगलेल्या जीवनाचा पुनर्शोध नि पुनर्बोध! आपल्याला जे सोसावं लागलं ते पुढच्या पिढीस सोसावं लागू नये म्हणून त्यांची शब्दांशी झटापट अहोरात्र सुरू असते. संजीव यांना स्वास्थ्य, उसंत, चिंतामुक्त वेळ (जो लेखनासाठी अनिवार्य असतो!) कधीच मिळाला नाही. त्यांच्याच शब्दात सांगायचं झालं तर 'धुंदचि धुंद मागे-पुढे', 'धुक्यात हरवली वाट' असेच सारे हताश, दिग्भ्रमित जीवन! तरीही हा लेखक का लिहित राहतो? त्याच्याच शब्दांत सांगायचं तर, ''लिखना मेरे लिए महज मनोरंजन का साधन कभी नहीं रहा। पात्रों और परिस्थितियाँ, काल और इसकी कारक शक्तियों के द्वंद्व से गुजरने का यह एक रूहानी (आत्मिक) सफर था, जो धीरे-धीरे स्वाध्याय, अनुभव और संवेदना से पुष्ट होता रहा, जिसकी परतों से गुजरते हुए बाहर से अंदर और अंदर से बाहर की इस यात्रा में जीवन और लेखन को एकमेक हो जाना चाहिए था, एक अल्प अवधि तक हुआ भी पर बाद में जिंदगी पिछड़ती गई।'' हे मागे पडल्याचे शल्य त्यांच्या समग्र साहित्यावर कारुण्याची एक अदृश्य झालर घालत राहाते. संजीव यांचे सारं लेखन शरच्चंद्रांसारखं... एक वेळ एका प्रसंगाचं वर्णन दुसऱ्या तशाच प्रसंगात परत कधी मिळणार नाही... प्रत्येक वेळचं ऊन, पाऊस, थंडी, धुकं, शेत नवं! एकेक कथाबीज तर लोणच्यासारखे वर्षानुवर्षे मुरत रहातं. 'ऑपरेशन ब्लॅक पँथर' कथाबीज आकार घ्यायला... मूर्त रूप यायला तप जावे लागलं. काही कथाबीजे भरपूर त्रास देतात. ऐकता ऐकत नाहीत, हटून बसतात असेही होतं. तर कधी विजेसारखं अचानक चमकतं... पण अपवाद असतं ते. संजीव यांना साहित्यकार म्हणून समजून घ्यायचं तर त्यांचे जीवन माहीत हवं. डॉ. रवीशंकर सिंह यांनी त्यांच्यावर एक सुंदर लेख लिहिला आहे. 'संजीव की रचना-सृष्टि के उत्प्रेरक घटक' एखाद्या व्यक्तीचं जीवन ललित गद्य काव्याच्या रूपात कसे मांडायचे त्याचा हा वस्तुपाठ. हा लेख वाचताना प्राचार्य राम शेवाळकरांनी सुरेश भटांवर 'अंतर्नाद' मासिकात

लिहिलेला 'करपलेला झंझावात' मराठी वाचकांना आठवल्याशिवाय राहाणार नाही. दोन्हीत एकच कारुण्य, एकच शोकांतिका... कारणं मात्र भिन्न ! संजीव यांनी एका ठिकाणी लिहिलंय, "लेखनानी मला काय दिले? नाही सांगता येणार; पण एक गोष्ट मात्र नक्की, लेखनानं माझ्या स्वत्वाचा विकास केला. माझी समज आणि विचारांच्या कक्षा त्यानं रुंदावल्या. सर्वांत महत्त्वाचे म्हणजे लेखनामुळे नेहमी पहिल्यापेक्षा अधिक समजदार बनत गेलो. ते माझ्या रोमरोमातून क्षणोक्षणी व्यक्त होत राहातं." संजीव यांचे लेखन नित्य नवे का असते याचच रहस्य त्यांनी एकापरीनं यातून स्पष्ट केलं आहे.

संजीव यांची लेखक म्हणून महत्त्वाकांक्षा काय असावी?... 'एक बार मैं प्रेमचंद को छूना चाहता हूँ।' मला एक तरी गोष्ट प्रेमचंदांसारखी लिहिता आली पाहिजे. हे खरं आहे.... कोणता लेखक श्रेष्ठ साहित्य लिहू शकतो तर ज्याला लिहिल्याचं असमाधान असतं. संजीव यांनी विचार म्हणून वंचित, उपेक्षितांचा वकील होणं पसंत केले. त्यामुळे समग्र साहित्यात त्यांचेच पक्षकार म्हणून ते पुढे येतात. स्वाध्याय त्यांच्या लेखनाची पूर्वअट असते. तशी निष्कर्षही ! गोलमाल लिहिणं त्यांना जमत नाही. भगतसिंहांबद्दल त्यांच्या मनात असलेला विलक्षण आदरभाव मला माहीत आहे. मादाम मेरी क्युरी त्यांच्या लेखी आदर्श स्त्री आहे. जीवनात जे वास्तव व सत्य तेच संजीव लिहितात... निखळ सत्य. जसे अदम गोंडवी, अजयकुमार (जौनपूर) हे त्यांचे प्रिय लेखक. त्यांच्यावर संजीवना काही लिहायचं आहे. भविष्यात ते आपणास वाचावयास मिळेल. असाच त्यांचा शोध राजर्षी शाहू महाराजांबद्दल सुरू आहे, हे ऐकून महाराष्ट्रीयांना आश्चर्य वाटेल; पण संजीव एक वाचक, विचारक म्हणून मोठे चिकित्सक, चोखंदळ आहेत. संजीव आपल्या साहित्यातून व्यक्तिगत जीवन सदैव अस्पर्श ठेवत आलेत. त्यामुळे त्यांच्या साहित्यात एक उणीव राहून जाते. ते साहित्य सांगतं प्रभावीपणे, पण प्रत्येक वेळी ते जाणवेल याची खात्री नाही देता येत.

अलिकडच्या काळात संजीव प्रेमचंदांनी स्थापन केलेल्या 'हंस' मासिकाचे कार्यकारी संपादक होते. त्यातून त्यांच्या संपादन कौशल्याची जाणीव स्पष्ट होते. ते आजकाल अनेक शोधवृत्ती स्वीकारतात. त्यातूनही नवे देण्याचा त्यांचा प्रयत्न असतो. त्यांच्या काही कथांवर टेलिफिल्मही आजकाल बनत आहेत. 'सावधान! नीचे आग है' कादंबरीवर आधारित 'काला हिरा' फिल्म सहज लक्षात येते ती प्रभावी प्रश्नामुळे. वर्ध्याच्या आंतरराष्ट्रीय महात्मा गांधी केंद्रीय विद्यापीठात गेले काही दिवस ते महाराष्ट्रातील शेतकऱ्यांच्या आत्महत्येवर एका लेखकवृत्ती अंतर्गत काही लिहित आहेत. (असं काही करावं असं कुठल्या मराठी लेखकाला वाटल्याचे ऐकिवात नाही!) ही असते लेखकीय संवेदनेची पावती.

संजीव साहित्यकार म्हणून जितके श्रेष्ठ तितकेच माणूस म्हणूनही! आपल्या आसपास असलेलं माणसातलं वैयर्थ्य अनुभवून; पण वास्तवात 'ब्र' न काढणारे संजीव साहित्यात मात्र उच्चारव करताना मी पाहातो तेव्हा लोकव्यवहारात अहिंसक आचरण करणारा लेखक 'एक तो संयमी खरा' वाटल्यावाचून राहात नाही. साधना कथा संमेलनाचं त्यांनी कोल्हापूरला उद्‌घाटन केलं होतं (२०१०). त्या भाषणात ते म्हणाले होते, 'नोबेल, बुकर पुरस्कारांची अपेक्षा करण्यापेक्षा वाचक पुरस्कार मला अधिक मोलाचा वाटतो'. वाचक प्रमाण मानून लेखन करणारे कथाकार संजीव कस्तुरीमृगासारखे नव्याच्या शोधात भटकतात खरे; पण नव्याचा जन्म नित्य त्यांच्या मनीमानसीच होत असतो, हे त्यांचे साहित्य नित्य सांगत असतं, नवा फेर धरत, नवा विचार देत.

◆

आत्मभान देणारा कवी : डॉ. केदारनाथ सिंह

"माझी कविता पुरोगामी विचार आणि उच्च मानवी मूल्य प्रतिबिंबित करते की नाही, मला नाही सांगता येणार. पण त्यांच्याबद्दल माझ्या मनात असलेला विश्वास व आस्था, एक तळमळ जरूर आहे. ती मी अत्यंत प्रतिकूल परिस्थितीतही जपली आहे नि जपत राहीन" असं समाजाला आपल्या कवितेतून सतत आश्वस्त करणारे हिंदी कवी केदारनाथ सिंह यांना सन २०१३चा भारतीय ज्ञानपीठ पुरस्कार यांना जाहीर होणं अपेक्षित अशासाठी होतं की वर्तमान काळात त्यांच्या इतकी प्रगल्भ व अस्वस्थ करणारी कविता लिहिणारा दुसरा कवी दिसत नाही.

केदारनाथ सिंह हिंदीत सन १९५२च्या दरम्यान लिहू लागले. त्यावेळी काशीच्या उदय प्रताप कॉलेजचा हिंदी साहित्यविषयी दबदबा होता. आजचे हिंदीतील ज्येष्ठ समीक्षक डॉ. नामवर सिंह, माजी पंतप्रधान विश्वनाथ प्रताप सिंह, त्रिलोचन शास्त्री वगैरे कवी मंडळी तरूण होती. महाविद्यालयीन युवक म्हणून 'शब्द', 'सारवी' सारखी नियतकालिकं चालायची. कवी मैथिलीशरण गुप्त, हरिवंशराय 'बच्चन', शिवमंगल सिंह 'सुमन' सारख्या कवींना बोलवून कवी संमेलनं करत. तिकडे काशी बनारस हिंदु विद्यापीठात डॉ. हजारी प्रसाद द्विवेदींसारखा प्रखर विचारवंत साहित्य साधनेत रममाण झालेला. 'बाणभट्ट की आत्मकथा' सारखी त्यांची कादंबरी, 'अशोक के फूल' सारखा निबंधसंग्रह प्रकाशित झालेला लखनऊ विद्यापीठानं डी. लिट् ही सन्मान पदवी बहाल केलेली. गंगेच्याकाठी हिंदी साहित्य संस्कृतीची चळवळ उदयोन्मुक होत असताना केदारनाथ सिंह आपली गीतं लयीत सादर करून मंच काबीज करत उत्तर प्रदेशाची गावं मागं टाकून पोट भरायला काशी सारखं अभयस्थळ त्यावेळी नव्हतं. शहरात शरीर आणि मन गावात गुंतलेला मोठा वर्ग काशीच्या कुशीत विसावलेला त्यांना केदारनाथांच्या गीतात आपले प्रतिबिंब

दिसायचे अन त्यांची गीते 'बहुत खूब' दाद घेत रहायची.

तो काळ हिंदीच्या प्रयोगवादी काव्याचा होता. कवी अज्ञेय यांनी 'पहिला तारसप्तक' (१९४३), 'दुसरा तारसप्तक' (१९५१) नंतर 'तिसरा तारसप्तक' सन १९६६मध्ये प्रकाशित केला तेव्हा त्यात केदारनाथ सिंहांच्या एक-दोन नाही तर तब्बल तेवीस कविता प्रकाशित करून या कवीचं वेगळेपण लक्षात आणून दिलं. यातल्या 'अनागत' वसंत गीते 'बादल ओ' कविता गाजल्या. त्या 'नवी कविता' आणि 'नवगीत'च्या ही प्रतिनिधी कविता ठरल्या.

आजवर केदारनाथ सिंह यांनी कविता, समीक्षा, निबंध असं त्रिविध लेखन केलं असलं तरी त्यांची ओळख राहिली ती कवी म्हणूनच. 'अभी बिल्कुल अभी' (१९६०), 'जमीन पक रही है' (१९८०) 'अकाल में सारस' (साहित्य अकादमी पुरस्कृत), 'उत्तर कबीर और अन्य कविताएँ (१९९५), 'तालस्ताय और साइकिल' (२००४) नंतर अगदी अलिकडे प्रकाशित झालेल्या 'सृष्टी पर पहरा', 'मेरे समय के शब्द' मधील कवितांतून दिसणारे कवी केदारनाथ म्हणजे निसर्ग आणि जीवनाची सांधेजोड करत माणसाचे जगणे चित्रित करणारा कलाकार! उत्तर प्रदेशातल्या बलिया जिल्ह्यातील चकिया सारखं छोटं गाव या कवीची जन्मभूमी. त्यांचे पूर्वज ब्रह्मदेशात होते. ते गौतम बुद्धाचे वंशज मानले जात. त्यामुळे कवी केदारनाथ आजही 'अत्त दीप भव'चा घोषा सतत लावताना दिसतात. लहानपणी गावी गंगा, घोगरा नद्यांच्या कुशीत वाढत असताना हा कवी नदीवर आंघोळ करताना, शेतात काम करताना, नावाडी नाव चालवताना त्यांची लोकगीते मन लावून ऐकायचा आणि त्यात त्याला साऱ्या आसमंताचे जगणे भेटायचे. तो काशीत आला, रमला तरी त्या नावाड्यांची 'बंदिनी' मधील 'माँझीऽऽरे'ची करूण पुकार कवी बोलवत रहायची. हरवलेला गांव, नदी, नाव माणसंच त्याची कविता बनली व तो विचारू लागला –

कहाँ है माँझी?
कहाँ है उसकी नाव?
क्या तुम ठीक उसी जगह उँगली रख सकते हो
जहाँ हर पुल में छिपी रहती है एक नाव?

पुल आले आणि नावेला आणि नावाड्याला दोघांना एकाच वेळी जलसमाधी मिळाल्याचं शल्य हा कवी आर्त स्वरात व्यक्त करत राहतो. आजच्या जागतिकीकरणाच्या उध्वस्तपणाची सुरुवात पुल बांधून आपण सुरू केली होती. नदीचं प्रदूषण आपण ज्या निष्ठूरपणे केलं, त्याबद्दल हा कवी समजावतो –

सचाई यह है कि तुम कहीं भी हो,
तुम्हें वर्ष के सबसे कठिन दिनों में भी (उन्हाळ्यात)

प्यार करती है एक नदी।

केदारनाथ सिंह चकियाहून आले नि काशी त्याची पंढरी झाली. शहरे इथून तिथून सारी सारखी. एका पायावर उभी... विनाशाच्या!

शताब्दियों से इसी तरह
गंगा के जल में
अपनी एक टाँग पर खड़ा है यह शहर
अपनी दूसरी टाँग से बिलकुल बेखबर!

शहरात एका माणसाची माहिती दुसऱ्यास नसते! आत्ममग्न!! आत्मरत!!! केदारनाथांची सगळी कविता म्हणजे कालभाष्य नि कालचित्रण! जीवन अनुभवांची संपृक्ती भरलेली कविता तुम्हास वाचून विसरता येत नाही. ती तुमचा पिच्छा पुरवते. ही कविता जगण्याचा पिंगा घेऊन जन्मते. तो तुमच्या कानात सतत घूमत राहतो. त्याच्या कवितेत एकाच वेळी डाळ, पीठ, मीठ, काडीपेटी, गाय, गवत, तीळ, गूळ, कुंभार, सुतार भेटतो आणि नादुरूस्त ट्रक, स्टेशन, विमान, रूळ, यंत्र भेटतात, भिडतात. गावचे वात्सल्य आणि शहराची न संपणारी वासना ही कविता एकाच वेळी दाखवते नि उत्तर मागते की गमावल्याचा पश्चाताप तुम्हाला बेचैन कसा करत नाही?

एक अच्छी कविता तरस खाने लगती है
अपने अच्छे होने पर
एक महान कविता उबने लगती है
अपनी स्फटिक गरिमा के अंदर

'अच्छे दिन'ची स्वप्नं आज पाहताना ही कविता आपलंच प्रतिबिंब आपणास दाखवते. हे असते केदारनाथ सिंहाच्या कवितेचं बळ. केदारनाथ सिंहाची प्रत्येक कविता एक बिंब घेऊन येते आणि विचार देऊन जाते. ती एक समग्र, संपृक्त, संपूर्ण कविता असते प्रत्येक वेळी...

जड़े रोशनी में है
रोशनी गंध में
गंध विचारों में
विचार स्मृति में
स्मृतियाँ रंगों में

शब्द, सौंदर्य, संस्कृति, स्मृति, विचारांबरोबर प्रकाश, गंध, रंगांचे नाते व्यक्त करणारी कविता साऱ्या भारताचे सर्वस्व व्यक्त करत राहते.

कवी म्हणून केदारनाथांच्या कवितेचं दुःख गालिबचे असते तसे बुद्धाचंही! त्यांच्या हसऱ्या बुद्धाच्या चेहऱ्यावर जीवनाचे वैषम्य, कारूण्य पसरलेले असतं

आणि गालिबच्या दर्दातही जीवनाची दाद सामावलेली असते. एकदा केदारनाथांना विचारले होतं की तुमची कविता कशी आहे? तर म्हणाले होते 'परिंदो के परों जैसी' पाखरांच्या पंखांसारखी... नितळ तडपडणारी तरी आकाश कवेत घेणारी! म्हणाले होते की माझी कविता गावच्या गीतांनी सुरू झाली होती. ती गीतं होती. मी गुणगुणायचो. ऐकणारे माना डोलवायचे. मला बरं वाटायचं. पण एकदा अचानक मला एक बाप कवी भेटला. पॉल एलुअर. त्यांच्या एका कवितेचा त्यांनी अनुवाद केला, 'स्वतंत्रता' नावाने. पुढे एक पुस्तक हाती लागलं. 'कंटेपोरोरी अमेरिकन लॅटिन पोएट्री'. पाब्लो नेरूदा त्यांनी वाचला आणि ते गीत, लोकगीत, छंद, यमकातून बाहेर पडले व स्वतंत्रपणे कविता लिहू लागले. याच काळात त्रिलोचन शास्त्री सारख्या ज्येष्ठ कवीचं मार्गदर्शन मिळालं. तरी केदारनाथ कवी म्हणून कोण्या एका वाद, विचार, चळवळीचे अनुयायी बनले नाहीत. हेच त्यांच्या कवीचं वेगळेपण परंतु त्यांच्या प्रभावाखाली गेल्या दोन दशकात हिंदीत बरंच काव्य लिहिलं गेलं. अनेक हिंदी कवींनी त्यांचं अनुकरण केलं.

एम. ए. झाल्यानंतर त्यांनी पीएचडी साठी 'बिंब' विषयावर संशोधन केलं. 'बिंब' हाचपुढे त्यांच्या कवितेचा स्थायीभाव बनला. पुढे मग 'बाघ' सारख्या दीर्घ कवितेत त्यांनी पंचतंत्रातील मिथकांचा उपयोग करून वर्तमानाच्या मर्मावर बोट ठेवणारी कविता लिहिली. सतत नवे लिहिण्याकडे कल असणारे कवी केदारनाथ भाषेच्या अंगानी सुबोध असले तरी त्यांचा आशय मात्र अथांग असतो. चित्र, बिंबापलिकडे जाऊन केदारनाथ सिंह जे सूचवत असतात ते वाचकांना नुसते रिझवतच नाही तर रुंजी घालायला लावते. त्यांची कविता जीवनाच्या सर्व अंग आणि अवस्थांना व्यापून उरतेच. सुख-दु:ख, आशा-आकांक्षा, ऱ्हास-विकास, व्यक्ती-समाज असं द्वंद्व घेऊन येणारी त्यांची कविता अल्पसंख्य असली तरी तिचे वाचक मात्र असंख्य. कमी लिहून अधिक वाचला जाणारा कवी म्हणून हिंदीतील केदारनाथांची ख्याती. त्यांना भारतीय भाषातील विविध प्रातांनी आपल्या श्रेष्ठ पुरस्कारांनी गौरविले आहे मध्यप्रदेशचा मैथिलीशरण गुप्त पुरस्कार, केरळचा कुमार आशान पुरस्कार, आंध्रचा जोशुआ पुरस्कार, ओरिसाचा जीवन भारती सन्मान हिंदीचा श्रेष्ठ व्यास सन्मान, साहित्य अकादमीच्या राष्ट्रीय सन्मानानंतर भारतीय ज्ञानपीठाचा पुरस्कार ही क्रमप्राप्त गोष्ट होती.

काव्यात्मकता, संगीत आणि एकांत हे त्यांच्या काव्याचे प्रमुख घटक म्हणून सांगता येतील. प्राचीन हिंदी कवी कुंभनदास उर्दू कवी गालिब, इंग्रजी पाब्लो नेरूदा (लॅटिन अमेरिकन), हे त्यांचे आदर्श माणसानं थोडं लिहावं पण सकस हे सांगताना एकदा केदारनाथ म्हणाले होते की कुंभनदास सारखं दोन ओळी लिहून माणसाला अमर होता आलं पाहिजे त्याची एक गोष्ट सांगितली जाते. अकबर बादशहानी

कुंभनदासला दरबारात येण्याचं आमंत्रण दिले. अनपेक्षित आमंत्रणाने तो भांबावला. गडबडीत जाताना त्याची एकुलती एक चप्पल फाटली अन बादशहाच्या धास्तीने तो रामनाथ विसरला.

भक्तन को कहा, सीकरी सो काम।

आवत जात पन्हैया टूटी, बासरि गये हरिनाम।।

या काव्य ओळी खरे तर व्यक्ती आणि सत्तेचा संघर्ष, द्वंद्व चित्रित करणाऱ्या सामान्य माणसाचं दरबारात (फतेहपुर सिकरी) काय काम? विचारणारा कुंभनदास राजा आणि प्रजेतलं अंतर स्पष्ट करतो तशी केदारनाथांची कविता वर्तमानातली विषमता व वैषम्य चित्रित करते. नवी निर्मिती करायची जुनं मोडावंच लागतं. 'तोडना सृजन की शर्त होती है' समजावणारे केदारनाथ युवकांना परिवर्तनशील राहण्याचा सल्ला देतात. गालिबचं उदाहरण देऊन सांगतात, जुनं घर मोडल्याचं दुःख, विषद कशासाठी?

'घर में क्या था कि गया गम उसे गारद करता?'

असे सांगणारा हा कवी गालिबच्याच शब्दात आपल्या काव्य जन्माचं रहस्य सांगतो.

आते है गायब से, मजा में खयाल आता है

अमूर्त आसमंतातून काही तरी स्फुरते अन शब्द फेर धरू लागतात. शब्दांत मदार असलेला हा कवी, त्याचं काव्य शब्दांवर मांड ठोकलं म्हणून अमर होतं. निकराच्या क्षणी आधार देणारी केदारनाथ सिंहांची कविता वाचकांना आपलेच आत्मकथन वाटत राहते – ऐसे बदरंग

और कूडे पर फेंके हुए शब्द
अपनी संकट की घडियों में
मुझे लगे हैं सबसे भरोसे के काबिल.

इंग्रजी विभाग

बुकर कथाकार : जॉन बॅनव्हिल्ले

सन २०००च्या मॅन बुकर पुरस्कारानं साहित्याच्या क्षेत्रात एक नवा अध्याय लिहिला गेला. पंधरा वर्षांनंतर प्रथमच हा पुरस्कार प्रसिद्धीपराङ्मुख असणाऱ्या, सवंग पद्धतीने न लिहिणाऱ्या, आजवर कधीही टी.व्ही. कॅमेऱ्यास सामोरा न गेलेल्या, साहित्याची अद्याप कधीच तडाखेबंद विक्री न झालेल्या, पचायला अवघड असलेल्या, समाजाला काही नवं देऊ-शिकवू इच्छिणाऱ्या, एका गंभीर प्रकारचे लेखन करणाऱ्या लेखकास बहाल करण्यात आला. जॉन बॅनव्हिल्लेचं वेगळेपण, मोठंपण यातच सामावलेलं दिसते.

साठीच्या उंबरठ्यावर उभ्या असलेल्या जॉन बॅनव्हिल्लेंना आयुष्याची किरणं तिरपी होताना लिहिणे एक शिळोप्याचा उद्योग (सिली ऑक्युपेशन) वाटत असला, तरी त्यांनी आपल्या गंभीर लेखनाशी कधी तडजोड केली नाही. त्यांचा जन्म सन १९४५ ला आयर्लंडमधील वॅक्सफोर्ड गावी झाला. शिक्षण बेतास बेतच झालेले. त्यांनी विद्यापीठाची पायरी चढली नाही; पण त्यांच्या साहित्याचा अभ्यास मात्र अनेक विद्यापीठांतून होतोय. तारुण्याच्या तोरणाखालून जात असताना त्यांनी घर सोडलं.

जॉन बॅनव्हिल्ले सन १९७० पासून सतत लिहित आहेत. आजवर त्यांनी १२ कादंबऱ्या, दोन नाटकं नि एक माहितीपर पुस्तक अशा १५ ग्रंथांचं लेखन केलं; पण त्यांचा मूळ पिंड हा कादंबरीकाराचाच. कथालेखक म्हणून त्यांची वेगळी ओळख इंग्रजी साहित्यात आहे. 'लाँग लॅनकिन' हे त्यांचं पहिलं पुस्तक. नऊ कथा नि एक कादंबरी असं एकत्रितपणे प्रकाशित झालेलं हे पुस्तक सन १९७० मध्ये प्रकाशित झालं. तेव्हा त्याचं थंडं स्वागत झाले होते. 'नाईट स्वान' (१९७१) कादंबरीनं मात्र वाचकांची पसंती मिळवली. पुढे सन १९७३ ला प्रकाशित झालेल्या 'ब्रीचवूड' कादंबरीनं त्यांना साहित्याच्या क्षेत्रात चांगले नाव मिळवून दिलं.

इंग्रजी साहित्याच्या क्षेत्रात सन्मानाची समजली जाणारी 'मेकॉले फेलोशिप' त्यांना मिळाली. त्याच वर्षीचा 'दि एलियड आयरिश बँक पुरस्कार'ही त्यांच्या 'ब्रीचवूड'नं पटकावले व ते इंग्रजीचे मान्यताप्राप्त लेखक झाले. १९७६ ला 'डॉ. कोपरनिकस' ही चारित्रात्मक कादंबरी प्रकाशित झाली नि गाजलीही. या कादंबरीसाठी त्यांना 'जेम्स टेट ब्लॅक मेमोरियल पारितोषिक' बहाल करण्यात आले. याच दरम्यान जॉन बॅनव्हिल्लेंना 'दि अमेरिकन आयरिश फाऊंडेशन'चा साहित्य पुरस्कारही लाभला. त्यांची 'केपलर' कादंबरी ही सन १९८१ ला प्रसिद्ध झाली; पण तिला प्रसिद्धी मिळाली ती 'गार्डियन'च्या पुरस्कारामुळे, जॉन बॅनव्हिल्लेंच्या एकावर एक कादंबऱ्या प्रकाशित होत राहिल्या खऱ्या; पण खपाच्या कसोटीवर म्हणाल तर त्या सतत अपयशीच ठरल्या.

जॉन बॅनव्हिल्ले हे आयरिश रंगभूमीचे प्रसिद्ध नाटककार आहेत, हे फार कमी लोकांना माहीत असावे. सन १९८७ चं त्यांचं 'द ब्रोकन जग' नाटक रंगभूमीवर गाजलं. सन २००० मध्ये लिहिलेल्या 'गॉडस् गिफ्ट'लाही चांगली वाहवा मिळाली.

या वर्षीचा मानाचा समजला जाणारा 'मॅन बुकर पुरस्कार' जॉन बॅनव्हिल्लेना लाभल्याची बातमी जेव्हा त्यांच्या एका पत्रकार मित्राने त्यांना दिली, तेव्हा त्यांची प्रतिक्रिया सहज होती. 'इट्स नाईस' म्हणत त्यांनी उपेक्षेचा वनवास संपल्याचा आपला आनंद व्यक्त केला. जॉन बॅनव्हिल्ले हे मराठीच्या जी. ए. कुलकर्णींसारखे कथाकार. सहज वाचले नि समजलं अशा पठडीतले त्यांचे लेखन नाही. ते तसे गूढ, अवघड लेखक म्हणूनच प्रसिद्ध आहेत. म्हणून त्यांच्या 'द सी' कादंबरीस 'मॅन बुकर पुरस्कार' लाभला तेव्हा लंडनच्या साहित्य वर्तुळात भल्याभल्यांनी भुवया उंचावून आश्चर्य व्यक्त केलं; पण जॉन बॅनव्हिल्ले यांची प्रतिक्रिया मात्र मार्मिक होती. ते म्हणाले, की परत एकदा नवव्या दशकाची (१९८० ते ९०) पुनरावृत्ती होते आहे, हे पाहून आनंद वाटला. ही निवड या वेळी मोठी अटीतटीची होती. सलमान रश्दी, कोएत्झी, मॅकश्वान, अली स्मिथ, बॅरी सॅबेस्टाईन, झेडी स्मिथसारखे दिग्गज रिंगणात होते. निवड मंडळाचे अध्यक्ष सुथरलँड यांना निर्णायक मतांचा वापर करून जॉन बॅनव्हिल्लेंच्या 'द सी'ची निवड करावी लागली हे लक्षात घेतलं पाहिजे.

जॉन बॅनव्हिल्लेंच्या भाषेचे आगळे असे वैशिष्ट्य आहे. ती कथाशय, प्रसंगानुरूप बदलते. तिची स्वत:ची अशी धाटणी नाही. गूढ-गुंजनाच्या जवळ जाणारी त्यांची भाषा असते. मोठी नाटकीयता निर्माण करणारी, चमत्कारी, चलतं नाणं (पॉप्युलिस्ट) म्हणून लिहिणे त्यांनी सतत नाकारले. आपल्या साहित्यावर असलेल्या अढळ निष्ठेमुळेच ते लिहित राहिले. आपल्याला मॅन बुकर पुरस्कार मिळाल्यावर उपहासाने त्यांनी व्यक्त केलेली प्रतिक्रिया त्यांच्यातल्या लेखकाची जन्मभराची विषण्णताच

व्यक्त करते. त्यांचे समग्र साहित्य पाहिले की लक्षात येते, की ते मध्यममार्गी किंवा रंजक खचितच नाही. अभिजात असा एकच शब्द असा आहे, की तो त्यांच्या साहित्याचे व्यवच्छेदक वर्णन करू शकेल. ते सध्या ज्युपिटर नि मर्क्युरी या रोमन देवतांवर आधारित एक कादंबरी लिहित आहेत.

◆

मालगुडीचा कादंबरीकार :
आर. के. नारायण

इंग्रजीत लेखन करणारे भारतीय साहित्यकार म्हणून आर. के. नारायण सर्वपरिचित आहेत. मुख्यत: ते कादंबरीकार असले तरी त्यांनी कथाही लिहिल्या आहेत. त्यांचे पूर्ण नाव राशिपुरम कृष्णस्वामी नारायण. ग्रॅहम ग्रीन या आपल्या विदेशी लेखक, मित्र, मार्गदर्शकाच्या सांगण्यावरून त्यांनी आपले आर. के. नारायण हे संक्षिप्त नाव धारण केलं. अन्यथा पूर्वी ते दक्षिणी परंपरेनुसार पूर्ण नाव लिहित असत. राशिपुरम हे सालेम तालुक्यातले छोटे गाव, तामिळनाडूतील. नारायण यांचे पूर्वज मद्रास (चेन्नई) मधील. नारायण यांचा जन्म १० ऑक्टोबर, १९०६ रोजी चेन्नापट्टन इथे झाला. त्यांचे वडील मुख्याध्यापक म्हणून म्हैसूरच्या महाराजा हायस्कूलमध्ये नोकरी करायचे. प्राथमिक शिक्षण पूर्ण करून त्यांनी वडिलांच्याच शाळेत प्रवेश घेतला. आईचं बालपणी अकाली निधन झाल्यामुळे पार्वतीआजींनी त्यांचा सांभाळ केला. त्यामुळे बालपण आजोळीच गेले. इकडे वडिलांच्या घरी वातावरण सुशिक्षित. घरी भरपूर पुस्तके, मासिके. वडील नित्य वाचत. त्यातून नारायण यांना वाचनाचा छंद जडला.

चार्ल्स डिकन्स, पी. जी. वुडहाऊस, ऑर्थर कॉनन डॉयल, थॉमस हार्डी प्रभृती साहित्यकारांचं लेखन त्यांनी कळत्या वयात वाचलं नि ते आवडूही लागलं. शिक्षण पूर्ण करून (१९३०) ते आवडीनुसार शिक्षक झाले खरे; पण शाळेच्या मुख्याध्यापकांनी त्यांना शारीरिक शिक्षणाचं काम दिलं. त्यांचा कल साहित्य, भाषा, संस्कृती असा. इच्छेविरुद्ध काम करणे त्यांना पटले नाही. त्यांनी त्या नोकरीचा राजीनामा दिला. मग नारायण यांनी आपला मोर्चा पत्रकारितेकडे वळवला. ते दै. जस्टिसमध्ये पत्रकार म्हणून रुजू झाले; पण तिथेही त्यांचं मन रमलं नाही. पूर्णवेळ लेखन करायचं ठरवून ते जस्टिसमधून बाहेर पडले.

सन १९३३ मध्ये राजमशी त्यांचा प्रेमविवाह झाला. एक मुलगीही झाली

त्यांना. नारायणांनी तिचे नाव हेमा ठेवलं. ती चार वर्षांचीही झाली नसेल सन १९३९ ला टायफॉईडनी राजमचं दु:खद निधन झाले.

आर. के. नारायण यांच्या लेखनाची सुरुवात पुस्तक परीक्षणाच्या लेखनातून झाली. 'Development of Meritime Law of 17th Century (England)' या पुस्तकाचं त्यांनी केलेलं परीक्षण छापून आलं नि ते लेखक बनले. दै. जस्टिसमध्ये नोकरी करत असताना त्यांनी लोकजीवन, त्यांचे प्रश्न, दैनंदिन जीवन असं विपुल लेखन केलं. त्यातून त्यांनी निरीक्षणाधारित चित्रं रेखाटण्याची स्वत:ची शैली विकसित केली व त्यातून त्यांनी 'स्वामी अँड फ्रेंडस्' (१९३५) ही आपली पहिली कादंबरी प्रकाशित केली. तीही इंग्लंडमधून. ग्रॅहम ग्रीनच्या शिफारसीवरून ती प्रकाशित झाल्यानं सलामीलाच आर. के. नारायण यांना प्रतिष्ठा मिळाली. मालगुडी या काल्पनिक गावाची निर्मिती झाली ती याच कादंबरीत. तेच कथासूत्र पकडून त्यांनी 'द बॅचलर ऑफ आर्टस्' (१९३७) व 'द इंग्लिश टीचर' (१९४६) या दोन कादंबऱ्या लिहिल्या. ही कादंबरी त्रयी वाचकांनी पसंत केली. आर. के. नारायण यांना या कादंबऱ्यांनी जगप्रसिद्ध केले. 'द डार्क रूम' (१९३८), 'वेटिंग फॉर महात्मा' (१९५५), 'द गाइड' (१९५८), 'मॅनईटर ऑफ मालगुडी' (१९६२), 'द व्हेंडॉर ऑफ स्वीटस्' (१९६७) अशा एकापेक्षा एक सरस कादंबऱ्या त्यांनी लिहिल्या. पैकी 'द गाइड' अधिक वाचली गेली. तिच्यावर हिंदी, इंग्रजी चित्रपट निघाले. सन १९६० साली साहित्य अकादमीचा पुरस्कारही याच कादंबरीला लाभल्यानं तिच्या श्रेष्ठत्वावर आपोआपच शिक्कामोर्तब झालं.

उपरोक्त कादंबऱ्यांशिवाय त्यांनी कथाही लिहिल्या. त्या 'ॲन ॲस्ट्रॉलॉजर्स डे' (१९४७) व 'लॉली रोड' (१९५६) या संग्रहांत अंतर्भूत आहेत. आर. के. नारायणांच्या कथा, कादंबऱ्यांतून कनिष्ठ व मध्यमवर्गीय समाजाचे चित्रण झालं आहे. ते चित्रण वास्तववादी असल्यानं हृदयस्पर्शी झाले आहे. लेखनात नाट्य व अनपेक्षितता असल्यानं चमत्कृती आढळते. त्यामुळे त्यांचे साहित्य कलात्मक होतं. साधी, सरळ, सोपी भाषा हे त्यांच्या साहित्याचं खरं वैशिष्ट्य व सामर्थ्य-ही ! त्यांच्या ललित लेखनात मिथकीयता असल्यानं ते आशयगर्भ होऊन जातं. आर. के. नारायण त्यांनी ललितेत लेखनही केले. उदाहरणार्थ 'फिनांशियल एक्सपर्ट्स'. त्यांच्या लेखनावर हिंदी, इंग्रजी, तमीळ, कन्नड भाषांतून चित्रपट निघाले तशा टी.व्ही. सिरियल्सही, 'मालगुडी डेज'ला भारतभर प्रेक्षक लाभला. ते काही काळ राज्यसभेचे सदस्यही होते. सुविख्यात व्यंगचित्रकार आर. के. लक्ष्मण हे त्यांचे छोटे भाऊ. यावरून त्यांच्या घरी प्रतिभा पाणी भरायची हे स्पष्ट होतं.

आर. के. नारायण यांनी मृत्यूपर्यंत (१३ मे, २००१) च्या ९४ वर्षांच्या लाभलेल्या आयुष्यात भारतीय इंग्रजी साहित्यात (अँग्लो-इंडियन लिटरेचर, इंडियन

इंग्लिश लिटरेचर) सतत सहा दशके अधिराज्य गाजवले. त्यांच्या साहित्याचे अनुवाद अनेक भाषांत झाले नि होत आहेत. हा लेखही खरे तर अनुवादाच्या निमित्तानंच लिहिला जातोय. पद्मभूषणनं सन्मानित आर. के. नारायण केवळ कथाकार, कादंबरीकार नव्हते. त्यांची विशिष्ट अशी लेखन भूमिका होती. त्यात आपण ज्या एका सांस्कृतिक पर्यावरणात राहातो ते त्याच्या साऱ्या गुणदोषांसह सजीव चित्रित करण्याचा जो आग्रह असायचा त्यातून त्यांचे लेखन वाचकांना भावायचे, भिडायचे. विशेषत: त्यांच्या कादंबऱ्या वाचताना आपणास हे प्रकर्षाने लक्षात येतं. आपल्या समकालीनांपेक्षा आपलं लेखन वेगळ्या प्रतीचं असलं पाहिजे याचं भान असल्यामुळे निरीक्षणाधारित काल्पनिक विश्व निर्मिण्याची त्यांची क्षमता कल्पनेस वास्तव बनवून टाकायची.

विसाव्या शतकाच्या पूर्वार्धात इंग्रजीत लिहिणाऱ्या भारतीय लेखकांत मुल्कराज आनंद, राजा राव व आर. के. नारायण हे आपआपल्या गुण वैशिष्ट्यांमुळे प्रसिद्धीस आले होते. मुल्कराज आनंद पुरोगामी लेखक तर आर. के. नारायण हे भारतीय मिथकांचा चपखल उपयोग करत आपले लेखन व्यक्तिचित्रांच्या माध्यमातून भारतीय बनवत (खरं तर पारंपारिक). त्यांच्या या भारतीयतेची (आजच्या भाषेत सांगायचं तर देशीवादाची) मोहिनी ब्रिटिश कादंबरीकार ग्रॅहम ग्रीनवर एवढी होती की त्यांनी आर. के. नारायण यांच्या 'द बॅचलर ऑफ आर्टस्' कादंबरीला लिहिलेल्या प्रस्तावनेत आर. के. नारायण यांची तुलना लियो टॉल्सटॉय, तुर्गनेव्ह, चेकॉव्ह, हेन्री जेम्स, किपलिंग यांच्यासारख्या जगप्रसिद्ध साहित्यकारांशी करून भलावणच केली होती. अशा प्रख्यात इंग्रजी कादंबरीकार आर. के. नारायण यांच्या चार कादंबऱ्यांचे मराठी अनुवाद 'घराला खऱ्या अर्थाने समृद्ध करणारी पुस्तकं' देणाऱ्या रोहन प्रकाशनाने मराठी वाचकांसाठी उपलब्ध करून दिली आहेत. पैकी 'द बॅचलर ऑफ आर्टस्' चा अनुवाद 'कलंदर' अशोक जैन यांनी केला आहे. तर उल्का राऊत यांनी 'द इंग्लिश टीचर'चा. 'मालगुडीचा नरभक्षक' व 'महात्म्याच्या प्रतीक्षेत' या सर्वस्वी भिन्न विषय व शैलीने लिहिलेल्या कादंबऱ्यांचे अनुवाद सरोज देशपांडे यांनी केले आहेत.

मध्यंतरी मी विद्यमान मराठी साहित्यातील नवे प्रवाह स्पष्ट करताना म्हटले होते की, 'अलिकडची मराठी प्रकाशन गृहे ही 'अनुवाद गृहे' झाली आहेत. त्याची प्रचिती व प्रत्यय देणारी ही चार भाषांतरे होत. कादंबरीकार आर. के. नारायण यांनी प्रारंभीच्या काळात सलग तीन कादंबऱ्यांतून (Trilogy) नकळत आपले आत्मचरित्रच लिहिले आहे. 'स्वामी अँड फ्रेंडस्' (१९३५), 'द बॅचलर ऑफ आर्टस्' (१९३७) व 'द इंग्लिश टीचर' (१९४५) ही ती कादंबरी त्रयी होय. पैकी दोनची भाषांतरे सध्याच्या मालिकेत प्रकाशित झाली आहेत.

अशोक जैन यांनी भाषांतरित केलेल्या 'द बॅचलर ऑफ आर्टस्' मध्ये हेन्री ग्रॅहम ग्रीनची मूळ प्रस्तावना असती तर या भाषांतराचं मूल्य वाढलं असतं असे प्रारंभीच मला वाटून गेलं. तरी उर्वरित मूळ कादंबरी अशोक जैन यांनी समरसून भाषांतरित केली आहे. ही कादंबरी म्हणजे आर. के. नारायण यांच्या महाविद्यालयीन जीवनाच्या अविस्मरणीय स्मृती होत. चंद्रन हा महाविद्यालयीन युवक या कादंबरीचा नायक. तो महाविद्यालयीन काळात पट्टीचा वक्ता म्हणून प्रसिद्ध असल्याने विद्यार्थी संघटनेचं चर्चासत्र असो व महाविद्यालयाच्या एखाद्या विषय मंडळाची स्थापना, उद्‌घाटनचा सोहळा.... चंद्रनशिवाय पान नाही हलायचं. 'सर्व इतिहासकारांची कत्तल केली पाहिजे' विषयावरील वादविवादात बाजी मारून अनुकूल ठराव करून घेतलेल्या चंद्रनच्या वक्तृत्वाची मोहिनी इतिहास विभागाचे प्रमुख असलेल्या प्रा. राघवाचार यांच्यावर इतकी पडते (खरं तर ते त्याचा धसकाच घेते झालेले असतात!) की ते आपल्या इतिहास मंडळाच्या उद्‌घाटनाची सारी जबाबदारी चंद्रनवर सोपवून रिकामे होतात. (बहुधा त्यांना पूर्व कत्तलीचं पापक्षालन करून घ्यायचं असावं) असा चंद्रन पदवीधर होऊन 'नोकरी' ऐवजी 'छोकरी' मालतीच्या प्रेमात पडतो. पत्रिका न जमल्याने विरहाकूल चंद्रन संन्यासी बनतो. पुढे उपरती होते व तो पत्रकार होतो. अशा टिपिकल 'देवदास' छापाच्या या कथेत आर. के. नारायण यांनी तत्कालीन शिक्षण, शिक्षक, समाज, विवाहप्रथा, पश्चातापदग्ध सामान्य माणसाचं गृहस्थ जीवन इ. चित्रण करून भारतीय युवकांची प्रातिनिधिक कथा आपल्यासमोर ठेवली आहे. ज्यांना कुणाला आर. के. नारायण यांच्या लेखणीच्या वर्णन सामर्थ्यानं व चित्रात्मक शैलींनी दक्षिण भारतीय समाजजीवन समजून घ्यायचं आहे त्यांना 'द बॅचलर ऑफ आर्टस्'चा अनुवाद आरसा ठरावा. अशोक जैन यांनी मूळ इंग्रजी संहितेतील आशय मराठी वाचकांपुढे ज्या सुलभ पद्धतीने या भाषांतरात सादर केला आहे, तो अनुवाद नसून मूळ इंग्रजी कादंबरीचे मराठी रूपांतरण होय. 'Chandran was thorughly mystified' या वाक्याचं अशोक जैन 'चंद्रन बुचकळ्यात पडला' असं भाषांतर करतात तेव्हा हे लक्षात आल्यावाचून रहात नाही.

'द बॅचलर ऑफ आर्टस्' कादंबरीचा उत्तरार्ध म्हणून आर. के. नारायण यांच्या 'द इंग्लिश टीचर' कादंबरीकडे साहित्य वर्तुळात पाहिलं जातं. या कादंबरीचा प्रारंभ इंग्रजी विभागाची भूमिका विशद करत होतो. महाविद्यालयीन शिक्षण म्हणजे विषय दृष्टीचा विकास. भाषा विषय साहित्य अभिरूची जागवतात. समाजशास्त्रे समाजशील बनवतात. तसा महाविद्यालयातला प्रत्येक विभाग हा एक ब्रीद घेऊनच कार्यरत असतो. इंग्रजी विभागापुरतं बोलायचं झालं तर 'i' वरती डॉट द्यायला व 't' क्रॉस करायला शिकवणारा विभाग (Dotting the i's and crossing the t's). ही कादंबरी प्रत्येक वाचकास त्याच्या महाविद्यालयीन दिवसांचं गारुड उभा करत त्यास

भूतकाळात कधी घेऊन जाते ते कळत नाही. ही असते आर. के. नारायण यांच्या शब्दांची किमया! कोणत्याही महाविद्यालयाचा इंग्रजी विभाग ऑक्सफर्ड, केंब्रीजपेक्षा कमी नसतो. प्रत्येक इंग्रजी प्राध्यापकांपुढे शेक्सपीयर, मिल्टन, कांट कसे हात जोडून उभे. कॉलेजच्या प्रत्येक विषयाचा विभाग प्रमुख 'फादर' असतो. त्यात इंग्रजी विभागप्रमुख दस्तुरखुद्द प्राचार्य असतील तर ते 'पोप'च समजले जातात. यातल्या प्राचार्य ब्राऊन यांचं चरित्र याची प्रचिती देते. या इंग्रजी विभागातला सर्वात कनिष्ठ प्रा. कृष्णा. ज्या कॉलेजमध्ये तुम्ही शिकता तिथंच तुम्हाला शिकविलेल्या प्राध्यापकांचे सहकारी म्हणून तुम्ही नोकरीस लागता तिथं तुमचे जिणे दुहेरी गुलामीचं कसं असतं हे आर. के. नारायण यांनी चपखलपणे उभं केलं आहे. नारायण कादंबरीकार म्हणून सूक्ष्म निरीक्षक असतात.

'द इंग्लिश टीचर' असं शीर्षक असलं तरी ही कादंबरी आपणापुढे जीवन आणि मृत्यूचं तांडव उभं करते व त्यांचं तत्त्वज्ञानही समजावते. आर. के. नारायण आपल्या अनेक कादंबऱ्यांतून जन्मपत्रिका, कुंडली, मुहूर्त, मृत्यूनंतरचं जीवन इ. (पुनर्जन्म, भूत, प्रेत, आत्मा इ.) भारतीय समाजजीवनाची व्यवच्छेदक अंगं चित्रित करतात. नायक प्रा. कृष्णाची पत्नी सुशीला व कन्या लीलाला घेऊन मध्यमवर्गीय जीवन भाड्याच्या घरात कंठत राहाणं वडिलांना पसंत नसतं. आपलं सारं आयुष्य भाड्याच्या घरात गेलं. मुलाने तरी स्वतःचं घर घ्यावं म्हणून ते मदतीचा हात पुढे करतात. गृहशोधमोहिमेत सुशीला एका प्रसाधनगृहात जायचे निमित्त काय होते नि तिचा आजार टॉयफॉईड ठरून मृत्यूही ओढवतो. कन्येस आजीकडे ठेवून एकांत जीवन जगणाऱ्या कृष्णाच्या जीवनात एक अज्ञात व्यक्ती येऊन सुशीलेचा संदेश पोहचवणारं पत्र देते. त्यात लिहिलेले असतं, 'तुमची पत्नी सुशीला मृत्यूनंतर तुमच्याशी संपर्क साधण्याच्या योग्य अशा माध्यमाच्या शोधात होती. मी तिला मिळालो. तिचा संदेश तुमच्यापर्यंत पोहोचवत आहे' यातून एका गूढ प्रवासाची कथा गुंफून आर. के. नारायण यांनी ही कादंबरी मोठी जिज्ञासावर्धक बनवली आहे. ती मुळातूनच वाचली पाहिजे. अनुवादक उल्का राऊत यांनी इंग्रजी भाषेतलं गूढ मात्र अत्यंत सहज संवादी बनवत हे भाषांतर वाचनीय बनवलं आहे. 'The house seemed unbearably dull' चं भाषांतर उल्का राऊत जेव्हा 'घर खायला उठलं' असं करतात तेव्हा त्या अनुवादात सारसंक्षेपाबरोबर आशय समृद्धीही प्रतिबिंबित होत राहाते व म्हणून हा अनुवाद सुलभ आणि सुबोध होऊन येतो. पूर्व कादंबरीच्या तुलनेत मात्र इथे आर. के. नारायण पुरोगामी होताना आढळतात. हा नायकाचा विचारविकास तशी लेखकाची प्रगल्भताही!

मूळ 'मॅनइटर ऑफ मालगुडी' (१९६१) चा अनुवाद आहे 'मालगुडीचा नर भक्षक'. तो सरोज देशपांडे यांनी केला आहे. नटराजनचा मालगुडीत एक छोटा प्रेस

असतो. तिथं वासु हा टॅक्सीडर्मिस्ट असलेला गृहस्थ छपाईचं काम घेऊन येतो. त्याच्या उपजत आक्रमक वृत्तीमुळे तो प्रेसच्या पोटमाळ्यात भाडेकरू म्हणून राहू लागतो. प्राण्यांची शिकार, त्यांचे कातडे कमावणे, शिकार केलेल्या प्राण्यांची पेंढा भरून विक्री करणे हा त्याचा उद्योग. शिकला सवरलेला वासु उमेदीच्या काळात एका पेहलवानाच्या हाताखाली शिकून, शरीर कमावून फरशी फोडणे, साखळदंड तोडणे, नरड्याने लोखंडी गज वाकवणे इत्यादी कौशल्यं शिकून घेऊन आपल्या गुरुलाच बेदखल करतो. त्यातून त्याच्यात शक्तीचा अहंकार व मान मुरगळायची वृत्ती विकसित होते. ही पूर्ण कादंबरी म्हणजे समाजातील सुष्ट नि दुष्टामधील पारंपरिक संघर्ष, द्वंद्वाचं चित्रण असून नरभक्षक वृत्ती धारण केलेल्या नटराजनचा मृत्यू भस्मासुराप्रमाणे स्वत:च्याच शक्तीने झाल्याचे चित्रण करून पूर्वमिथकाची द्विरूक्ती ठरते. संपूर्ण कादंबरीभर नरभक्षक वृत्तीचा उच्छाद, दर्प चित्रित करून त्यापुढे सामान्यांचं जीवन, कायदा, पोलीस, शासन यंत्रणाही एकेकदा हतबल होते याचं विदारक चित्र ही कादंबरी जिवंत करते. ही चरित्रप्रधान कादंबरी आर. के. नारायण यांचं चरित्र चित्रणाचं कौशल्य अधोरेखित करते. संपूर्ण कादंबरी वाचत असताना वाचक कादंबरीतील पात्रांप्रमाणे नरभक्षकाच्या भयाच्या छायेत जीव मुठीत धरून, श्वास रोखून शेवटपर्यंत वाचत राहातो. याचे रहस्य आर. के. नारायण यांच्या गूढ व जिज्ञासावर्धक कथानक विकासाला द्यावे लागते. हा अनुवाद वाचताना मराठी वाचकांना बाबुराव अर्नाळकरांचा नायक झुंजार न आठवला तरच आश्चर्य!

कादंबरीकार आर. के. नारायण यांनी आपल्या आरंभीच्या कादंबरी त्रयीचा अपवाद सोडला तर प्रत्येक कादंबरीत विषय वैविध्य, शैली वैचित्र्य जसं जपलं तसंच कथा विकासाचे नव-नवे प्रयोगही केलेत. म्हणून त्यांच्या प्रत्येक कादंबरीची वाचकाला ओढ असते आणि मोहिनी पण. 'वेटिंग फॉर द महात्मा' (१९५५) चा सरोज देशपांडे यांनी 'महात्म्याच्या प्रतीक्षेत' शीर्षकाने केलेला अनुवाद म्हटली तर कादंबरी आहे पण तिचा मूळ उद्देश महात्मा गांधींची थोरवी चित्रित करणे आहे. श्रीराम व भारतीची प्रेमकथा असलेली ही कादंबरी मुख्यत: महात्मा गांधी, चले जाव चळवळ, गांधीवाद, कार्यकर्ते — स्वयंसेवकांची तळमळ, देशप्रेम, तुरुंगवास चित्रित करत गांधी हत्येने संपते. ही वातावरण प्रधान कादंबरी होय. १९४२ ते १९४८ असा सुमारे सहा-सात वर्षांचा काळ म्हणजे स्वातंत्र्य आंदोलनाचे ते मंतरलेले दिवस! त्यात सुभाषचंद्र बोस, त्यांची आझाद हिंद सेना, जपानहून भारतीयांना उद्देशून केलेले रेडिओ भाषण, भूमिगत चळवळ अशांतून ही कादंबरी स्वातंत्र्यलढा चित्रपटासारखा चित्रित करते. यातून आर. के. नारायण यांची गांधीवादी विचारांप्रती असलेली आस्था व्यक्त होते.

या भाषांतरित साहित्य कृतीतून मराठी वाचक इंग्रजी भाषा व साहित्य विश्वाशी परिचित होतात. आर. के. नारायण यांच्या अनेक कादंबऱ्या म्हणजे दक्षिण भारताचं समाजदर्शन असते. नारायण यांनी या कादंबऱ्यांतून 'मालगुडी' हे काल्पनिक गाव (Fictional Town) उभे केले आहे. ते काल्पनिक असलं तरी दूरदर्शन मालिका, चित्रपट, आत्मकथा इत्यादीमुळे त्याला वाचकांच्या साठी एका वास्तवाची निर्मिती असं आगळं महत्त्व व अस्तित्व लाभले आहे. काही वेळा कल्पना ही वास्तवापेक्षा जास्त प्रत्ययकारी बनते याचे मालगुडी हे उदाहरण. आख्यायिका सत्यकथा बनल्यासारखं वैभव! विदेशी वाचक भारतात येतात, कर्नाटक, तामिळनाडूला जातात अन् फर्माइश करतात की आम्हाला मालगुडीला जायचंय... ते गाव, तिथलं माणसं, संस्कृती अनुभवायची आहे. हे सारं साहित्यिकाला किमयागार बनवणारं असतं. या इंग्रजी कादंबऱ्यांच्या मराठी अवतारामुळे जी सांस्कृतिक देवाण-घेवाण होते ती जागतिकीकरणाच्या निमित्ताने जग एक होण्याच्या, ते जवळ येण्याच्या प्रक्रियेतला महत्त्वाचा दुवा वाटते. अनुवादक मराठीभाषी असल्याने इंग्रजी तपशिलांचा ते मराठी भाषा, साहित्य, संस्कृती, परंपरांच्या संदर्भाने अनुवाद करतात, तेव्हा ते अनुवाद असले तरी त्यांचे होणारे मराठीकरण भाषाविकास समृद्धीच्या दिशेने उचललेले महत्त्वाचे पाऊल ठरते. प्रांत, भाषा, परंपरा, संस्कृतीतील दरी नष्ट करण्याच्या संदर्भात असे अनुवाद नवे सामाजिक अभिसरण घडवून आणतात. मराठीतील बनगरवाडी, माणदेश, गारंबी, तुंबाड, कोकण इत्यादींना पण मालगुडीचे वैभव प्राप्त होईल... जर ते इंग्रजीत जातील. आर. के. नारायण इंग्रजीभाषी लेखक असले तरी तमीळ, कन्नड त्यांचे मूळ भावबंधन होतं. भाषा कुठलीही असली तरी त्याचा पीळ सुटत नाही. आर. के. नारायण यांच्या प्रारंभिक अकरा कादंबऱ्या हेन्री ग्रॅहम ग्रीन यांनी सलग वाचून म्हटलं होतं की, या कादंबऱ्यांमुळे मला मिळालेले दुसरे घर म्हणजे भारत. तीच स्थिती मराठी वाचकांची. त्यांना कर्नाटक दुसरे घर वाटेल तर ते या अनुवादाचे सार्थक्य म्हणून सुवर्णाक्षरांत नोंदले जाईल.

◆

नोबेल पुरस्कार विजेत्या : एल्फ्रिड जेलेनिक

सन १९९०. मे-जूनचे दिवस होते. मी फ्रान्सचा माझा नियोजित दौरा आटोपून युरोप प्रवासास निघालो होतो. स्वित्झर्लंड पाहिल्यानंतर ऑस्ट्रियाला गेलो होतो. साल्सबर्ग, इन्स्ब्रुक, व्हिएन्नासारखी शहरं पाहिली नि परिसरही. स्वित्झर्लंडप्रमाणे ऑस्ट्रिया हा निसर्गराजीनं नटलेला देश. जोडीस ऑस्ट्रियाला इतिहास, कला, संस्कृतीची मोठी किनार आहे. व्हिएन्नाला गेल्यावर तिथला राजवाडा, जुने-पुराणे चर्च, व्हिक्टोरिया, रोझ गार्डन, विद्यापीठ पाहिल्यानंतर माझे इंजिनिअर मित्र पॉल यांनी तिथला स्टेट ऑपेराही आठवणीने दाखवला होता. चर्चा करताना गाडी जेव्हा साहित्याकडे वळली तेव्हा पॉलनी बहुचर्चित लेखिका म्हणून पहिल्यांदा एल्फ्रिड जेलेनिकबद्दल तोंडभर सांगितलं होतं. तेव्हा पॉल म्हणाले होते की, लेखक अनेक असतात पण कार्यकर्ता व कलाकाराचा संगम आढळणे अपवाद. हे सारे एकदम क्लिक झालं ते या वर्षीचं साहित्याचे नोबेल पारितोषिक एल्फ्रिड जेलेनिकला मिळाल्याचं वाचल्यामुळे. मध्ये मी बेर्टोल्ट ब्रेक्टच्या 'मदर करेज' या मूळ जर्मन नाटकाचा मराठी अनुवाद 'माता धिराई' प्रसिद्ध झाल्यानंतर काही लिहिले होते, बोललो होतो. तेव्हाही समकालीन जर्मन साहित्याचा आढावा वाचताना परत एकदा जेलेनिकची गाठ पडली होती. तेव्हापासून सतत जेलेनिक माझा पाठलाग करते आहे. वेळोवेळी विदेशी साहित्य, तुलना इत्यादींचा धांडोळा घेता मला जी जेलेनिक कळाली ती विलक्षण वेगळी होती.

एल्फ्रिड जेलेनिक ही साहित्याचं नोबेल पारितोषिक मिळवणारी पहिली ऑस्ट्रियन लेखिका. १९९६ नंतर तिनं महिला लेखिका म्हणून हा पुरस्कार पटकावण्याचा पराक्रम करून दाखवला. कवी, नाटककार, कादंबरीकार म्हणून ती जर्मन साहित्यात सर्वश्रुत असली, तरी ऑस्ट्रियात तिची ओळख कम्युनिस्ट

पक्षाची एक धडाडीची कार्यकर्ती, एकेकाळची विद्यार्थी चळवळीची प्रमुख, कट्टर स्त्रीवादी विचारक म्हणून आहे. ऑस्ट्रियावर तिची मोठी पकड आहे. ऑस्ट्रियाची भाषा जर्मन. जेलेनिकही जर्मनभाषी. ऑस्ट्रिया हा अल्पाईन पर्वतराजीनं नटलेला देश. तिथं असलेल्या स्टिरिया प्रांतात मुर्झशेलॅग हे थंड हवेचे ठिकाण आहे. तिथं एल्फ्रिड जेलेनिकचा जन्म २० ऑक्टोबर, १९४६ साली झाला. वडील फ्रेडरिक जेलेनिक हे व्यवसायाने केमिस्ट, दुसऱ्या महायुद्धात एका महत्त्वाच्या रसायननिर्मितीत त्यांचा सिंहाचा वाटा होता. संभाव्य छळापासून वाचण्यासाठी त्यांना काही काळ अज्ञातवासात राहावे लागले होते. जेलेनिकची आई मात्र उमराव घराण्यातील. वडिलांकडून जेलेनिकला धडपडीचा, तर आईकडून कलेचा वारसा लाभला. जेलेनिकचं आरंभीचे शिक्षण व्हिएन्नालाच झाले. पुढे तिच्यात संगीताची आवड निर्माण झाली. तिने पियानो (मोठी हातपेटी), ऑर्गन (मोठी पायपेटी), रेकॉर्डिंग इत्यादींचं विधिवत शिक्षण घेतलं. व्हिएन्ना हे शहर ऑपेराची पंढरी म्हणून ओळखलं जातं. जगातलं प्रसिद्ध ऑपेरा थिएटर इथंच आहे. इथे शेकडो संगीतकेंद्रं आहेत. ती कॉन्झर्व्हेटीव्ज म्हणून ओळखली जातात. तिथं प्राचीन वाद्यविद्या जपली जाते. तिथली सारी चर्चेस आता ऑर्गन शिकण्याची केंद्रे राहिली आहेत. व्हिएन्नाच्या जगातील सर्वांत जुन्या चर्चमध्ये आजही ऑर्गन हे महावाद्य नियमित वाजवले जाते. ऑस्ट्रिया म्हणजे संस्कृती संवर्धक नगरी. जेलेनिकच्या तारुण्याची मशागत निसर्ग, कला, संस्कृतीच्या समृद्ध वातावरणात होत राहिल्यानं तरुण जेलेनिकचे कवयित्री होणं स्वाभाविकच म्हणावं लागेल. साहित्य लेखनाचा ओनामा काव्यलेखनाने झाला. 'लिसाज शटन' (१९६७) हा तिचा पहिला काव्यसंग्रह. जर्मन वाचकांनी तिचे उत्साही स्वागत केले. त्यापूर्वी तिनं सन १९६४ मध्ये व्हिएन्नाच्या अल्बर्ट जिम्नॅशियममधून पदवी संपादन केली.

पुढे तिने व्हिएन्ना विद्यापीठात प्रवेश घेतला. तिथं जेलेनिकनी नाटक, कलेचा इतिहास यांसारख्या विषयांत प्राविण्य मिळवलं. १९७१ मध्ये तिने ऑर्गन-वादनाची पदविका पूर्ण केली. या काळात तिचा विद्यार्थी संघटनेशी संबंध आला. ती विद्यार्थी चळवळीच्या प्रत्येक कार्यक्रमात हिरिरीने भाग घेऊ लागली. याच काळात तिने साम्यवादाचा अभ्यास केला. चळवळीतील भागीदारामुळे ती कवितेकडून गद्य लेखनाकडे वळली. हा प्रवास एका अर्थाने कल्पनेकडून वास्तवाकडे होता, असंच म्हणावं लागेल. कारण सन १९७० ला तिची जी 'विर सिंड लॉक्वोगेल बेबी' नावाची कादंबरी प्रकाशित झाली. ती वास्तवाचे दाहक वर्णन करणारी म्हणून बहुचर्चित झाली. सामाजिक विषय जेलेनिकनी या कादंबरीत ज्या उपहासगर्भ शैलीत रेखाटला होता, तो वाचून समीक्षकांनी ही पुढे ताकदीचे लेखन करू

शकेल, असे भविष्य वर्तवलं होतं. याच काळात तिने 'मिशेल' ही याच धर्तीची कादंबरी लिहिली. सन १९७२ ला प्रकाशित झालेल्या एका कादंबरीत जेलेनिकनी सवंग संस्कृतीच्या पार्श्वभूमीवर आदर्शाचं चित्रण केलं.

नंतर जेलेनिकनी जर्मनी व इटलीचा प्रवास केला. रोम व बर्लिनच्या वास्तव्यात तिला नवे जग पाहाण्यास मिळालं. १९७० मध्ये तिची भेट गॉटफ्रिड हंग्सबर्गशी झाली. हा प्रसिद्ध अभिनेता १९७४ ते १९९० या काळात जर्मन चित्रसृष्टीतील हा मशहूर कलाकार. रेइनर फॅसबिंडर या प्रसिद्ध जर्मन दिग्दर्शकाच्या अनेक चित्रपटांत त्यानं महत्त्वाच्या भूमिका बजावल्या आहेत. नवऱ्याच्या चित्रपट निवृत्तीनंतर सन १९९१ साली जेलेनिकनी एक पटकथाही लिहिली. 'मॅलिना' ही तिची पटकथा इन्झेबोर्ग बॅकमनच्या कादंबरीवर आधारित होती. 'मॅलिना'चे दिग्दर्शन वेर्नर स्कॉरिओटरनं केलं होतं. इझाबेल हुपर्ट, मॅथ्यु कॅरिअर, कॅन टोगीनी त्यात भूमिका केल्या होत्या.

लेखिका म्हणून नावलौकिक मिळवल्यानंतर जेलेनिक व्हिएन्ना व म्युनिकमध्ये आलटून पालटून राहू लागल्या. या काळात त्यांच्या मूळ जर्मनीत लिहिल्या गेलेल्या 'वुमन अॅज लव्हर' (१९७५), 'वंडरफुल वंडरफुल टाइम्स' (१९९०), 'द पियानो टीचर (१९८८), 'दी लस्ट' (१९८९)' अशा एका पाठोपाठ एक कादंबऱ्यांचे इंग्रजी अनुवाद आले नि जेलेनिक पाहाता पाहाता जगविख्यात झाल्या. सन २००१ साली त्यांच्या 'द पियानो टीचर' कादंबरीवरील चित्रपटानं त्यांना प्रसिद्धीच्या विशेष झोतात आणलं. मिशेल हॅनेक यांनी याचं कलात्मक दिग्दर्शन केलं होतं. 'वंडरफुल वंडरफुल टाइम्स' मध्ये जेलेनिक यांनी भरकटलेल्या तरुण अपराध्याचं मनोज्ञ चित्रण केलंय. सन १९५० च्या समाज जीवनाच्या पार्श्वभूमीवर जेलेनिकनं याचे हे कथानक बेतलेय. चित्रपटाच्या प्रारंभी चार किशोरवयीन मुलं एका बागेत एका वकिलास चोप देतात. त्याचं कारण पैसे उकळणे वगैरे असत नाही तर तात्विक विरोध म्हणून वकिलाची धुलाई केली जाते. परत पोलिसांकडून अत्याचार. अन्यायाला सीमा राहात नाही. सर्वत्र अंधाधुंदी पसरलेली. या साऱ्या कथानकातून जेलेनिक अस्तित्ववादी विचारधारेचे समर्थन, चित्रण करताना दिसून येतात. या कादंबरीवर अल्बर्ट कॅमसच्या 'दि स्ट्रेंजर' (१९४२) कादंबरीचा प्रभाव स्पष्टपणे लक्षात येतो.

जेलेनिक यांची 'दि पियानो टीचर' ही कादंबरी विशेष मानली गेली ती तिच्या लक्षवेधी कथानक नि चरित्र चित्रणामुळे. ही आई-मुलीमधील प्रेम व द्वेषाच्या द्वंद्वावर आधारित कादंबरी असली तरी तिच्यात प्रामुख्याने लैंगिक छळ, अतिक्रूरता, हुकूमशाहीचे हृदयद्रावक जे वर्णन आहे त्यामुळे वाचक विशेष अस्वस्थ होतो. एरिका कोहुट ही पियानो शिक्षिका आहे. ती आपल्या जुलमी आईबरोबर जीव मुठीत

घेऊन जगत असते. तिचा जीव आपल्याच एक विद्यार्थ्यात गुंतलेला असतो. तिचे जीवन एका अर्थानी गूढ स्वत:ला उद्ध्वस्त करणारे असे असते. तिचा स्वतंत्र बाणा हीच तिची शोकान्तिका होते. समाजातील लिंगभेद, विषयवासना, हिंसाचार इत्यादी समस्यांचे मार्मिक चित्रण करत जेलेनिक यांनी स्त्री मुक्तीचा विचार अत्यंत प्रभावीपणे हाताळला आहे. स्त्रीची ससेहोलपाट हा या कादंबरीचा मुख्य स्तर होय. जेलेनिक या स्त्रीवादी लेखिका म्हणून या कादंबरीमुळे प्रकर्षाने ओळखल्या गेल्या. या कादंबरीवर तयार झालेल्या चित्रपटास कान्स चित्रपट महोत्सवात (२००१) तीन महत्त्वाचे पुरस्कार मिळाले होते. इझाबेल हुपर्टची यातील भूमिका विशेष गाजली होती.

लैंगिक छळाचं असंच चित्रण त्यांच्या 'दि लस्ट' या कादंबरीत आढळतं. एका पेपर प्लॅन्टच्या संचालकाची लिंगपिसाट वृत्ती, भांडवलशाही लोभ, लैंगिक चाळे, जुलूम इत्यादींचं यातील चित्रण अंगावर शहारे आणते. जेलेनिक यांनी या कादंबरीतून वर्गव्यवस्थेवर प्रहार करत समजावलं आहे की लैंगिक नातेसंबंधावर असलेला पुरुषी एकाधिकार हा एका अर्थानी सत्ता शक्तीचीच खेळी असते.

एल्फ्रिड जेलेनिक या जशा कवयित्री नि कादंबरीकार तितक्याच सशक्त नाटककार म्हणून ओळखल्या जातात. त्यांच्या नाटकांवर जर्मन नवनाट्यकार बेर्टोल्ट ब्रेक्टचा प्रभाव लक्षात येण्याइतका स्पष्ट आहे. ब्रेक्टला पारंपरिक नाट्य मान्य नव्हतं. प्रेक्षक व रंगमंचातील दरी, दुरावा दूर करण्यासाठी ब्रेक्ट आपल्या पात्रांना चक्क प्रेक्षागारात उतरवत असे. जेलेनिकचा नाट्यप्रवास सुरू झाला रेडिओ नाटकानी. सन १९७४ साली तिनी 'व्हेन द सन सिक्स इटस् टाइम टू क्लोज शॉप' नावाची श्रुतिका लिहिली. तिचे प्रसारण झालं. श्रोत्यांची या श्रुतिकेने वाहवा मिळवली. 'दि प्रेस' नी तिला वर्षातील श्रेष्ठ श्रुतिकेचा बहुमान बहाल केला. जेलेनिक यांनी जर्मनीत सुमारे १२ नाटके लिहिली. सर्व मंचावर सादर झाली. व्हिएन्ना, बॉन, झुरिच, हॅम्बर्ग, बर्लिन इत्यादी शहरांत त्यांच्या नाटकांचे अनेक प्रयोग झाले. त्यांच्या 'टोटेनबर्ग' (१९९१) नाटकात त्यांनी नाझी राजवटीचे चित्रण केलंय. 'एइन स्पोर्टस्टक' मध्ये त्यांनी खेळास सामूहिक चळवळीच्या रूपात सादर केलंय. यात युद्ध नि मृत्यूचं द्वंद्व वेधक झाले आहे. नाटकांबरोबरच जेलेनिक यांनी ऑपेरा (शोकात्म संगीतिका) ही लिहिल्या. 'लॉस्ट हावये' ही त्यांची संगीतिका डेव्हिड लिंच यांच्या पटकथा नि चित्रपटावर आधारित होती. तिची निर्मिती ओल्गा न्यूविर्थनी केली होती.

एल्फ्रिड जेलेनिक यांच्या साहित्यास ऑस्ट्रिया, जर्मनीतील सर्व मानाचे पुरस्कार लाभले होते. डझनावारी पुरस्कारांनंतर लाभलेल्या या वर्षीच्या नोबेल पुरस्कारानी मात्र त्यांना जगज्जेता साहित्यकार बनवले. साठीच्या उंबरठ्यावर असलेली

ही जीवनदर्शी लेखिका आजारपणामुळे पुरस्कार स्वीकारायला जाऊ शकणार नाही. आपण काही ऑस्ट्रियाच्या मानात भर घातली असे आपणाला वाटत नसल्याचं सांगून त्या म्हणाल्या की ऑस्ट्रियाई, जर्मन साहित्य माझ्यापेक्षा कितीतरी श्रेष्ठ आहे. ही नम्रता हेच त्यांचे मोठेपण होय.

◆

पूर्वप्रसिद्धी सूची

मराठी

१. वि. स. खांडेकर - साहित्य वैभव दिनदर्शिका (मार्च/एप्रिल,२०११)
२. डॉ. आनंद यादव - मेहता मराठी ग्रंथजगत (मार्च, २००९)
३. सुरेश भट - दै. सकाळ, कोल्हापूर. (२७ मार्च, १९८३)
४. म. द. हातकणंगलेकर - दै. सकाळ, कोल्हापूर. (१३ डिसेंबर, २००७)
५. वसंत आबाजी डहाके - अप्रकाशित
६. डॉ. आ. ह. साळुंखे - दै. पुढारी, कोल्हापूर. (२६ जून, २०१०)
७. उत्तम कांबळे 'अस्वस्थ नायकाचे अंतरंग' संपादक – सरोज जगताप, २२ जानेवारी, २०१२
८. डॉ. तारा भवाळकर - (दै. सकाळ, रविवार - २८ ऑक्टोबर, २००१ व महाराष्ट्र टाइम्स - २९ सप्टेंबर, २०१३ चा संयुक्त लेख.)
९. इंद्रजित भालेराव - दै. लोकसत्ता, मुंबई (लोकरंग/ २७ जानेवारी, २०१३)
१०. गोविंद गोडबोले - दै. सकाळ, कोल्हापूर (सप्तरंग - १६ मे, २००४)

हिंदी

११. यशपाल - अप्रकाशित
१२. गजानन माधव मुक्तिबोध - अप्रकाशित
१३. डॉ. धर्मवीर भारती - दै. सकाळ, कोल्हापूर (दि. ५ एप्रिल, १९९२)
१४. अनंत गोपाळ शेवडे - अप्रकाशित
१५. हरिशंकर परसाई - अप्रकाशित
१६. कमलेश्वर - दै. सकाळ, कोल्हापूर (सप्तरंग - दि. ४ फेब्रुवारी, २००१)
१७. डॉ. शंकर शोष - अप्रकाशित
१८. राजेंद्र यादव - दै. दिव्य मराठी (२नोव्हेंबर, २०१३)
१९. डॉ. रामविलास शर्मा - 'समाज प्रबोधन पत्रिका' (जानेवारी-मार्च, २०१४)
२०. गोविंद मिश्र - अप्रकाशित
२१. मैत्रेयी पुष्पा - अप्रकाशित
२२. संजीव - अप्रकाशित
२३. डॉ. केदारनाथ सिंह – दै. लोकमत (२९ जून, २०१४)

इंग्रजी

२४. जॉन बॅनव्हिल्ले - दै. सकाळ, कोल्हापूर
    (सप्तरंग, २३ ऑक्टोबर, २०००)

२५. आर. के नारायण - दै. लोकसत्ता, मुंबई
    (लोकरंग, १४ एप्रिल, २०१३)

२६. एल्फ्रिड जेलेनिक (दिशा, दिवाळी-नोव्हें, २००४)